கற்றதால்

கற்றதால்

ஆர். சிவகுமார்

அரசுக் கல்லூரிகளில் ஆங்கிலம் போதித்தவர். மொழிபெயர்ப்பாளர். ‘உருமாற்றம்’ (காஃப்காவின் குறுநாவல்), ‘இலக்கியக் கோட்பாடு’ (ஜானதன் கல்லர்), ‘சோஃபியின் உலகம்’ (யொஸ்டைன் கார்டெரின் நாவல்), ‘வசைமண்’, ‘அந்த நாளின் கசடுகள்’ (மார்ட்டீன் ஓ’ கைனின் நாவல்கள்), ‘என்றாலும் நான் எழுகிறேன்’ (மாயா ஆஞ்சலுவின் கவிதைகள்), ‘விஜயநகரம்’ (சல்மான் ருஷ்டி) போன்றவை இவர் மொழிபெயர்த்தவை. உலகச் சிறுகதைகள் சில இவர் மொழிபெயர்ப்பில் வெளியாகியுள்ளன. சங்க இலக்கியத்திலிருந்தும் நகுலன் எழுதியவற்றிலிருந்தும் சில கவிதைகளை ஆங்கிலத்தில் மொழிபெயர்த்துள்ளார்.

‘தருநிழல்’ இவருடைய முதல் நாவல்.

கைப்பேசி: 94443 67697

மின்னஞ்சல்: sivaranjan51@yahoo.co.in

இணக்கமான வாழ்க்கையைச் சாத்தியப்படுத்தும்
மணிமேகலை, நர்மதா, சித்தரஞ்சன்
ஆகியோர்க்கும்
கற்பித்த அனைத்து நல்லாசான்களுக்கும்

ஆர். சிவகுமார்

கற்றதால்

காலச்சுவடு பதிப்பகம்

● அன்பார்ந்த வாசகருக்கு,

வணக்கம்.

காலச்சுவடு நூலை வாங்கியமைக்கு நன்றி.

நூலின் உள்ளடக்கம், உருவாக்கம், அட்டைப்படம் இன்ன பிற அம்சங்கள் பற்றிய உங்கள் கருத்துகளையும் ஆலோசனைகளையும் காலச்சுவடு வரவேற்கிறது. தகவல், எழுத்து, வாக்கியப் பிழைகள் தென்பட்டால் அவசியம் தெரிவித்து உதவுங்கள். நூல் தயாரிப்பில் கடும் குறைபாடு இருப்பின் மாற்றுப் பிரதி உங்களுக்குக் கிடைக்கக் காலச்சுவடு ஏற்பாடு செய்யும்.

மின்னஞ்சல்: **publisher@kalachuvadu.com**

காலச்சுவடு நாகர்கோவில் அலுவலகத்திற்குக் கடிதம் அனுப்பலாம்.

தங்கள்
எஸ்.ஆர். சுந்தரம் (கண்ணன்)
பதிப்பாளர் — நிர்வாக இயக்குநர்

கற்றதால் ❋ நாவல் ❋ ஆசிரியர்: ஆர். சிவகுமார் ❋ © ஆர். சிவகுமார் ❋ முதல் பதிப்பு: ஜூலை 2024, இரண்டாம் பதிப்பு: செப்டம்பர் 2024 ❋ வெளியீடு: காலச்சுவடு பப்ளிகேஷன்ஸ் (பி) லிட்., 669, கே.பி. சாலை, நாகர்கோவில் 629001

kaRRataal ❋ Novel ❋ Author: R. Sivakumar ❋ © R. Sivakumar ❋ Language: Tamil ❋ First Edition: July 2024, Second Edition: September 2024 ❋ Size: Demy 1 x 8 ❋ Paper: 18.6 kg maplitho ❋ Pages: 208

Published by Kalachuvadu Publications Pvt. Ltd., 669, K.P. Road, Nagercoil 629001, India ❋ Phone: 91-4652-278525 ❋ e-mail: publications @kalachuvadu.com ❋ Printed at Clicto Print, Jaleel Towers, 42 KB Dasan Road, Teynampet, Chennai 600018

ISBN: 978-81-19034-26-0

09/2024/S.No. 1204, kcp 5298, 18.6 (2) rss

1

ஒன்பது பெண்கள், ஆறு ஆண்கள். முனைகள் ஒட்டிப் போடப்பட்ட இரட்டை பெஞ்சுகளின் இரண்டு வரிசைகள். ஓரிரண்டில் கலந்து உட்கார்ந் திருக்கிறார்கள். மேல் வகுப்புக்குப் போகப்போக மாணவிகளின் எண்ணிக்கை அதிகரிக்கிறது. நாளின் முதல் பாடவேளை என்பதால் சிலர் வியர்த்திருக்கிறார்கள். பெரும்பகுதி பேருந்தில் வருகிறவர்கள். பழம் பாணி மின்விசிறி சௌக்கியம் கூட்டச் சில நிமிடங்கள் பிடிக்கும். காலை நேர முதல் வணக்கமும் நிதானமான புன்னகைப் பரிமாற்றமும் யாரையும் புது அறிதலுக்குத் தயார்ப்படுத்தி விடும். ஆசுவாசத்துக்கு நேரமில்லை. மெதுவாகப் பேசத் தொடங்கினான். கொஞ்ச நேரத்தில் கடற்காற்றும் கூடி சுகம் தரத் தொடங்கிவிடும்.

என்னதான் உயர்நிலை வகுப்பு மாணவர்கள் என்றாலும் இலக்கியக் கோட்பாடு தொடர்பான இன்றைய பாடம் அவர்களைக் கொஞ்சம் திகைக்கவைக்கலாம். இவன் அதை எதிர்பார்த்திருந்தான். நூலாசிரியரிடம் மட்டுமே குவிந்திருப்பதாக நம்பப்படும் படைப்பின் அர்த்தத்தைக் கண்டுணர்வதே வாசகரின் வேலை என்பது பழைய பார்வை. வாசகரே படைப்புக்கு அர்த்தம் தருகிறார் என்பது தற்போதைய பார்வை. படைப்புக்கு வாசகரும் ஒரு கர்த்தா. படைப்பாளி யின் நாற்காலியில் வாசகர். விளைவாக, அர்த்தங்கள் பெருகும்.

ஆனாலும், அடுத்த வகுப்பில் நூலாசிரியரை மையமாகக் கொண்ட பேச்சே பிரதானமாக வரும். வாத்தியாருக்கு ஒருவகையில் அது கொண்டாட்டம்தான். முகஸ்துதி தந்த போதையில் மயங்கி நாட்டை முதல் இரண்டு மகள்களுக்குப் பிரித்துக்கொடுக்கிறான் கிழ அரசன் லியர். அவர்கள் இழைத்த துரோகத்தை, நன்றிகெட்டக் குழந்தையைக்

கொண்டிருப்பது சர்ப்பத்தின் நச்சுப் பல்லைவிட மோசமானது என்று வர்ணித்துப் புலம்புகிறான். தான் துரத்திய மூன்றாவது மகளால் இறுதியில் துயராறும்போது, ஆசி வழங்குமாறு நீ என்னை வேண்டும்போது உன்முன் மண்டியிட்டு உன் மன்னிப்பை நான் கோருவேன் என்று அவலத்தால் உருக்குலைந்த அந்த அப்பன் கலங்கி அழுகிறான். இவற்றை விளக்கும்போது படைப்பாளியை அதிசயிப்பது தானாகவே நடக்கத்தான் போகிறது. அதே சமயம் வாத்தியாரும் மாணவர்களும் வாசகர்களாக அவரவர் நுண்ணுணர்வு சார்ந்து தம்முடைய படைப்பாக அந்தப் பகுதிகளை உருவாக்கிக்கொள்வதும் சாத்தியம்தான்.

கண்காணாத தொலைவில் இருந்ததாக நினைத்திருந்த பணி ஓய்வு நான்கு தப்படி நெருக்கத்தில் எதிரே நிற்கிறது. இயல்பான பதற்றத்துடனும் சந்தேகத்துக்குரிய தன்னம்பிக்கையோடும் தொடங்கிய தொழில், பயிற்சியால் லகுவாகி, அனுபவத்தால் உறுதிப்பட்டிருக்கிறது.

வேலைக்குச் சேர்ந்த அன்று முதல் வகுப்பில் போதித்தது துணைப்பாடச் சிறுகதைத் தொகுப்பில் இடம்பெற்ற ஆர்.கே. நாராயணுடைய சிறுகதை. தான் ஒரு கொலை செய்து விட்டதாகப் பயந்து வெளியூர் போய் போலி ஜோசியக்காரனாக வாழ்பவனைப் பற்றியது. எல்லாரும் கதையோடு ஒன்றி விட்டார்கள். கதையை சுவாரசியமாகச் சொல்ல முடிகிறதா என்பதுதான் அப்போதைய அக்கறை. பெரிய வகுப்பு என்பதால் கத்திப் பேசிப் பாதி நேரத்தில் வயிறு காலியானதுபோல குரல் அமுங்கிப்போய்விட்டது. கேட்பவர்கள் நம்மை மதிப்பிடு கிறார்கள் என்ற உணர்வு கூடுதல் பதற்றம். கலவையான உணர்ச்சிகளோடு அந்த வகுப்பு முடிந்தது.

முன்னாலிருப்பவர் எண்ணிக்கை, அவர்கள் கவனம், இருக்கும் நேரம், அன்றைய பாடப் பகுதியின் அளவு ஆகியவற்றை நாள்படத் திட்டமாகக் கையாளப் பழகியாயிற்று. சமயங்களில் சுவாரசியமான வழிமாறலால் அந்தப் பாங்கு நெகிழலாம். நாற்பது, ஐம்பது பேர் கொண்ட குழுக்களோடு அன்றாடம் உறவாடுவது இனிது. வெவ்வேறு பின்புலம், வெவ்வேறு பெறுநிலை என்றாலும் இளமை பொது. மொத்தப் பணிக்காலமும் இளமையோடு உறவாடி, கற்பித்து, கற்று மனதைத் தீராத வாலிபத்தில் வைத்திருக்கலாம். உடலுமேகூட முதுமையிடம், 'அப்புறமா வா,' என்று சொல்லும். வேறு பணி எதிலும் கிடைக்காத தனித்த வகை இன்பம் இது.

2

பழங்காலம் போலவும் தெரிகிறது; போன வருடந்தான் நிகழ்ந்த மாதிரியும் தோன்றுகிறது. வீட்டிலிருந்து நடந்து போய் சந்திப்பில் சொற்பப் பயணிகளோடு காலை ஏழு மணி ரயிலில் இவன் ஏற, பதினைந்து நிமிடங்களில் வரும் நகர நிலையத்தில் வேறு ஆசிரியர்கள் சிலர் சேர்ந்துகொள்வார்கள். ஒன்றரை மணிநேர வயல்வெளி, சிறு கிராமங்கள், பாக்குத் தோப்புப் பயணத்துக்குப் பிறகு மாணவர், ஆசிரியர் என்று பாதிக் கல்லூரி அந்தச் சிறு நகர நிலையத்தில் ஏறும். அடுத்து வரும் அநாமதேய நிலையத்தில் மொத்தக் கல்லூரியும் இறங்கும். ரயில் போய்ச் சேரும் நேரத்துக்கும் அடுத்த பெரிய கிழக்கு நகரச் சந்திப்பிலிருந்து மாலை அந்த நிலையத்தை அது வந்தடையும் நேரத்துக்கும் ஏற்பப் பாடசாலை யின் கால அட்டவணை தயாரிக்கப்பட்டிருக்கும். சேர வேண்டிய இடத்தின் வழி அடையாளங்களாக ஒரு ராஜாங்கப் பள்ளியும் சிறு மலைக்கோயில் ஒன்றும் இருக்கும். அவற்றைத் தாண்டிக் கிட்டத்தட்ட வனாந்தரத்தில் அமைந்திருந்தது சிறுநகரத்துக் கானக் கல்லூரி. மொத்தம் இருந்தவை சொற்பமான வகுப்பறைகளும் இரண்டு சோதனைச் சாலைகளும் மட்டுமே. இரண்டு சிறு நகரங்கள் எங்களுக்குத்தான் என்று அதற்காகப் போரிட, இரண்டுக்கும் நடுவி லிருந்த அத்துவானக் காட்டில் அது நிறுவப்பட்டது. புதிதாக ராஜாங்கம் அமைத்தவர்கள் தொடங்கிய கல்லூரிகள் சிலவற்றில் ஒன்று. அவற்றின் அமைப்பு கிட்டத்தட்ட ஒரே மாதிரி இருக்கும்.

பெரும்பான்மை மாணவர்கள் சிறு கிராமப் பிரஜைகள். சிலர் போரிட்ட சிறு நகரங்களின் குடிகள். நடந்தும் சைக்கிளிலும் வருவார்கள். கல்லூரி வாழ்க்கையைக் குடும்பத்தில் முதன்முதலாக அனுபவிக்கப்போகிறவர்கள். தோற்றத்திலும் உடையிலும் வீட்டு நிலை தெரியும். பெண்கள்

பாவாடை தாவணியில் வருவார்கள். சீட்டிப் பாவாடை யாகத்தான் இருக்கும். ஆங்கிலம் விளைவிக்கும் பீதி முகத்தில் அப்பட்டமாகத் தெரியும். அவ்வப்போது ஆங்கில ஆசிரியர்கள் உச்சரிக்கும் தமிழ் வார்த்தைகள் அவர்களுக்குப் பெரிய நிம்மதியைத் தந்திருக்கலாம். ஆங்கில மொழிப் பாட வகுப்பில் தமிழ் பேசுவது ஒன்றும் தப்பில்லை என்பதை உணரவே பல வருட அனுபவம் தேவைப்பட்டது. ஆரம்பத்தில் அதில் இருந்த தயக்கம் பின்னாளில் இவனுக்கு வேடிக்கையாகத் தெரிந்தது. "இந்திய மாணவர்களுக்குக் கச்சாவான ஆங்கிலம் தெரிந்தால் போதும், அவர்களிடமிருந்து ரொம்ப இலக்கணமெல்லாம் எதிர்பார்க்கத் தேவையில்லை," என்று அனந்தமூர்த்தி சொல்லியிருக்கிறார். அவர் எழுத்தாளர் மட்டுமல்ல, ஆங்கிலப் பேராசிரியருங்கூட.

எவ்வளவு எதிர்பார்த்திருந்தாலும் பணி சார்ந்தும் சக ஆசிரியர்கள் சார்ந்தும் லேசான பதற்றத்துடனே முதல் சில நாட்களை இவன் கடக்க வேண்டியிருந்தது. வானம்பாடி மார்க்கத் தமிழாசிரியரும் திராவிட இயக்க ஆங்கில ஆசிரியரும் அந்த ரயில் கல்லூரியில் இல்லாதிருந்தால் அன்றாடப் போக்கு இவனுக்குச் சிரமமாகியிருக்கும். இவர்கள் ஒருவரை யொருவர் கிண்டல் செய்துகொண்டு பொருளாதார ஆசிரியர் ஒருவரையும் கிண்டல் செய்வதைப் பார்ப்பது வேடிக்கை யாக இருந்தது. ஆசிரியர்களுக்கென்று இருந்தது ஒரே பெரிய அறைதான் என்பதால் கிடைத்த கேளிக்கை அது.

வேலையை அநாயாசமாகத் தூக்கியெறிந்துவிட்டு மாகாணத் தலைநகர ஆட்டோ ஓட்டுநர்கள் சங்கத்தின் தலைவராகப் பின்னாளில் ஆனவர் அங்கிருந்த நூலகர். நம்ப முடியாத செய்தியாக அவருடைய புதிய தெரிவு இருந்தது. லட்சியத்தின் அழைப்புக்குச் செவிசாய்த்திருப்பாராக இருக்கும். அசாத்தியத் துணிச்சலும் வெகுளித்தனமும் கலந்த அந்த இடதுசாரி, நூல்களைச் சரியாகப் பதியாமல் கடன் தருவதால் சிக்கலில் மாட்டிக்கொளவார் என்பது அவரைத் தவிர மற்ற எல்லாருக்கும் தெரிந்திருந்தது. சொன்னாலும் பொருட்படுத்த மாட்டார் என்றார்கள். வேலையைத் துறந்து நூல் இருப்பைச் சரிபார்த்து அடுத்தவரிடம் ஒப்படைத்தபோது ராஜாங்கம் அவரை உண்டு இல்லை என்று பண்ணியிருக்கும்.

நிலையான பணியில் இருப்பவர்களின் செயல்களில் அதீதத் தன்னம்பிக்கை தெரிவதையும் சமயத்தில் அசட்டை தெரிவதையும் சில நாட்களில் கண்டான். மூத்த ஆசிரியர்கள்

சிலர் தற்காலிகப் பணி செய்பவர்களை அதிகாரம் செய்வார்கள் என்று கேள்விப்பட்டிருக்கிறான். அதிலும் ட்யூட்டர், டெமான்ஸ்டரேட்டர் என்ற பாவப்பட்ட கல்லூரி போதகர் ஜாதி சில இடங்களில் அவமதிப்புக்குள்ளாகும் என்று வேறு கல்லூரி நண்பர்கள் பேசிக்கொண்டார்கள். மற்ற ஆசிரியர் களுக்குச் சமமாகக் கல்வித் தகுதி பெற்றிருந்தும் அப்படியொரு பணிநிலை இருந்ததால் அதில் சிலர், இவன் உட்பட, சிக்கிக் கொண்டார்கள். அந்தப் பணிநிலைக்கேற்பச் சம்பளமும் குறைவுதான். குறிப்பிட்ட சில பாடங்களில் உரிய தகுதி யுடையோர் கிடைக்காத காலத்தில் பட்டப்படிப்பு மட்டும் படித்தவர்கள்கூட அந்தப் பதவியில் நியமிக்கப்பட்டார்களாம். அதற்குத் தகுந்தாற்போலப் பணிகள் தந்திருக்கிறார்கள். கட்டுரை நோட்டு திருத்துவது, பிரவேச வகுப்புக்குப் பாடம் எடுப்பது மாதிரியான வேலைகள். அப்படிப்பட்ட ஒருவர் தொல்பழமையோடு இங்கே நடமாடினார். ஒதுங்கிய சுபாவம் கொண்டவராகத் தெரிந்தார். எத்தனை அவமானப்பட்டிருப்பார் என்று தெரியாது. உரிய கல்வித்தகுதி பெற்ற இவனுடைய ட்யூட்டர் நண்பரிடம் ஊரில் கேட்டார்களாம்: "சீனியர் வாத்தியார் கிளாஸுக்கு வர்றதுக்கு முன்னால நீ போய் போர்டை சுத்தம் செஞ்சி அட்ணன்ஸ் எடுத்துட்டு வருணுமாமே?" 'பெரிய அவமானமாப் போயிட்டது' என்றார் அவர்.

கரைந்த நிழல்கள் நாவலை இவன் படிப்பதைப் பார்த்து என்ன, ஏது என்று கேட்டறிந்து மரியாதையாகவே நடத்தினார்கள். சக மொழி ஆசிரியர் ஒருவருக்கு அந்த நாவலாசிரியாரின் இன்னொரு நாவலும் தெரிந்திருந்தது இவனுடைய அதிர்ஷ்டம். சாப்பாட்டுக் கூடையில் வைத்திருக்கும் இலக்கியப் பத்திரிகைகளின் வினோதப் பெயர்களைப் பார்த்துச் சிலர் திகைத்துப்போனார்கள். நடை, அஃக், பிரக்ஞை போன்ற வார்த்தைகள் தலைப்புகளாக அவர்கள் எல்லைக்குள் வர வாய்ப்பில்லாதவை. நிலவிய கலாச்சாரத்தின் மேலிருந்த கோபத்தில் நான்கெழுத்து வசைச் சொல்லைக்கூட பெயராகக் கொண்டு ஒரு பத்திரிகை அமெரிக்காவில் வெளியானது. அதன் பாதிப்பில் *Damn You* என்று வட இந்தியாவில் ஒரு கவிதைப் பத்திரிகை வெளியானது. தமிழ்க் கோபம் அந்த அளவுக்குப் போகாதுபோல.

மொத்தத்தில் இவனுடைய கௌரவத்துக்குப் பங்கம் ஏற்படவில்லை. முதல் சம்பளமான நானூற்று முப்பத்திரண்டு ரூபாய் குடும்பத்தின் முதல் பெரிய வருவாய். பெருமிதமாக இருந்தது. படிக்கும்போதாக இருந்தால் கஷ்டப்படாமல் நான்கு மாத மெஸ் பில் கட்டியிருக்கலாம். படித்துக்கொண்டே வேலை பார்க்கமுடியுமா என்ன?

மாணவர்கள் முன் நிற்க ஓரளவுக்காவது நேர்த்தியான தோற்றம் வேண்டும். இருக்கும் உடைகளைப் பற்றிச் சொல்ல ஒன்றுமில்லை. புதியவை வாங்கினால் நன்றாகத்தான் இருக்கும், தன்னம்பிக்கையையும் கூட்டும். குடும்பச் செலவை அப்பாவோடு பகிர்ந்துகொள்ளத் தொடங்குவது திருப்தி தரும் விஷயம்தான். எல்லாருக்கும் புது ஆடைகள், கொஞ்சம் சௌகரியமான வீட்டுச் செலவு, சில புத்தகங்கள் என்று கணக்கிட்டால் மூன்று மாதச் சம்பளம் தேவைப்படும் போலிருக்கிறது. கூட்டலும் கழித்தலுமாக மனக்கணக்கை அப்போது குழப்பத் தொடங்கிய ரொக்கம் இவனை வெகுநாள் துன்புறுத்தியது. உண்மையில் செலவிடும் போது கணக்குகள் மாறி மேலும் மலைக்க வைக்கும். அதுவரை வேலை இருக்குமா? கோடை விடுமுறையில் வேலையிலிருந்து நீக்கப்படுவது நிச்சயம். நிலையான பணிக்கு நேர்காணல் நடப்பதற்கு முன்னால் செய்யப்பட்ட தற்காலிக நியமனம். ஒரு குடும்பத்தின் வாழ்க்கைப் போக்கை மாற்றப்போகும் உத்தரவு வந்த, கிளர்ச்சி தராத அந்த ஐந்து இஞ்ச் காக்கி உறை ராஜாங்க சமிக்ஞை என்ற அளவில் விசித்திர முரண் கொண்டதுதான். படித்தவர்கள் வேலைதேடிக் கொடூரமாகத் தத்தளித்துக் கொண்டிருந்த காலம்.

நகர ரயில் நிலையத்தில் இறங்கி நடக்கும் தூரத்தில் இருந்த விடுதி இவனுக்கு மாலைநேரப் போக்கிடமாக இருந்தது. அங்கு தங்கியிருந்த வேறு ராஜாங்கக் கல்லூரி நண்பரோடு கொஞ்ச நேரம் பேசிவிட்டுப் பேருந்தில் வீட்டுக்குப் போவது சில நாள் நடக்கும். வெளியூர்க்காரரான அவர் உல்லாசி. அவரும் ஆங்கிலம் போதித்தவர்தான். பொது நண்பர்கள் சிலர் உண்டு. நல்ல நூல்களை விசாரித்தறிந்து படிப்பார். மாதத்தின் முதல் வாரத்தில் மொத்தச் சம்பளத்தையும் கரைத்துவிட்டு பிறகு சொற்பத் தொகைக்குக்கூட சிரமப்படுவார். ஆனால், உற்சாகமும் உல்லாசமும் கொஞ்சமும் குறையாது.

இவனைவிடச் சில ஆண்டுகள் மூத்தவர். நிரந்தர வேலைக்குத் தேர்ந்தெடுக்கப்பட்டவர். முதல் பார்வையிலேயே கிஷோர் குமார் சாயல் யார் கண்ணிலும் பட்டுவிடும். சராசரியைவிடக் கூடுதல் உயரம் கொண்ட தன் உடலைப் பக்கவாட்டில் அசைத்து அசைத்து மெதுவாக அவர் நடப்பது வினோதமாக இருக்கும். ஏறிய தன் நெற்றியிலிருந்து முகவாய்வரை இடது உள்ளங்கையால் அடிக்கடி நீவிக்கொள்வார். உள்ளுக்குள் இருக்கும் விடலைப் பையனைச் சீராட்டிப் பேணிக்கொண்டிருப்பதை அவர் கண்கள் காட்டிவிடும்.

ஒரு தீபாவளியின்போது விடுதிக் காவலருக்குக் கோஆப்டெக்ஸ் பட்டுத் துணி எடுத்துக்கொடுத்து சட்டை தைத்துக்கொள்ளச் சொல்லியிருக்கிறார். தையல் கூலியும் கொடுத்திருக்கிறார். வேண்டாமென்று எவ்வளவோ சொல்லியும் கட்டாயப்படுத்தித் தந்திருக்கிறார். இவனிடம் இதைச் சொன்னது அந்தக் காவலர்தான். கதையில்கூட அப்படி நடக்குமா என்று தெரியாது.

'**எ**ன்னா, ரெண்டு வாரமா வரல?'

'வீட்ல கொஞ்சம் வேலை. அக்கா, குழந்தைங்கெல்லாம் வந்திருந்தாங்க.'

'நல்ல விஷயந்தான். எனக்கும் ஒங்கள மாதிரி இருக்கணும்னு ஆசைதான். கூட யாரும் பொறக்கலியே. வீட்டுக்குப் பணம் அனுப்பணுங்கிற அவசியம் இல்லாததால கண்டபடி செலவு பண்ணிர்றன். அனுப்ச்சா சந்தோஷப்படலாம். ஆனா, எதிர்பாக்க மாட்டாங்க.'

'எதாவது செலவு பண்ணனும்னா ஒண்ணுக்கு ரெண்டு தடவ யோசிக்க வேண்டியிருக்கு. கஷ்டப்பட்டுதான் புஸ்தகம் சிலது வாங்க முடியுது.'

'நீங்க சொன்னதால குருஷேத்ரம் தொகுப்புக்கு மணி ஆர்டர் அனுப்பிச்சிருக்கன். வந்ததும் நீங்க மொதல்ல படிங்க.'

'ரொம்ப சந்தோஷம். ஒரு நண்பர் நினைவுப் பாதை நாவல் வச்சிருக்கார். வாங்கித் தர்றன். ஒங்குளுக்கு நகுலனோட ரைட்டிங்ஸ் கண்டிப்பாப் பிடிக்கும்.'

'குடுங்க படிக்கிறன். எங்க டிபார்ட்மென்ட்ல எக்சிஸ்டென்ஷியலிசம் பத்தி சொன்னா என்னன்னு தெரிஞ்சிக்கிற ஆர்வம் ஒருத்தருக்கும் இல்ல. எனக்கு சரியா சொல்லவும் தெரியல. நாமளும் இப்பதான தெரிஞ்சிக்க ஆரமிச்சிருக்கோம். தமிழ்லகூட அதப் பத்தி புக் வந்துருக்குன்னு சொல்லிப் பாத்தன். முத்துசாமி மட்டும் குடுங்கன்னு கேட்ருக்கார். மத்தவங்க யாரும் அசையில. படிக்கிற பழக்கம் இல்ல.'

'தெரிஞ்சதுதானே. அது மாதிரி புக் வர்ற அளவுக்கு சூழல் இப்ப சாதகமா இருக்குது... புண்ணியமூர்த்தி உங்களுக்கு ஆஸ்கர் வைல்டுன்னு பேர் வச்சிருக்கார்.'

'அப்டியா? நான் ரொம்ப நன்றி சொன்னதா அவர்கிட்ட சொல்லுங்க.'

சரியான பெயர் என்று சந்தோஷப்பட்ட மாதிரி தெரிந்தது.

அப்படியான ஒரு மாலைச் சந்திப்பின்போது அங்கு வந்தார் ஒரு ஓவியர். ஓவியர்களுக்கென்று எப்படியோ ஒரு விசேஷத் தோற்றம் வாய்த்துவிடுகிறது. அதற்காகக் கொஞ்சம் மெனக்கெடுவார்கள் போலிருக்கிறது. பொது நண்பர் ஒருவரோடு வந்திருந்தார். விடுதி நண்பருக்கு ஓவியர் முன்பே அறிமுகமானவராகத் தெரிந்தார். இலக்கியப் பத்திரிகைகள் மூலம் இவனுக்கு அறிமுகமாகியிருந்த நவீன பணி ஓவியர்களின் சக மாணவராக நுண்கலைக் கல்லூரியில் கற்றதாகச் சொன்னார். நெசவாளர் சேவை மையத்தில் வண்ணமாதிரிகள் உருவாக்குபவராகப் பணிசெய்பவர். பெயர் கேள்விப்பட்ட மாதிரிதான் இருந்தது. நவீன ஓவியங்களைப் பார்த்த பழக்கத்தால் ஓவியர் ஒருவரோடு பேசுவது இவனுக்கு விசேஷ உணர்வைக் கொடுத்தது. கூடப் படித்தவர்கள், தன் கண்காட்சிகள் பற்றிக் கொஞ்ச நேரம் பேசினார். பிறகு, கையோடு எடுத்துவந்த தாள்களில் வரையத் தொடங்கினார். முன்கூட்டியே நண்பர்கள் கேட்டிருப்பார்களாக இருக்கும்.

பெண் உடலின் பூரணத்துவம் விளைவிக்கும் பேரனுபவத்தில் அவர் திளைத்திருந்தது தெரிந்தது. எல்லாரும் காவியக் காட்சிகளில் வரும் மங்கையர். கைவிரல்களிலும் தோளிலும் கிளிகள் அமர்ந்திருக்க, மான்கள் அண்மையில் மேய, அந்தப்புர வெளிகள், நீர்நிலைக் கரைகள், தருக்கள் இடையே ஒய்யார நடைபயிலும் அணங்குகள் அவர் விரல்கள் வழியே உருவும் உயிரும் பெற்றார்கள். படைப்பு நிலையின் சாட்சிகளாக இவனும் நண்பர்களும் இருந்தார்கள். இம்மாதிரி ஓவியங்களை வணிகப் பத்திரிகை சித்திரக்காரர்கள்கூட வரையலாம். அவர்களின் பெண்களுக்குப் பொதுமுகம் ஒன்று படிந்துவிடும். இவரிடம் உருவான பெண்கள் ஒருவர்போல் மற்றொருவர் இல்லை. முகக்குறிப்புகளும் வளைவடிவுகளும் தனித்துத் தெரிந்தன. தாளில் படியும் கறுப்புக் கோடுகளில் கலையின் அமைதியும் அனுபவத்தின் உறுதியும் நிறைந்திருந்தன. தாளின் பரப்பைப் பயன்படுத்துவதில் இருந்த கணக்கு ஆச்சரியப்படும்படி இருந்தது. ஒரு இடத்தில்கூட அவர் விரல்கள் தயங்கி நிற்கவே இல்லை. செவ்வியல் பாணியில் ஈடுபாடு கொண்டவர்போல. ஓவியங்களில் வெளிப்பட்ட அழகியல் விசேஷத் தரம் கொண்டிருந்ததாக இவனுக்குப் பட்டது.

3

காவிரிக்கரை, கோர்ட்டுக்குப் போகிற வழி, காந்தி பார்க், துக்காம்பாளையத் தெரு என்று மோகமுள் விரித்துக் காட்டிய இடங்கள் ஏழெட்டு வருடங்களாக இவன் கற்பனையில் ஊறியிருந்தன. அவை நிஜத்தில் தோன்ற வாய்த்தது நதிக்கரைக் கல்விக்கூடப் பணியால். கோடை விடுமுறையில் நீக்கிவிட்டு மறுதிறப்பில் அங்கு போகச் சொன்னார்கள். இடையில் வேலையும் உறுதியாகி லௌகீகத்தில் நம்பிக்கை துளிர்த்திருந்தது. வேலையிடம் தூரம் என்பதில் பெற்றோருக்கு வருத்தம்தான். பக்கத்து ஊர்களில் காலியிடங்கள் இருந்தும் ஏன் இப்படி என்பது ராஜாங்க நடவடிக்கையின் வினோதம். அந்தக் கல்லூரியின் சரித்திர மதிப்பு அங்கே படித்த ராமானுஜனால், தமிழ்ப் பதிப்பாராய்ச்சிப் பெருமை அங்கே போதித்த உ.வே.சாமிநாதையரால். பின்னாளில் நவீன இலக்கியத்தின் பிதாமகர்கள் சஞ்சரித்த கல்லூரியும் ஊரும் அவை. மோகமுள் எழுதிய கல்லூரியின் பழைய மாணவர் தில்லி ரேடியோவில் வேலைபார்த்துக்கொண்டிருந்தார். முன்னோடிகளின் பாதம் பட்ட வெளியில் நடமாடுவது உண்மையில் பாக்கியம். விசாரித்ததை மதித்து, நூலகத்தில் வைக்கப்படட்டிருந்த அய்யரின் நாற்காலியை முதல் நாள் காட்டினார்கள். மெல்லிய தூசிப் படலம் போர்த்திய, வெள்ளைத் திண்டு தைக்கப்பட்ட அந்த அலங்கார ஆசனம் ஒரு மூலையில் நின்றிருந்தது. ராஜாங்க நிறுவனத்தில் அந்த அளவில் வைத்திருந்ததே பெரிய காரியம். மற்றபடி அதற்கு உ.வே.சா. நாற்காலியும் ஒன்றுதான், உளுந்தூர்ப்பேட்டை உதயகுமார் நாற்காலியும் ஒன்றுதான்.

பத்தொன்பதாம் நூற்றாண்டின் கடைசியில் கல்லூரி மாணவர்கள் நடிப்பதற்காக ஷேக்ஸ்பியரின்

A Midsummer Night's Dream நாடகத்தை நாராயணசாமி அய்யர் என்ற ஆசிரியர் நடுவேனிற் கனவு என்று தலைப்பிட்டு மொழி பெயர்த்திருக்கிறார். ஆங்கிலேய முதல்வர் விடுத்த கோரிக்கை அது. அந்தப் பிரதியை முழுவதும் பார்த்து, உரிய திருத்தங்கள் செய்து சில பாட்டுக்களையும் சேர்த்தாராம் உ.வே.சா. அந்த மொழிபெயர்ப்பைச் சரிபார்த்த காலத்தில், *ஆங்கிலத்தில் ஷேக்ஸ்பியர் எழுதிய நாடகங்களை ஆங்கிலந் தெரிந்த ஒருவர் துணையைக் கொண்டு தமிழில் பெயர்த்து வெளியிடலாம். காளிதாஸ மகா கவியின் நாடகங்களைத் தமிழில் வசனமாகவும் செய்யுளாகவும் எழுதி வெளியிடலாம் என்ற புதிய கருத்து எனக்கு ஏற்பட்டது... பழங்காலத்துத் தமிழ் நூல்களை மாசு கழுவி வெளியிடும் தொண்டில் அல்லவா ஈடுபட்டிருக்கிறோம்? என்ற எண்ணத்தால் அத்துறையிலே சென்ற உள்ளத்தை மீட்டுக் கொண்டேன்* என்பதாகத் தனக்கு உண்டான அனுபவத்தை சுயசரித்திரத்தில் குறிப்பிட்டுள்ளார். கால் நூற்றாண்டு கழித்து அங்கே சமஸ்கிருத பி.ஏ. படித்த கு.ப. ராஜகோபாலன், ஷேக்ஸ்பியர் சங்கத்தை உருவாக்கி அதன் கூட்டங்களில் தான் ஆங்கிலத்தில் எழுதிய கவிதைகளையும் கட்டுரைகளையும் வாசித்தார். அவற்றில் பலவற்றைப் பிறகு அவரே தமிழில் மொழிபெயர்த்தார். ஷேக்ஸ்பியரின் நாடகக் காட்சிகள் சிலவற்றையும் சங்கம் அரங்கேற்றியிருக்கிறது. சங்க நிகழ்வுகளில் பங்கேற்ற பிச்சமூர்த்தி, ராஜகோபாலனுக்கு சஹிருதயர், தத்துவம் படித்த சமகால மாணவர், பக்கத்து வீட்டுக்காரர். இலக்கிய இயக்கத்தின் திட்டவட்டமான பூகோள அடர்த்திக்கான காரணம் தெரியுமளவுக்கு அதன் தற்செயல் மர்மம் விளங்காது.

பல ஆண்டுகள் பலர் பயன்படுத்தியதால் வழுவழுப்பாக ஆகியிருந்த தேக்கு இருக்கைகளும் உயர்கூரைகளும் கொண்ட விசாலமான வகுப்பறைகள். முதல்வரின் அறையை ஒட்டித்துணை முதல்வருக்குத் தனி அறை இருந்தது. மிகப் பழைய கல்லூரிகளில் மட்டுமே அப்படி ஒரு பதவியும் அவருக்கென்று அறையும் இருக்கும் என்று சொன்னார்கள். இவன் பி.ஏ. படித்த கல்லூரியின் துணை முதல்வர் சைக்கிளில் வருவார். அவர் எப்போதும் அணியும் வேட்டி, சட்டை, சால்வை எல்லாம் கதராலானவை. தன் அறையின் முன்பிருக்கும் செம்பருத்திச் செடியில் பூக்கள் பறித்து ராமகிருஷ்ணர், சாரதாதேவி, விவேகானந்தர் படங்களின் முன் வைத்து வணங்கிவிட்டு கணிதக் கற்பித்தலைக் காலையில் தொடங்குவார். இவன் மேற்படிப்புப் படித்த சர்வகலாசாலையின் நிர்வாகக் குழு உறுப்பினராக அவர் ஆகியிருந்தார். அப்போதைய

விழா ஒன்றில் பெரும் அந்தஸ்தில் இருந்த பேராசிரியர்களும் பிரமுகர்களும் முன்வரிசையில் இருக்க, சர்வகலாசாலை ராஜா அவர் முன்பு மட்டும் நின்று சில வினாடிகள் பேசிவிட்டு மேடைக்குப் போனார்.

விழாவுக்கு முந்தைய நாள் இரவு இவன் நண்பர்களோடு அவரை விருந்தினர் மாளிகையில் சந்தித்தபோது அன்று பி.பி.சி. மூலம் தனக்குக் கிடைத்த கவி ஆடனின் இறப்புச் செய்தியை அவர்களோடு பகிர்ந்துகொண்டார். கதர்த்துணியில் தைக்கப்பட்டிருந்த கைவைத்த பனியன் மாதிரியான உள்சட்டை அணிந்து விளக்கொளியில் மின்னும் கருங்காலிக் கட்டிலில் உட்கார்ந்திருந்தார். காலம் உறைந்து போனது போன்று மனதில் தங்கிவிட்ட காட்சி. அவருடைய ஆங்கில உச்சரிப்பின் துல்லியத்தை தன்னுடைய இலாகா ஆசிரியர்கள் சிலரிடம் மட்டுமே இவன் கண்டிருக்கிறான்.

‘சார், ஆடனோட சமகாலத்துல கவிதை எழுதிக்கிட்டிருந்த இன்னொரு பிரிட்டிஷ்காரர் ஸ்டீவன் ஸ்பெண்டர். ஃபிஃப்டீஸ்ல க.நா.சுப்ரமண்யம்ன்ற தமிழ் ரைட்டர் ஸ்பெண்டரை நம்ம யூனிவர்சிட்டிக்கு அழைச்சிக்கிட்டு வந்து பேச வச்சிருக்கார். பிரிட்டிஷ் கவுன்ஸில் ஏற்பாடு பண்ணின லெக்சர் டூர் போல தெரியிது. எங்க இங்லிஷ் ஹெச்.ஓ.டி. ரூம்ல அப்ப எடுத்த ஃபோட்டோ ஒண்ணு இருக்குது.’ இவன் சொன்னான்.

‘நான் இங்க படிச்சது ஃபார்ட்டீஸ்ல. ஆடன், ஸ்பெண்டர் பத்தி கேள்விப்பட்டிருக்கன். ரெண்டு பேரும் மார்க்சிஸத்தால ஈர்க்கப்பட்டவங்க. சோவியத் ரஷ்யாவில் நடந்தவை பிடிக்காம பிறகு அதிலேர்ந்து விலகினவங்க. மத்தியானம் ரேடியோவுல அதப்பத்தியும் சொன்னாங்க. தொளாயிரத்து நாப்பத்தொம்பதுல ஆர்தர் கெஸ்லர் கம்பைல் பண்ண புஸ்தகம் *The God that Failed.* அதிலே இதே விஷயந்தான் சப்ஜெக்ட். *God* கம்யூனிசத்தைக் குறிக்கிற வார்த்தை. ஸ்பெண்டரோட கட்டுரையும் அதுல உண்டு. சந்தர்ப்பம் கெடைக்கிறப்போ படிச்சிப் பாருங்க.’

பழைய காலத்துப் பொது அறிவுத் தேடல் வியப்புக்குரியதாக இருந்தது. தன் தொழிற்புலத்துக்கு அப்பால் உள்ளவற்றின்மீது இவர் போன்றவர்கள் காட்டிய ஆர்வம் எங்கே தொலைந்தது என்று தெரியவில்லை. முந்தைய கலாசாலை நாட்களின்போது ஆல்பர் காமு படித்த மருந்து விற்பனைப் பிரதிநிதியையும் சார்ல்ஸ் டிக்கன்ஸில் கரைகண்ட மருத்துவரையும் அறிமுகம் கொண்டது இவன் அனுபவித்த ஆச்சரியம். அது திகைப்பையும் கொடுத்தது, கற்க வேண்டியதின் பிரம்மாண்டத்தையும் காட்டியது.

புராதனக் கலாசாலையான நதிக்கரைக் கல்லூரி அளவிலும் பெரியது. சரபோஜி மன்னரின் கோடை மாளிகையை அடிப்படையாகக் கொண்டு தொடங்கப்பட்ட கல்லூரியில் பிற கட்டடங்கள் பின்னர் வளர்ந்திருக்கின்றன. கிட்டத்தட்டக் கால்வாசி மாணவர்கள் வேட்டி கட்டியிருந்தது வித்தியாசமாக இருந்தது. முன்பிருந்த கிராமத்துக் கல்லூரியில் வேட்டி கட்டுவதை வறுமையின் அடையாளமாகப் பிறர் எடுத்துக்கொள்ளக்கூடும். இங்கு அது சகஜமான பழக்கமாகத் தெரிந்தது. பழையகால வழக்கத்தின் தொடர்ச்சியாக இருக்கலாம். அவர்களில் சிலர் வளாகத்துக்குள்ளேயே விடயம் மென்றார்கள். உள்ளூரின் பிரசித்தமான, ஏலக்காய் வாசனை கொண்ட இனிப்பு பீடா அது. உல்லாசத்துக்கும் உடைக்கும் ஏதோ சம்பந்தம் இருக்கிறது. ஊரில் இளம் வேட்டியோடு வெற்றிலையும் சீவலும் சுகந்தப் பொருளும் ஒன்றிணைந்தது வினோதமாக இருந்தது. வெற்றிலை, சீவல், புகையிலைக் கூட்டு ஊரின் மூத்தோர்களுடைய லாகிரி. அங்கு படித்த அந்தக் கால பாபு மாதிரியே கல்லூரியில் ஓரிருவர் பார்வையில் பட்டார்கள். வேறு எந்தக் காலேஜ் பையனுக்கும் கிடைக்காத பாக்யமாக பாபுவும் அவன் நண்பன் ராஜமும் செலுத்திய படகு இன்றி ஆடி மாத நதி ஓடிக்கொண்டிருந்தது. இவன் தங்குமிடம் இருந்த பக்தபுரி அக்ரகாரத்தில் ஒருநாள் ஏதோ வேலையாக வந்த ஜமுனாவும் தென்பட்டாள் .

சக ஆங்கில ஆசிரியர்கள் நிறைய பேர் இருந்தாலும் பழக்கம் உருவானது சிலரிடத்தில்தான். பலரும் இவன் மேற்படிப்புப் படித்த பல்கலைக்கழகத்தில் முன்பு படித்தவர்களாக இருந்தார்கள். பூகோள நெருக்கம் காரணமாக இருக்கலாம். அதே ஊர்க்காரர்களாகவும் இருந்தார்கள். ஒரு சிலர் பக்கத்துச் சிற்றூர்களிலிருந்து வந்தார்கள். பொதுவாகவே உள்ளூர் ஆசிரியர்களிடம் கழிமுகக் கலாச்சாரமும் கல்வியும் அரசியலும் கலந்த இயல்பு தென்பட்டது. உள்ளே பதிந்திருந்த இடதுசாரிச் சார்பு ஒருவரை அடையாளம் காட்டியது. அந்தப் பரஸ்பர மோப்பத்துக்குத் தற்செயலாகக் கேட்கும் சில வார்த்தைகள் போதும். அல்லது காணக் கிடைக்கும் ஒரு சின்ன நடவடிக்கை போதும். துறையில் மூத்த நிலையில் அவர் இருந்தார். வளாகத்துக்குள்ளும் இவன் இருப்பிடத்துக்கும் தன் சைக்கிளைத் தள்ளிக்கொண்டேதான் நடப்பார். இத்தனைக்கும் இவனிடமும் சைக்கிள் உண்டு என்பதைப் பற்றிக் கவலைப்பட மாட்டார். அதனால் இவனும் தன்னுடையதைத் தள்ளிக்கொண்டே நடக்க வேண்டியிருக்கும். பேச நேரம் கிடைப்பதால் அப்படிச் செய்கிறார் என்பது கொஞ்ச நாள் கழித்துதான் புரிந்தது.

ஜி.எம். ட்ரெவெல்யன் எழுதிய ஆங்கிலேய சமூகத்தின் வரலாறு ஒன்று, அவருடைய சைக்கிள் கேரியர் கிளிப்பில் பொருத்தப்பட்டிருக்கும் அல்லது அவர் கையில் இருக்கும். இது மாறாத காட்சி. அந்த வரலாற்றை ஆங்கில இலக்கிய மாணவர்களுக்கு மார்க்சிய நோக்கில் போதிப்பது அவருக்குப் பிடித்தமானது. பி.ஏ. வகுப்பில் இலக்கியக் கல்விக்கு இணைப் பாடமாகப் பரிந்துரைக்கப்பட்ட நூல் அது. இலக்கியம் படிக்க அதன் சமூகப் பின்னணியைத் தெரிந்துகொள்ள வேண்டும் என்ற நோக்கில் அதைப் பரிந்துரைத்திருந்தார்கள். சுவாரசியமான வாசிப்புக்கு உகந்த நாவலைப்போல ட்ரெவெல்யன் அந்நூலை எழுதியிருப்பார். வரலாற்றைக் கவிதைக்கான மொழியில் எழுதியவர் என்று அவரைச் சொல்வார்கள். இவனுக்கு அந்தப் பாடத்தைப் போதித்தவர் பரீட்சைக்கான கட்டுரைகளாக அதைச் சுருக்கி அவர் சொல்ல ஒரு குயர் நோட்டில் மாணவர்களை எழுதவைத்தார். ட்ரெவெல்யனின் மொழியில் அவ்வப்போதாவது தோய்ந்து விரிவுரை செய்யாமல் அவர் செய்தது நல்ல நடைமுறையாக அப்போதே இவனுக்குப் படவில்லை. எப்பேர்ப்பட்ட பாடத்தையும் கட்டுரைகளாகச் சுருக்கிவிடுவதில் கல்லூரிப் பேராசான்கள் பலர் சமர்த்தர்கள். புதுமைப்பித்தனின் கல்லூரிக் காலத்திலேயே இதற்கொரு சான்றாளர் இருந்திருக்கிறார். திருநெல்வேலி இந்துக் கல்லூரியில் மாணவராக இருந்தபோது ஒருநாள் கரும்பலகையில், முஸோலினி இத்தாலியின் டிக்டேட்டர்/நம் வி.பி. நோட்ஸ் டிக்டேட்டர் என்று புதுமைபித்தன் ஆங்கிலத்தில் எழுதிவைத்தாராம். தொடர்புடைய ஆசிரியர் பெயர் வி. பொன்னுசாமிப் பிள்ளை. அவர் வைஸ் பிரின்ஸிபாலும்கூட. புதுமைப்பித்தனின் முத்திரைச் சிலேடை. நோட்ஸ் எழுதிக்கொள்வது அந்த இளம் மேதைக்குப் பெரிய அவமானமாக இருந்திருக்கும்.

வீட்டில் வைத்து ட்ரெவெல்யனைச் சிரமப்பட்டுப் படிக்கும் போது எவ்வளவோ புதுச் சேதிகளை அந்நூல் அழகாகச் சொன்னது. ஆன் மகாராணி ஆட்சிக் காலமான பதினெட்டாம் நூற்றாண்டுத் தொடக்கத்தில் லண்டனில் இருந்த ஐந்நூறு காப்பிக் கூடங்களில் அறிவுஜீவிகளும் உயர் மத்தியதர வர்க்கத்தினரும் கழித்த வாழ்க்கையைப் பற்றிக் கிராமத்து வீட்டின் பின்புறமிருந்த வேப்ப மரத்தின் அடியில் கயிற்றுக் கட்டிலில் படுத்துக்கொண்டு படித்தது கனவுக் காட்சியாக இவன் மனதில் தங்கியிருந்தது. கிழக்கிந்தியக் கம்பெனியின் பெரிய கப்பல்களில் வந்திறங்கிய காப்பிக்கும் தேயிலைக்கும் வெள்ளைக்காரர்கள் அடிமைகளாகியிருக்கிறார்கள். காப்பிக் கூடங்களில் சௌகரிய மாக உட்கார்ந்துகொண்டு உள்ளிழுத்து சுகமாக வெளியே

விட்ட புகை மேகங்களுக்கிடையே மணிக்கணக்கில் இலக்கியம் பற்றி விவாதித்ததோடு அரசாங்கம், திருச்சபை பற்றிய கடும் விமர்சனங்களையும் பகிர்ந்துகொண்டார்களாம். குறிப்பிட்ட அரசியல் கட்சிக்காரர்கள் கூடிப் பேசும் காப்பிக் கூடங்கள் தனித்தனியே இருந்திருக்கின்றன. சமூக வாழ்க்கையின் மையமாக இருந்த அவை வணிகச் செய்திகளைப் பரிமாறிக்கொள்ளும் இடங்களாகவும் பயன்பட்டிருக்கின்றன. வெளிநாட்டாருக்கு அதிசயமாக இருந்த ஆங்கில தேசத்துப் பேச்சுச் சுதந்திரம் அங்குதான் கருக்கொண்டிருக்கிறது. பின்னாளில் அவை ஐரோப்பியக் கலாச்சாரத்தின், தத்துவத்தின் கேந்திரங்களாக உருமாறியிருக்கின்றன.

பதினான்காம் நூற்றாண்டில் இங்கிலாந்திலும் பிற ஐரோப்பிய நாடுகளிலும் கொள்ளை நோயான பிளேக் பரவியதை விவரிக்கும் ட்ரெவெல்யன், "பொக்கேச்சியோவின் (இத்தாலி), ஃப்ரௌசரின் (ஃப்ரான்ஸ்), சாஸரின் (இங்கிலாந்து) ஒரு பாதி சகநாட்டவர் கொள்ளை நோய்க்குப் பலியானார்கள்" என்கிறார். நாட்டை அதன் சமகால முதன்மை எழுத்தாளரோடு அடையாளப்படுத்தும் கலை உத்தி. பதினேழாம் நூற்றாண்டில் சமையலறை எரிபொருளாக மரத்துண்டுகளுக்கு அடுத்த முன்னேற்றமாக நிலக்கரி வருவதுவரை உண்டான தாமதம் "ஏழைகளுக்குக் கடும் துயரத்தையும் பணக்காரர்களுக்கு அசௌகரியத்தையும்" கொடுத்ததாக அவர் குறிப்பிடுவதும் நினைவில் இருந்தது.

"சகல அழுக்குகளையும் காவிரி களைந்துவிடும்," என்று ட்ரெவெல்யன் போதகர் அடிக்கடி சொல்வார். அப்போது அந்தக் குரலில் அழுத்தமும் நம்பிக்கையும் தொனிக்கும். நதி சனாதனத்துக்கும் துணை, முற்போக்குச் சிந்தனையாளர்களுக்கும் துணை. பண்பாட்டுக் குறியீட்டின் உள்ளார்ந்தத் தன்மை அது. ஜீவியத்துக்கான வேலை என்பது நீண்ட பயணத்தில் ஒரு தற்காலிகத் தங்கல் என்பதுபோலவே அவர் நடந்துகொள்வார். புனித உருக்களை ஒவ்வொன்றாகத் தன் வாதத்தால் மென்மையாகவும் உறுதியாகவும் செல்லாதவையாக்குவார்.

புதியவர்களோடு அதிகம் ஒட்டாமல் இருப்பது இவன் குணம். பொதுவாகக் குறைவாகத்தான் பேசுவான். அந்த வயதுக்குரிய சில களியாட்டங்கள் மனதுக்குள் அரங்கேறிக் கொண்டிருக்கும். பித்தேறிய வசனங்களும் காட்சிகளும் அவ்வப்போது உள்ளுக்குள் நிகழும். இதை எப்படி அவர் உய்த்துணர்ந்தார் என்று தெரியவில்லை. அது ஒரு பொது அனுமானமாகக்கூட இருக்கலாம். ஒருநாள், "உங்கள ஒரு பெண் ரெண்டு நிமிஷம் இறுக்கிக் கட்டிப்பிடிச்சா எல்லாம் சரியாகிடும்," என்றார்.

'சார், என்ன சொல்றிங்க? என்ன சரியாகிடும்?' எதிர்பாராததைக் கேட்ட அதிர்ச்சி இவன் குரலில் தொனித்தது.

'ஒண்ணுமில்ல... உண்மைதான். அதைக் கடந்துட்டா எல்லாம் நார்மலாயிடும்.'

தமிழ் தாய்மொழி அல்லவென்றாலும் அதைத் துல்லியமாக உச்சரிப்பார். சாதாரண உரையாடலின்போதே கிட்டத்தட்ட எழுத்துத் தமிழில்தான் பேசுவார். அது ஒரு பிரத்யேக மார்க்சிய குணம். இவரைப் போன்ற மார்க்சியர்கள் சிலரிடம் சில அவதானிப்புகள் நுட்பமாக இருக்கும். அவர்களுக்கு இருபத்து நான்கு மணிநேரமும் சமூக, அரசியல் மாற்றம் தொடர்பான சிந்தனைதான் மனதில் ஓடிக்கொண்டிருக்கும். புரட்சியை நோக்கிய பயணமாகத்தான் அன்றாடத்தையே பார்ப்பார்கள். பிறர் எல்லாரும் அப்படி இருக்க மாட்டார்கள் என்பதையும் தெரிந்துவைத்திருப்பார்கள். ஆனால், அவர்களையும் இணைத்துக் கொள்ள இவர்கள் மேற்கொள்ளும் முயற்சியில் விடாப்பிடி யான நம்பிக்கை தெரியும். புது ஆட்களிடம் உண்மையான அக்கறையுடன் குடும்ப விவரத்தைக் கேட்டும் தனிப்பட்ட அபிலாஷைகளை ஊகித்தும் நெருங்கிவிடுவார்கள்.

'மெக்காலேவுக்கும் ட்ரெவெல்யனுக்கும் என்ன உறவுன்னு தெரியுமா?'

'தெரியலையே,' என்றான் இவன்.

'தாத்தா, பேரன் உறவு. நேரடி பேரன் அல்ல. மெக்காலேவின் சகோதரருக்கோ சகோதரிக்கோ ட்ரெவெல்யன் பேரன். சரியாத் தெரியல. கீழைத்தேசங்களை இளக்காரமாகப் பார்த்த தாத்தா. வெள்ளை அகங்காரம் நிரம்பியவர். ஆனா, மகா புத்திசாலி.'

'ட்ரெவெல்யன் லிபரல்னு சொல்லிக்கிறாங்க. கேம்ப்ரிட்ஜ் பாரம்பரியத்துல வர்றவர்.'

'உண்மைதான். ஒரு மார்க்சிஸ்ட்டா எனக்கு வரலாறு முக்கியம். அதனாலதான் நான் அந்தப் பாடத்த எடுத்துக்கிட்டேன். இலக்கியம்லாம் உங்கள மாதிரி ஆட்களுக்கு.' சொல்லிவிட்டுச் சிரித்தார்.

'வரலாறு போதிப்பது எல்லாருக்கும் சரியா வரும்னு சொல்ல முடியாது.'

'அப்ப இலக்கியம் போதிப்பது எல்லாருக்கும் சரியா வருமா?'

இவன் பதில் சொல்லாமல் சங்கடத்துடன் சிரித்தான்.

‘லா கமிஷனோட உறுப்பினரா மெக்காலே 1834இல் இந்தியாவுக்கு வந்தார். நாலு வருஷம் இருந்தார். அப்போ கவர்னர் ஜெனரலா இருந்த பெண்டிங் நிதி, சட்டம், கல்வி போன்ற துறைகளில் பெரிய அளவில் சீர்திருத்தங்கள் செஞ்சவர். சதி என்ற உடன்கட்டை ஏறுதலையும் ஒழிச்சவர் அவர்தான். கல்வி, சட்டம் ரெண்டுக்கும் நவீன பார்வையில் சட்டம் வகுத்துக்கொடுத்தவர் மெக்காலே. உடம்பு சரியில்லாம பெண்டிங் ஊட்டில தங்கியிருந்தார். அங்கே ஆலோசனைக்குப் போன மெக்காலே சில வாரங்கள்ல இந்தியத் தண்டனைச் சட்டம், குற்ற விசாரணைச் சட்டம் ரெண்டையும் எழுதினாராம். அதுல பல பிரிவுகள் இன்னிக்கும் நடைமுறைல இருக்கு.’

‘கேக்க சுவாரசியமாத்தான் இருக்குது. பிரிட்டிஷ் அரசாங்கத்துக்குக் கிளார்க்குகள உருவாக்குற கல்வி முறையைக் கொண்டுவந்தவர் மெக்காலேன்னு எப்பப் பாத்தாலும் சொல்றாங்களே.’

‘அது ஓரளவுக்குத்தான் உண்மை. அந்தக் காலத்துல பள்ளிக்கூடங்கள்ல பாரசீகமும் சமஸ்கிருதமும்தான் போதனா மொழிகள். எல்லாராலும் புரிஞ்சி படிக்க முடியாது. அதுபோக, பயன்தரும் கற்றல் இல்லைன்னு மெக்காலேவுக்குப் பட்டிருக்கு. ஆங்கிலத்தையும் உள்ளூர் மொழியையும் போதனா மொழிகளாக்கி மேற்கத்திய மாதிரியை முன்வைத்து நவீன கல்விமுறையைக் கொண்டுவர ஆலோசனை சொல்லியிருக்கார். அப்புறம்தான் உயர்கல்வி முறை இந்தியாவுக்கு வந்தது. பிரிட்டிஷ் அரசாங்கம் சாஸ்வதமா இந்தியாவுல இருக்கும்னு நெனச்சிருக்கார். இத்தன வருஷத்துல நாம அத பெருசா மாத்தலையே.’

‘சரிதான். நம்மோட அறிவுச் சேகரத்த மெக்காலே இளக்காரமா பாத்தார்னு பேசிக்கிறாங்களே.’

‘அப்படிப் பாத்ததுக்கு அறியாமை பாதி காரணம்; அகங்காரம் மீதி காரணம். அரேபியாவிலும் இந்தியாவிலும் இருக்கிற மொத்த இலக்கியமும் ஐரோப்பாவில் உள்ள ஒரு நல்ல லைப்ரரில இருக்கிற ஒரு பீரோவில் உள்ளதற்குத்தான் சமம்னு சொன்னாராம். அவருக்கு நம்மோட இலக்கியம் பத்தியும் மத்த அறிவுத் துறைகள் பத்தியும் என்ன தெரியும்? எவ்ளோ பெரிய புத்திசாலியும் படு முட்டாள்தனமா சில சமயம் சிந்திப்பாங்க.’

‘நீங்க சொல்றது சரிதான். பெண்களைவிட ஆண்களுக்குப் பல் எண்ணிக்கை அதிகம்னு அரிஸ்டாட்டில் நம்பிக்கிட்டிருந்தாரே.’

4

முந்தைய ஊர் விடுதி ஆசிரியர் பணியிட மாறுதலில் இங்கே இருந்தார். மரபுகளும் விதிகளும் ஸ்தாபித்த ஒழுங்குகளுக்கு முன்னால் அவர் எப்போதும் சகஜமாக உணர மாட்டார். 'இன்னைக்குக் கல்லூரிக்கு வரத் தோணல,' என்று சொல்லிவிட்டு அன்றைக்கு வரமாட்டார். அவகாசம் இருந்தாலும் விடுமுறையில் போவதை முன்கூட்டியே தெரிவிக்க மாட்டார். எந்த வகையில் சேர்ப்பது என்று துறைத் தலைவர் திகைக்கும் அளவுக்கு ஒரு தடவை நாள்கணக்கில் விடுமுறை எடுத்தார். துறைத் தலைவர் புலம்ப, அவர் புன்னகைத்து அந்தப் புகாரைக் கடந்தார். கவிதைகள் எழுதத் தொடங்கியிருந்தார். இயல்பாகவே ஆலன் கின்ஸ்பர்கின் கவிதைகள்மீது அவருக்குப் பித்து வந்திருந்தது. மரபும் சமூகமும் திணித்த எல்லாக் கட்டுப்பாடுகளையும் உதறித் தள்ளிவிட்டு எழுதியும் வாழ்ந்தும் வந்த அமெரிக்கக் கலகக்காரக் கவி அவர்.

அவ்வப்போது ஆங்கிலத்திலும் தமிழிலும் தான் எழுதும் கவிதைகளை இவனைப் படித்துப்பார்க்கச் சொல்வார் நண்பர். சொல்வதில் எந்தப் போலித்தனமும் இல்லை, சொல்லும் முறையில் சில சிக்கல்கள் இருந்ததாக இவனுக்குப் பட்டது. தெரிந்த அளவில் சில ஆலோசனைகளைச் சொன்னான். அங்கே இலக்கியம் பேச உகந்த ஒரே சகா அவர்தான்.

ஒரு சனிக்கிழமை சுவாமிமலை சாலையிலிருந்த ஓவியக் கல்லூரியைப் பார்க்கப் பேருந்தில் அவரும் இவனும் போனார்கள். அங்கு போக அவர்தான் சரியான துணை. ட்ரெவெல்யனைக் கூப்பிட முடியாது. அப்போதுதான் புதுக் கட்டடத்துக்கு மாறியிருந்ததால் ஓவியங்களையும் சிற்பங்களையும் காட்சிப்படுத்துவதில் ஒழுங்கு கூடிவந்திருக்க

வில்லை. ஒரு நூற்றாண்டுக்கு முன்பு தொடங்கப்பட்ட அது ஓவியப் பள்ளியாக ஊருக்குள் இருந்து கல்லூரியாக வளர்ந்திருக் கிறது. ஊரின் கலாச்சாரச் பாரம்பரியத்துக்கு ஏற்ற நிறுவன மாகத் தெரிந்தது.

வெளியே வந்தவர்கள் கல்லூரிக்கு எதிரே இருந்த கடையில் தேநீர் குடித்தார்கள். வெவ்வேறு பிராண்டு சிகரெட்டுகளை வாங்கிப் புகைத்தார்கள்.

‘திரும்பவும் உள்ள போய்க் கொஞ்ச நேரம் பேசிக்கிட் டிருக்கலாமா?’ என்றார். சுற்றுச் சுவரை ஒட்டியிருந்த வித்தியாச மான கல் இருக்கைகளைப் பார்த்திருப்பார் போல. மரங்கள் ஓரளவுக்கு வளர்ந்திருந்தன. கல்லூரியின் இட மாற்றத்துக்கு முன்பே நட்டிருக்க வேண்டும்.

‘நானே சொல்லலாம்னு நெனச்சேன். ஓங்குளுக்கு சரின்னா எனக்குச் சந்தோஷம்தான்.’

இருப்பதிலேயே அதிக ரம்மியமான இடத்தைத் தேர்ந்தெடுத்தார்கள். அவர் சிறிது தடுமாற்றத்துடன் உட்கார்ந்தார். அந்த வயதுக்கு உட்கார அவ்வளவு சிரமம் தேவைப்படும் என்று இவனுக்குத் தோன்றவில்லை.

‘திங்கக்கிழமை காலேஜுக்கு வருவீங்களா?’

‘அன்னைக்குதான் தெரியும்.’

இரண்டு பேருமே சிரித்தார்கள்.

‘ஒண்ணுமில்ல. கங்காணின்னு ஒரு கவிதை எழுதி யிருக்கீங்கள்ல. அதப் பத்தி ஒரு குறிப்பு எழுதி வச்சன். அத ஞாபகமா எடுத்துக்கிட்டு வரணும்.’

‘அப்டின்னா வர்றன். லீவு எவ்ளோ இருக்குண்ணு சரியா தெரியல. எனக்கு ஒரு கணக்கு இருக்குது. ஹெச்.ஓ.டி. ஒண்ணு சொல்றார்.’

‘அவர் சொல்றதுதான் சரியா இருக்கும்.’

‘அவரப் பாத்தாவே எங்க அப்பா நினைவுதான் வருது. அவரும் எப்பவும் ரூல்ஸ் பேசிக்கிட்டிருப்பார்.’

‘நிறுவனம்னு வந்துட்டாலே அடிப்படைகள்ல ஒழுங்கு இருந்தாத்தான் எல்லாம் சரியா நடக்கும்.’

‘புரியுது. எங்க அப்பாவும் நிறுவனம்தான். அவர் சொல்ற ஒழுங்கு வேற மாதிரி. அவரோட ஒத்துப்போக எனக்கு முடியல.

24 ஆர். சிவகுமார்

ஒரே மகன்றதால அன்பு மாதிரியே அதிகாரமும் ஒருத்தன் மேலதான். அவர் சொல்றமாதிரி ஏலக்காய் எஸ்டேட்டப் பாத்துக்கிட்டா உண்மையாலுமே ரொம்ப சௌகரியமா இருக்கலாம். நூற்றுக்கணக்கான ஏக்கரைக் கற்பனை பண்ணிடாதீங்க. எஸ்டேட் பெரிய வார்த்தையா தோணுது. தோட்டம்னு சொல்லலாம். பதினோரு ஏக்கர்தான். ரெண்டு பகுதியா வாங்கிச் சேத்தார். அதுவே போதும். முறையா நிர்வாகம் பண்ணா வசதியா இருக்கலாம்... பி.ஏ.வோட படிப்பை நிறுத்திக்கிட்டு தோட்டத்தப் பத்திக் கத்துக்கச் சொன்னார். நாந்தான் பிடிவாதமா மேல படிச்சன். இந்த வேலைக்குத்தான் வரணுங்கிறது பெரிய ஆசை... எங்க ஊர் போடிநாயக்கனூரப் பத்தி சொல்லியிருக்கனே. தேனிக்குப் பக்கத்துல.'

'ஞாபகம் இருக்குது. சரி, அவர் சொல்ற மாதிரி செய்றதுல என்ன பிரச்சினை? குடும்பச் சொத்துதானே.'

'டீச் பண்றது பிடிக்குதுங்கறது முதல் காரணம். அவர் எதிர்பாக்கிற மாதிரியான வகைல வேலை செய்ய எனக்குப் பிடிக்கல. அது அடுத்தது. மொத்தத்தையும் கங்காணி வேலை மாதிரி பாக்கச் சொல்றார். வர்க்கர்ஸ்க்கு அனுகூலமா சட்டம் உண்டுதான். ஆனா, உரிய சம்பளத்தக் கொடுத்துட்டு நுணுக்கமா ஆள்களை அவமானப்படுத்தலாம்தானே. "நீங்க என்னாலதான் உயிர் வாழ்றீங்க" அப்டிங்கறத வார்த்தையால சொல்லாம அவங்ககிட்ட உணர்த்திக்கிட்டே இருப்பார். இதெல்லாம் தப்புன்னு சொன்னா கோபப்படுவார். தான் அனுபவிச்ச கஷ்டத்தை அடுத்தவன் மேல ஏத்திப் பாக்குற குணம்... ஒரு தடவை வைஃபுக்குப் பிரசவத்துல ஏதோ சிக்கல் வந்ததால வர்க்கர் ஒருத்தரால ஒரு மாசம் வேலைக்கு வர முடியல. அவரோட பதினஞ்சி நாள் சம்பளத்த அப்பா பிடிச்சிக்கிட்டார். நெறையா செலவாயிருக்கும், அப்டிப் பண்ணாதீங்கன்னு நான் சொன்னதக் கேக்கல... சுதந்தரமா நிர்வாகம் பண்ண என்னை நிச்சயமா அனுமதிக்க மாட்டார். அப்படி இருக்க என்னால முடியாது. என் போக்குல போனா நிர்வாகத்துல சிக்கல் வந்தறலாம் அப்டிங்கற பயமும் இருக்குது. அதனால விலகி இருக்கன்.'

'என்ன சொல்றதுன்னு தெரியல. அந்தக் கவிதைல வர்ற கங்காணி உங்க அப்பாதான்னு ஊகிச்சேன். பொதுவாவே அப்பாக்கள் கங்காணிகள்தான்னு சொல்லிக்கிறாங்க.'

சாதுவான அப்பா நினைவில் வந்தார்.

'உங்ககிட்ட சொல்றதுல என்ன இருக்கு. எந்த மாதிரி நெருக்கடி வந்தாலும் வீட்டிலிருந்து பணம் வாங்க மாட்டன்.

அங்க கெடைக்கிற வருமானத்துல என் பங்கு எதுவுமில்லையே. எனக்குத் தரச் சொல்லி அம்மாவிடம் பணம் குடுப்பார். ஆனா நான் வாங்கிக்க மாட்டன்... அப்றம், கல்யாணம் பண்ணிக்கக் கூடாதுன்னுதான் நெனச்சன். அதக்கூட அம்மாவுக்காகத்தான் செஞ்சிக்கிட்டன். இப்ப அது பெரிய பொறுப்பா தெரியுது.'

மனைவி அரசாங்க வேலைக்கு முயல்வதைச் சொல்லியிருக்கிறார்.

'விஜய் சூப்பர் ஸ்கூட்டர் ஒண்ணைப் போன வாரம்தான் இங்க புக் பண்ணன். ஊருக்குப் போம்போது அப்பா காரை யூஸ் பண்ணினா பெட்ரோல் போட்ருவன். அங்க இருக்கும்போது அப்பாவோட ஒரு நாளைக்கு அஞ்சி வார்த்த பேசுனா அதிகம். இதெல்லாம் வைஃபுக்கு வினோதமா இருக்கும்... எங்க ஊர் ரொம்ப அழகு. ஒங்கள ஒரு தடவை கூட்டிக்கிட்டு போறன்.'

சொல்லிவிட்டுப் புன்னகைத்தார்.

'நீங்க செய்றது மிகையாத் தெரியுது.'

'அப்டில்லாம் இல்ல... பிடிச்சதைச் செய்றன். மகிழ்ச்சியாவும் ஃபீல் பண்றன். நல்லது, கெட்டது எல்லாம் என்னச் சேந்தது. முடிஞ்சவரை மத்தவங்களுக்குத் தொந்தரவு தர்றதில்ல. பிடிச்ச மாதிரி ஒருத்தர் வாழ்றதப் பத்திப் படிச்சோ கேள்விப்பட்டோ சரியா புரிஞ்சிக்க முடியாது. அப்படி வாழ்ந்தா புரியலாம்.'

'சரி. உடம்பையும் கவனிச்சிக்குங்க.'

'தேங்க்ஸ்... சரி, பசிக்குது, போலாம். காத்துக்கிட்டிருப்பாங்க. ஒங்க மெஸ் பக்கம் ஸ்டாப் இருக்குற வேற பஸ்ல ஏறலாம்.'

இரண்டு வாரம்போல அவர் விடுப்பில் இருந்தபோது மூன்றாமாண்டு மாணவர்களுக்கான அவருடைய கவிதை வகுப்பு ஒன்றை இவனை எடுக்கச் சொன்னார்கள். இப்படிச் செய்வதில் சிக்கல் உண்டு. ஒவ்வொருவரும் அவரவர் போக்கில் சொல்லிக்கொடுப்பார்கள். அதற்கு மாணவர்களும் பழக்கப்பட்டிருப்பார்கள். அதில் மாற்றம் வரும்போது இரண்டு சாராருக்கும் இயல்பான மன நிலை இருக்கும் என்று சொல்ல முடியாது. டி.ஹெச். லாரன்ஸின் 'பாம்பு' என்ற கவிதையைச் சொல்லிக்கொடுத்தான். கடும் கோடைப் பகலில் தன் வீட்டுத் தண்ணீர்த் தொட்டியில் நீர் அருந்த வந்த கம்பீரமான பாம்பை அடித்துக்கொல்ல முயன்ற கவிதைசொல்லி அந்த அற்பத்தனத்துக்குக் கழுவாய் தேட முடிவு செய்வதைச் சித்தரிக்கும் கவிதை. நம்பி வந்த அந்தத் தங்க நிற

விருந்தாளியால் ஆரம்பத்தில் பெருமிதமாக உணர்ந்தவனை அதை அடித்துக்கொல்லத் தூண்டுவது சபிக்கப்பட்ட மனிதக் கல்வி.

வகுப்பைவிட்டு வெளியே வந்ததும் ஒரு மாணவன், 'எக்ஸ்க்யூஸ் மீ சார்' என்று சொல்லியபடி பக்கத்தில் வந்தான்.

'சொல்லுப்பா.'

'எங்க சார் வரமாட்டாருங்களா சார்?'

'மெடிக்கல் லீவுல இருக்காருப்பா. அடுத்த வாரம் வந்துருவார்.'

'ஐ மிஸ் ஹிம், சார்.'

'புரியுதுப்பா.'

'அவர் படிச்ச காலேஜுலையே எம்.ஏ. படிக்கப் போறன், சார்.'

'நல்லது. ஆல் த பெஸ்ட்.'

'தேங்கஸ் சார்.'

லேசான பொறாமை உண்டானதை இவனால் மறைக்க முடியவில்லை.

5

முன்னிரவு நேரத்தில் ஒவ்வொரு நாளும் புதுப்புதுத் தெருக்கள் வழியாக நடந்து பிரதான சாலையை அடைந்து அங்கிருந்து பிரியும் ஒரு கிளைத் தெருவிலிருந்த மெஸ்ஸில் பெரும்பாலும் அடை சாப்பிடுவது இவன் வழக்கம். சோறும் அப்பளத்தோடு வத்தல் குழம்பும் வாரத்தில் இரண்டு நாட்கள் சுடச்சுடக் கிடைக்கும். திரும்ப வரும்போது வாங்கி மெல்லும் விடயம் இரவு உணவை முழுமையாக்கும். மெஸ்ஸில் மாதக் கடைசியில் தீர்க்கும் கணக்கு வைத்துக்கொள்ள சக ஆசிரியர் ஒருவர் உதவினார். சம்பளம் வாங்கிய முதல் வாரத்தில் காந்தி பார்க்கின் எதிரில் இருந்த ஹோட்டலில் ஒரு நண்பரோடு கொஞ்சம் விரிவான இரவுச் சாப்பாடு நடக்கும். பார்க்கின் இன்னொரு பக்க எதிர்ச்சாரியில் போர்ட்டர் டவுன் ஹால். அதற்கடுத்து டவுன் ஹைஸ்கூல். இந்தச் சந்திப்பில்தான்,

அணைக்கரை பஸ் ஆனையடியைக் கடந்து வந்து டவுன் ஹைஸ்கூல் வாசலையும் கடந்து, நாற்சந்தியையும் கடந்து போயிற்று. அவ்வளவுதான்; ஏதோ புழுதிப் புயல் கிளம்பி, ஊரையே சூறையாடுவது போலாய்விட்டது. மேல் துண்டாலும் முந்தானையாலும் மூக்கையும் வாயையும் பொத்திக்கொண்டார்கள். செம்மண் புகாமல் கண்ணை இடுக்கிக்கொண்டார்கள். உடம்பைச் சுற்றிப் போர்த்தியிருந்த காவிக் கதர் ஐந்து முழத்தால் மூக்கையும் வாயையும் பொத்தினவாறே விளக்குமாறு பட்ட நாய்போல 'ஹ்ரம், ஹ்ரம்' என்று சந்தேகத்தையும் அருவருப்பையும் கமறி வெளித்தள்ளினான் பாபு என்று மோகமுள் தொடங்குகிறது.

டவுன் ஹாலை ஒட்டி கோபால் ராவ் நூலகம். போர்ட்டரும் ராவும் கல்லூரியின் பத்தொன்பதாம் நூற்றாண்டு முதல்வர்கள். பெரியாரிய ஆங்கில

ஆசிரியர் ஒருவர் அந்த நூலகத்தை இவனுக்கு அறிமுகம் செய்தார். தேக்குமரப் புத்தக அலமாரிகள் பிரம்மாண்டமாக இருந்தன. மஞ்சள் மின் ஒளி, அந்தக் கூடத்துக்கு ஒரு வகை ஆதிகாலக் கனவுத் தன்மையைத் தந்திருந்தது. அதிகமும் பழைய புத்தகங்கள். அக்கறையுள்ள யாரோ ஒருவரால் அவை நேர்த்தியாகப் பராமரிக்கப்பட்டுவருவது தெரிந்தது. அந்த ஆசிரியர் அன்றாடம் டவுன் ஹாலுக்குப் போய் ஊரின் மேல்தட்டு சக கிளப் உறுப்பினர்களைச் சந்திப்பார். சீட்டாடிப் பொழுதுபோக்குவார். கல்லூரியில் கிடைக்காத ஓரிரு நூல்களை இவனுக்கு ராவ் நூலகத்திலிருந்து கடன்வாங்கிக் கொடுத்தார். பின்னாளில் வளாகங்களில் இவன் சந்தித்த திராவிட இயக்கவாதிகள் சிலருக்கு அவரும் ஓர் ஆரம்பகால மாதிரி. ஆனால், அம்மாதிரி ஆசிரியர்கள் தமிழ்த் துறைகளில்தான் அதிகம் இருப்பார்கள். அங்கெல்லாம் தமிழ் இலக்கியப் படிப்புக்கு ஈர்ப்பு இருக்கும். மாணவர்களில் பலருமேகூடத் தம் ஆசிரியர்களின் அரசியல் நிலைபாட்டைப் பின்பற்றுவார்கள். என்ன, நவீன இலக்கியத்தில் அதிகபட்சம் ஜெயகாந்தன் பெயரோடு நின்றுவிடுவார்கள். நவீனத்துக்குள் வருவதில் ஏதோ மனத்தடை இருக்கும். மேடைகளிலும் வகுப்பறைகளிலும் ஜனரஞ்சகமாகப் பேசுவார்கள். மைக் என்ற சாதனம் பேச்சின் ஒலியைப் பெருக்கும் என்ற அறிவியலை ஒத்துக்கொள்ளத் திட்டவட்டமாக மறுப்பார்கள்.

கல்லூரியின் நூற்றாண்டு விழாவுக்குப் போன தி. ஜானகிராமனையும் தன்னையும் தமிழாசிரியர்களுக்குக்கூடத் தெரியவில்லை என்றும், இதாவது பரவாயில்லை, மௌனி, கு.ப.ரா., பிச்சமூர்த்தி போன்ற மூத்தோரையும் அவர்களுக்குத் தெரியவில்லை என்றும் சொல்லி எம்.வி.வெங்கட்ராம் வருத்தப்பட்டிருக்கிறார். இத்தனைக்கும் அதற்கு நான்கு மாதங்களுக்கு முன்புதான் ஜானகிராமனின் முதல் கதைத் தொகுப்பு கொட்டுமேளம் வெளியாகியிருக்கிறது. காலம் கடந்தும் பெரிய மாற்றம் ஏதும் உண்டானதாகத் தெரியவில்லை. அவர்களில் இன்னொரு பிரிவினர் உண்டு. அவர்களிடம் புலமையோடு ஒடுங்கின தன்மையும் இணைந்தே இருக்கும். கிட்ட நெருங்கிக் கேட்டால் நிறைய கற்கலாம். அவர்களையெல்லாம் எத்தனை புகழ்ந்தாலும் செல்லும்.

ஆங்கில ஆசிரியர்கள் தமிழர்களாக இருந்தாலும் சமகாலத் தமிழ் இலக்கியம் தமக்குத் தெரியாத லத்தீனின் கிளை மொழியில் எழுதப்படுவதைப்போல பட்டுக்கொள்ளாமல் தூர இருந்து பார்ப்பார்கள். வள்ளுவர், கம்பருக்கு அடுத்து என்ன நடந்தது என்பது அறியாத பேரின்பத் தடாகத்தில் மூழ்கியிருக்கும் பலர் சில சமயம் தலையைத் தூக்கித் தம் ஜனரஞ்சகத் தமிழ் நாயக

எழுத்தாளர்களை சுவாசித்துக்கொள்வார்கள். ஆங்கிலத்தில் போதிப்பது முதல் தர எழுத்தாளர்களை; தமிழில் போற்றுவது மூன்றாந்தரத்தவரை. இவர்களின் இலக்கிய நுண்ணுணர்வு கடும் சந்தேகத்துக்குரியதாக இருக்கும்.

நாள்பட நாள்பட இந்த அளவில் படிப்பவர்கள்கூட இந்தக் குலத்தில் இல்லாமல் போனார்கள். தமிழில் வாசிப்பது தம் கௌரவத்துக்கு பங்கம் என்று அவர்களில் சிலர் நினைத்திருக்கக்கூடும். இதோ இங்கிருக்கும் கர்நாடகத்தின் அனந்தமூர்த்தியும் லங்கேஷும் கேரளத்தின் அய்யப்பப் பணிக்கரும் சச்சிதானந்தனும் ஆங்கிலப் பேராசிரியர்களாகவும் தத்தம் மொழிகளின் தனித்துவமிக்கப் படைப்பாளர்களாகவும் அறியப்படுபவர்கள். வளாகத்துக்குள்ளும் வெளியேயும் வாசகர்களால் கொண்டாடப்படுபவர்கள். இங்கிருக்கும் ஒன்றிரண்டு ஆங்கில ஆசிரியப் படைப்பாளர்களைப் பக்கத்துப் பாடசாலை ஆங்கில ஆசான்களுக்குக்கூடத் தெரியாது. பக்கத்துப் பாடசாலை என்ன, பக்கத்து இருக்கைக்காரரே அறிய மாட்டார். ஏதோ குற்ற காரியம் செய்பவரைப்போல எழுத்தாளர் வெட்கப்பட்டு குனிந்துகொண்டே தன்னை அறிவித்துக்கொள்ள வேண்டியதுதான். தெரிந்த வெளியாள் சிலருக்கும் வளாகத்துக்கும் தொடர்பிருக்காது. எந்த மருந்துக்கும் கட்டுப்படாத நாட்பட்ட பிணி இது.

இடதுசாரி, திராவிட, தேசியக் கட்சிகளின் எதிரும் புதிருமான அரசியல் கோட்பாடுகள் பொருதும் சூடான களமாக ஊர் இருந்தது. கல்லூரிக்குள்ளும் அது பிரதிபலித்தது. மாணவர் சங்கத் தேர்தல், சட்டசபைத் தேர்தலுக்கான பயிற்சிக் களம்போலக் காட்சியளித்தது. பிரதானக் கட்சிகள் அனைத்தும் தம் வேட்பாளர்களை இறக்கியிருந்தன. பதாகைகளில் கட்சித் தலைவர்கள் அசாதாரணத் தன்னம்பிக்கையுடன் சிரித்துக்கொண்டிருந்தார்கள். நடந்தோ சைக்கிளிலோ கல்லூரிக்கு வருபவர்களுக்கென்று பத்து, பன்னிரண்டு அடி அகலத்தில் நதியின் குறுக்கே ஒரு பாலம் உண்டு. எம்.வி. வெங்கட்ராமின் மனைவி குடும்பத்தார் தயாளச் சிந்தையோடு கட்டிக்கொடுத்த பாலம் அது என்று தமிழ்த் துறை நண்பர் ஒருவர் சொன்னார். அரண்மனைக் குடும்பத்தார் என்று அவர்கள் உள்ளூரில் அறியப்பட்டவர்களாம். கிட்டதட்ட அதே அளவு செல்வச் செழிப்பில் திளைத்தவர் வெங்கட்ராம். அவருடைய பின்னாளைய வறுமை, அவருக்கு உரியது தராத பணத் திமிராளப் பதிப்பாளர்மீது அறம் பாடியதால் காவியப் பரிமாணம் பெற்றது ஒரு சிறுகதையால்.

தேர்தல் சமயத்தில் மாணவர்கள் அந்தப் பாலத்தில் குழுக்களாக நின்று பிரச்சாரம் செய்து நோட்டீஸ் கொடுப்பார்கள். முதுகலை மாணவர் என்று நினைத்துக் கொடுப்பதில் மறுமுனை அடைவதற்குள் இவன் கை நிறைந்துவிடும்.

குறுகிய காலமே நீடித்தப் பணிக்காலம் என்றாலும் ஆளுமைகளோடும் இடங்களோடும் கலந்து ஊரின் இலக்கியப் பாரம்பரியம் அவ்வப்போது மனதில் தோன்றி மகிழ்ச்சியையும் ஏக்கத்தையும் ஏககாலத்தில் தரும்.

6

வலம்படு வாய்வாள் ஏந்தி ஒன்னார்
களம்படக் கடந்த கழல்தொடித் தடக்கை
ஆர்கலி நறவின் அதியர் கோமான்
போர்அடு திருவின் பொலந்தார் அஞ்சி
பால் புரை பிறைநுதல் பொலிந்த சென்னி
நீல மணிமிடற்று ஒருவன் போல
மன்னுக பெரும நீயே தொன்னிலைப்
பெருமலை விடரகத்து அருமிசை கொண்ட
சிறியிலை நெல்லித் தீங்கனி குறியாது
ஆதல் நின்னகத்து அடக்கிச்
சாதல் நீங்க எமக்கு ஈத்தனையே

கவிநங்கை அவ்வையின் காதலன் அதியமான். தனக்கு நெல்லித் தீங்கனி ஈந்த அவன் போரில் மாண்டபோது அவள் எழுதிய இரங்கற்பா உலகின் எந்த மொழிக் கையறுநிலைப் பாடலுக்கும் சவால் விடும் தரம் கொண்டது. அதை இவன் ஆங்கிலத்தில் மொழிபெயர்த்திருந்தான். சிறியகள் பெறினே எமக்கீயும் மன்னே/பெரியகள் பெறினே/ யாம்பாடத் தான்மகிழ்ந்து உண்ணு மன்னே என்று தொடங்கும் அந்தப் பாடலில் வரும் சிறியகள் என்ற சொல்லுக்கு அளவில் குறைவு என்றும் பெரியகள் என்ற சொல்லுக்கு அளவில் அதிகம் என்றும் பலரும் விளக்கம் சொல்லியிருந்தார்கள். இவனும் அப்படித்தான் பொருள் கொண்டிருந்தான். ஆனால், கனடா தேசத்துத் கவி பேச்சுப்போக்கில் அவற்றுக்குச் சிறப்பான ஒரு விளக்கம் சொன்னார். தனிப்பனையில் முதலில் வடிக்கப்படும் கள்ளில் இனிமை அதிகம். நிறைய வராது. சிறுகள். பிற்பாடு பொறுத்திருந்து மீதியையும் வடித்தால் வருவது பெருங்கள். இக்கள்ளுடன் மற்றைய மரங்களில் கிடைக்கும் கள்ளையும் சேர்த்தால் அளவு அதிக மாகும். போதையும் அதிகமாகும். பெருங்கள். தனிப் பனையின் கள் அற்புதமாக இருக்கும். சிறுதேன், பெருந்தேன் என்று தேனில் வேறுபாடு உள்ளதுபோல.

அது அளவு சார்ந்ததல்ல என்றார். இந்தக் கள் சமாச்சாரம் அதியனின் அன்புக்கு நிரூபணம். போரில் அவனை மாளச் செய்த வேல் அவனைக் கொன்றதோடு மட்டும் நிற்கவில்லையாம்; பாணரின் உண்கலங்களைத் துளையிட்டு, இரப்பவர் கைகளை ஊடுருவி, சுற்றத்தினர் கண்ணொளியைக் கண்ணீரால் மங்கச் செய்து, அருஞ்சொல் திறம்கொண்ட புலவர் நாவையும் தைத்ததாம்.

பாடுநரும் இல்லாத, பாடுநர்க்கு ஈவாருமில்லாத யுகத்தில் பலசரக்குக்கடையில்தான் கணக்கு வைக்க வேண்டும். வாத்தியார்களை ஊரார் மதித்த காலம். அதிலும், 'புரபசர்க'ளுக்குக் கேட்க வேண்டுமா? மாத இறுதியில் கணக்கு முடிப்பது இருதரப்புக்கும் நல்லது. லௌகீகத்துக்கு வழிசொல்ல மூத்தோர் இருந்தார்கள். அவர்களில் ஒருவரே பணியிலும் இவனுக்கு இணக்கமாக இருந்தார். கற்பித்தல் சார்ந்த சவால்களை அவரோடு விவாதிக்கலாம். பொருள்சார் அன்றாடங்களின் சிடுக்குகளைச் சிரித்துக் கடப்பதைக் குழுவின் மூன்று, நான்கு பேர் இயல்பாக்கிக்கொண்டார்கள். சுய எள்ளல் இல்லாதிருந்தால் வாழ்க்கை பெரும் துயரமாக மாறியிருக்கும்.

மாவட்டத்தின் பிரதான ஊர் என்பதால் அரசு அலுவலகங்கள் கொத்துக்கொத்தாகச் சுற்றியும் இருக்கும். அவ்வூழியர் வீட்டுப் பிள்ளைகள் கல்லூரியில் கணிசமாக இருப்பார்கள். முப்பது, நற்பது கிலோமீட்டர் சுற்றளவிலிருந்து வரும் விவசாயக் குடிகளின் பிள்ளைகள் விடுதியில் தங்கிப் படிப்பார்கள். உள்ளூர்த் தொழிலாளிகள், சிறு வணிகர்கள் போன்றோரின் வீட்டுப் பிள்ளைகளும் வருவார்கள். இருந்த சொற்பமான மாணவிகள் பாவாடை, தாவணிப் பெண்களே. பெண்களையும் உயர்கல்விக்கு அனுப்பலாம் என்ற எண்ணம் வலுப்பட அவ்வூர்ப் பெற்றோர்களுக்கு நாள் பிடித்தது. உள்ளூரில் கல்லூரி என்பது பலவகையிலும் அனுகூலமானது. மிகச் சிலரே அடுத்த பெரிய ஊரின தனியார்க் கல்லூரிக்குத் தம் மகள்களை அனுப்பினார்கள். அந்தச் செலவு பெரும்பான்மையோரின் பொருளாதார ஸ்திதிக்கு அப்பாற்பட்டது.

பொதுவாகப் புதிதாகச் சேர்ந்த மாணவர்களிடம் தொடக்கத்தில் தயக்கமும் பயமும் தென்படும். மாணவிகள் முதல் இரண்டு பெஞ்சுகளில், பக்கத்திலிருப்பவள்தான் பிரபஞ்சத்தில் தன் ஒரே ஆதரவு என்பதுபோல, நெருக்கியடித்து உட்கார்ந்திருப்பார்கள். நோட்டை மடியில் வைத்து எழுதுவார்கள். ராஜாங்கப் பள்ளிகளில் பெரும்பாலும் இருக்கை இல்லாததால்

வந்த பழக்கம். பெண்களை டெஸ்க்கில் வைத்து எழுதச் செய்வதற்கு முயற்சி தேவைப்படும். பையன்கள் ஏனோ அப்படிச் செய்யாமல் டெஸ்க்கில் வைத்து எழுதுவார்கள். கல்லூரி பழகிய பிறகு, மேல் வகுப்புகளுக்கு வந்த பின் பெண்களே கற்பதில் அதிக ஆர்வம் காட்டுவார்கள். உள்ளுணர்வு சார்ந்த புரிதலும் அழகியலும் தேவைப்படும் பாடங்களில் அவர்களுடைய எதிர்வினைகள் ஆசிரியருக்கு உத்வேகமூட்டும். துய்ப்பு அவர்கள் கண்களில் மின்னும். பையன்கள் இந்த விஷயங்களில் கொஞ்சம் பின்னால்தான் இருப்பார்கள். அவர்களிடம் சமூகம், அரசியல் சார்ந்த விஷயங்களைப் பேசலாம். பொதுவாக, முன்னவர்கள் உணர்ச்சியில் இளகிக் கரைவார்கள்; பின்னவர்கள் தர்க்கத்தில் விறைத்து நிற்பார்கள்.

7

விவசாயி, நெசவாளி, மெக்கானிக், பீடா கடைக்காரர், கீழ்நிலை அரசாங்க ஊழியர் போன்றவர்களின் பிள்ளைகள் முதன்முறையாகக் கல்லூரிகளில் ஆசிரியர்களான காலம். கல்லூரி களும் குறைச்சல், உயர்கல்வி ஆசை கொண்டவர் களும் வாய்ப்பு பெற்றவர்களும் சொற்பம். கல்விப் பாரம்பரியமோ செல்வமோ உயர் ஜாதிப் பின்புலமோ கொண்டவர்களே பெரும்பாலும் அதுவரை ஆசிரியர்களாக இருந்தார்கள். கிறித்தவர்களும் இதில் அடக்கம். புதியவர்கள் தங்களை நிரூபித்துக்கொள்ளக் கிடைத்த முதல் சந்தர்ப்பம். கற்பிப்பவரும் கற்பவரும் வெவ்வேறு நிலைகளில் அறிவுலகத்துக்குப் புதிய தலைமுறை. இவ்விரண்டு சாராரின் பரஸ்பர இயங்கியல், சமூக ஒழுங்கமைவைக் கொஞ்சம் மாற்றியது. ஓரளவுக்குத் தன்னிறைவு பெற்ற சமூகம் ஒன்று மெல்ல மெல்ல மேலெழுந்தது. இந்த மாற்றத்தில் பிரக்ஞைபூர்வமாகப் பங்கேற்றவர் சிலர், வேதியியல் விளைவுகள் ஊடுருவ முடியாத தடுப்பரண்கள் கொண்டிருந்தவர் சிலர்.

போதகர் குலத்துக்குத் தாராளமான சுதந்திரம் உண்டு. பெரிதாகக் கண்காணிப்போ கெடுபிடிகளோ இருக்காது. வகுப்பறையில் ஆசிரியர்தான் ராஜா என்பார்கள். பிரஜைகள்மீது அதிகாரம் செலுத்தக் கூடாத, அவர்களிடம் தன் அகங்காரத்தைக் காட்டக் கூடாத ராஜா. அவர்கள் வாழ்வுக்குத் துணைபுரிந்து ஊக்குவிக்கும் ராஜா. வந்து இணைந்திருப்பது ஓர் அறிவியக்கம் என்ற உணர்வு அந்தக் குலத்துக்கு வேண்டும். குமாஸ்தாக்கள் வேலை செய்யும் ராஜாங்கக் காரியாலயங்கள் அல்ல கலாசாலைகள். சமூகத்தை மேலெழுப்பும் அறிவியக்கத்தில் அவரவர் பங்கை அறிந்து முனைப்புடன் பங்களிக்கக் கிடைப்பதுதான்

மாதக் கூலி. இன்ன வகுப்புக்கு இன்ன பாடம் என்று கொடுத்துவிடுவார்கள். பணியைச் செய்வது அவரவர் மனசாட்சி வழிநடத்தும் விதத்தில்தான். இவ்வகைச் சுதந்திரத்தை அனுபவிக்க பொறுப்புணர்வு தேவை. அது அவரவர் ஈடுபாட்டையும் தொடர் கற்றலையும் சார்ந்தது.

பாடம் நடத்துவதில் தொடங்கி மாணவர்களைத் தூண்டியும் சீண்டியும் சாத்தியமான வழியில் பாடம் தாண்டிய பிறவற்றுக்கு அறிமுகப்படுத்தி அறிவுலகத்துக்குள் அனுப்பிவைப்பது நல்ல ஆசானின் பணி. அதன் பிறகு சிலராவது ஏதேதோ உயரங்களை அடைவதைப் பார்த்து அவர் மகிழலாம். மற்றபடி இது புனிதமான பணி, அறப்பணி அது, இது என்று இல்லாத பெருமையை அதன்மீது ஏற்றிச் சொல்வதெல்லாம் இவனுக்கு வெற்று ஜோடனையாகத் தோன்றும். சம்பளத்தில் பத்து ரூபாய் குறைத்துக் கொடுத்தால் புனிதமும் அறமும் எங்கே காணாமல் போகும் என்றே தெரியாது.

போதிப்பதற்குப் பணம் வாங்கிய பிறகு புனிதத்துக்கு இடமேது? தமிழ்ச் சூழலில் அதன் புனிதமெல்லாம் குரு – சிஷ்யரான மீனாட்சிசுந்தரம் பிள்ளை, உ.வே.சா.வோடு போய்விட்டது. பின்னவரே சம்பளம் வாங்கியவர்தான். வாங்கியதற்கு மேல் ஆயிரம் மடங்குக் கல்விப்புலத்துக்கும் அறிவியக்கத்துக்கும் உழைத்தவர். இப்போது நடப்பது தொழில். தொழில் என்பது ஒன்றும் கெட்ட வார்த்தை அல்ல. தொழில் செய்வதற்குரிய தகுதியும் ஈடுபாடும் அதைச் செய்பவர்க்குத் தேவை. தொழிலைப் படைப்பூக்கத்துடன் ஆற்ற தொடர்ந்து கற்க வேண்டும். அது போதும். புனிதம் என்பது இங்கே ஏமாற்றுக்காரர்கள் தங்களை ஒளித்துக்கொள்ளவும் வெகுளியான சிலர் பெருமிதம் கொள்ளவும் மட்டுமே உதவும் சொல்.

சங்கத்தின் முயற்சியாலும் போராட்டத்தாலும் காலத்தின் நிர்ப்பந்தத்தாலும் கிடைத்தது கௌரவமான ஊதியம். கூலி தரும் சமூகத்துக்கு இந்தச் சான்றோர் குலம் செய்யும் கைமாறு அதற்குச் சமமானதா? அந்தச் சமூகத்தின் பிள்ளைகள் அவர்கள் கைகளில்தானே? அக்கறையுடன் அவர்களுக்குக் கற்பித்தால் போதும். யாரும் எந்தத் தியாகத்தையும் போதகர்களிடம் கோர வில்லை. சம்பளம் கூடக்கூட அகந்தை பெருகியது, கடமைப் புறக்கணிப்புப் பெருகியது, ரொக்கத்துக்கான வேட்கை பெருகியது. தெரிந்ததைச் சொல்லிக்கொடுக்க வேண்டும் என்ற உணர்வு மங்கியது. அப்புறந்தானே கூடுதலாகப் படித்து போதிப்பது என்ற கேள்வியே வரும். ஒருவர் ஏதோ நூல் வாசிப்பதைப் பார்த்து, "அதான் காலேஜிலையே எல்லாம் படிச்சிட்டமே,

ஆர். சிவகுமார்

இன்னும் என்னா படிக்கிறிங்க?" என்று ஒரு சக கல்விமான் கேட்ட பெருமையை உடையது இந்த உலகம்.

இந்தத் தொழிலைச் செய்ய அசாதாரண அறிவெல்லாம் தேவையில்லை. கற்றதைச் சீரான ஒழுங்குடன் கைமாற்றினாலே போதும். நாள்படக் கூடும் திறனை அவரவர் உணரலாம். தாங்கள் வகுத்துக்கொண்ட இயல்பான ஒழுங்குடன், கனிவான மனதுடன் சிலர் இப்பணியைச் செய்வதைப் பார்ப்பதில் கிடைக்கும் நிறைவு விசேஷமானது. அவர்கள் செயலில் பகட்டு இருக்காது; பணித்தூய்மை மட்டும் இருக்கும். எந்தக் குழுவின் உரையாடல்களிலும் பாடசாலை தொடர்பான நினைவேக்கம் மேலெழுந்து வகுப்புத் தோழர்களையும் கற்பித்தவர்களையும் திரும்பத் திரும்ப நிகழ்கணத்துக்குக் கொண்டுவருவது நடக்கிறது. அப்போது நான்கு நல்ல வார்த்தைகளால் யாரும் மெச்சினால் அதுவே ஆசானுக்குக் கிடைக்கும் மெய்யான விருது.

பணியில் சிலர் காட்டும் அசிரத்தை காணச் சகிக்காது. மாணவர்க் கூட்டத்துக்கு முன்னால் காட்சியளிக்காமலிருப்பது, இருபது நிமிடம் கழித்துத் தோன்றி மணியடிக்கப் பதினைந்து நிமிடத்துக்கு முன்னால் மறைவது, சொற்பத் தோன்றலிலும் தொடர்பில்லாத எதையாவது பேசி மாணாக்கர் சிலரைக் குஷிப்படுத்துவது என்பவை போக, ஊகிக்க முடியாத வேறு சில மீறல்களில் வல்லார்கள் அவர்கள். தேர்வுத்தாள் 'திருத்து'ம்போது மதிப்பெண் வள்ளன்மை பொங்கிப் பிரவகிக்க, கண் பரபரத்து, கை துருதுருத்து அனைவருக்கும் பொதுமன்னிப்பு வழங்குவதோடு வெகுமதிகளும் ஈந்து கீர்த்தி பெறுவார்கள் சிலர். "எல்லாரையும் பாஸ் செஞ்சிவுட்டுட்டா பிரச்சனை இல்ல பாருங்க," என்று செயல் வேகத்திலேயே சொல்வோர் உண்டு. தேறிவிடுவோம் என்று உறுதியாக நம்பியிருந்து அல்லது கூடுதல் மதிப்பெண்ணை எதிர்பார்த்து ஆனால் முடிவு வேறுமாதிரி கிடைக்கப்பெறும் மாணவர்கள் மறுமதிப்பீடு கேட்பார்கள். இதற்கு மாறான காட்சியை நண்பர் ஒருவர் வேடிக்கையாகக் கற்பனை செய்தார்: "நான் நிச்சயம் ஃபெயிலாடுவேன்னு தெரியும். ஆனா, எனக்குப் பாஸ் குடுத்துருக்காங்க. யுனிவர்சிட்டி மேல கேஸ் போடப்போறேன்னு யாராவது ஒரு ஸ்டூடண்ட் வரப்போறான் பாருங்க."

உழைத்துக் கற்றுத் தேர்வெழுதும் மாணவர்களுக்கும் பேருக்கு எழுதுபவர்களுக்கும் ஆசான்கள் சிலர் அருளும் மதிப்பெண்ணில் சொற்பமாகத்தான் வேறுபாடு இருக்கும். அல்லது, வேறுபாடே இருக்காது. பாதிக்கப்பட்ட மாணவர்கள்

இம்மீறல்களைப் பற்றிச் சொல்லி வருந்துவதைக் கையாலாகத் தனத்துடன் கேட்டுக்கொள்வது இத்தொழிலில் சிலர் ஆளாகும் பேரவலம். 'திருத்து'வது ஒரு நாளில் ஓரிடம் என்பது போய் ஒரு ஊரில் இரண்டு இடங்கள் ஆகிப் பரிணாம வளர்ச்சியில் ஒரே நாளில் இரண்டு ஊர்கள் என்று தம் ஐஸ்வரிய வேட்டைக் களத்தின் எல்லைகளை விஸ்தரித்தார்கள் சான்றோர் சிலர் என்பதும் காதில் விழுந்தது. வாகனங்கள் அதற்குத் தோதாக உள்ளனவாம். ஊதியம் தரும் கலாசாலையில் பாடம் சொல்லாமல் நெடுஞ்சாலைகள் கடந்தும் மலைகள் தாண்டியும் திரைகடலோடியும் தேர்வுத் திரவியம் தேடுவோருண்டு. எந்தச் செயலையும் ரொக்கமாக உருமாற்றிவிடும் ரசவாதிகள்.

தாங்கள் மாணவர்களை மதிப்பிடுவதாகக் குருக்கள் மாயையில் மூழ்கியிருக்க நடப்பதென்னவோ நேர்மாறானதுதான். இதை அவர்கள் உணராமல் போகலாம். உணர்ந்தும் துடைத்தெறியலாம். சாமானியர்களின் நீதிமானுடைய வார்த்தையை மாற்றி வர்ணித்தால் மனசாட்சிக்கு 'நீண்ட விடுமுறை' அளிக்கப்படும் சந்தர்ப்பம் அதெல்லாம். சரி, பிறழ்வைச் சுட்டிக்காட்டி மனசாட்சி உறுத்துமா? சந்தேகந்தான். அது போக, மனசாட்சி என்ற வஸ்து எல்லாருக்கும் இருப்பது மாதிரியும் தெரியவில்லை.

ஆர். சிவகுமார்

8

முகமது ஷஃபி துறை வாசலில் நிற்கிறான். இரண்டாமாண்டு வரலாறு படிக்கிற பையன். சைகையால் உள்ளே வரலாமா என்று கேட்கிறான். 'வா' என்று இவன் தலையசைக்க உள்ளே வந்து மேஜை முன் நின்றவன் கொஞ்ச நேரம் எதுவும் பேசவில்லை. இதுவரை காணாத இறுக்கம் முகத்தில் தெரிகிறது.

'என்ன ஷஃபி?'

'ஒண்ணுமில்ல சார்...'

எதையோ சொல்லத் தயங்குகிறான் என்று தெரிகிறது.

'பாடம் சம்பந்தமா எதாவது கேக்கணுமா?'

'அதெல்லாம் இல்லீங் சார்.'

படிப்பில் அக்கறை காட்டும் மாணவன். அநேகமாக எல்லா ஆசிரியர்களுக்கும் பிடித்த பையன். போன வருடம் படிப்பு முடித்த அவன் அண்ணன் ஆசிரியர் பயிற்சியில் சேர்ந்திருப்பதாகச் சொல்லியிருக்கிறான்.

அவனாகப் பேசட்டும் என்று இவன் காத்திருக்கிறான்.

'சார், நான் டி.சி. வாங்கப் போறன்.'

'என்னப்பா சொல்ற, என்ன ஆச்சு?'

'பி.எஸ்.எஃப்.ல கான்ஸ்டபிளா செலக்ட் ஆயிருக்கங் சார்... டிரெய்னிங்குக்கு பதினஞ்சி நாள்ல ரிப்போர்ட் பண்ணனும்.'

'சரிப்பா. ஆனா...'

'வேலைக்குப் போனா குடும்பத்துக்கு நல்லதுன்னு அப்பா சொல்றாரு. கெடச்ச வேலைய ஏன் விடுணும்னு அண்ணன் கேக்கறான்...

அக்காவுக்கு இன்னும் கல்யாணம் ஆகல. தங்கச்சி ஸ்கூல்ல படிக்கிறா... நானாத்தாங் சார் அப்ளை பண்ணேன். பரிச்சை, ஃபிஸிக்கல் டெஸ்ட் எல்லாம் பெங்களூர்ல நடந்தது... இப்ப என்னமோ எனக்குப் படிக்கணும்னு இருக்குங் சார்.'

தயங்கித் தயங்கிச் சொல்லி முடிக்கும் முன்பாகவே தொண்டை அடைத்து முகம் கோணிக் கண்ணீர் துளிர்க்கிறது.

'அப்பா என்னா பண்றார்?'

'டெய்லரா இருக்காருங் சார்.'

'அப்பாகிட்ட நான் பேசிப் பாக்கட்டுமா?'

'வேணாங் சார். அவரும் மனசு கஷ்டத்தோடதான் இதுக்கு ஒத்துக்கிட்டிருப்பார்னு தோணுதுங் சார்.'

சிறுவயதுப் பையனாகத் தெரியவில்லை.

'சரி, பரவால்ல. ஒண்ணும் கவலப்படாத. கரஸ்பாண்டன்ஸுல படிச்சிக்கலாம். லீவுல வரும்போது வந்து பாரு. ஆபீஸுல டி.சி. அப்ளிகேஷன் ஃபாம் தருவாங்க. ஒங்க ஹெச்.ஓ.டி. கிட்டயும் லைப்ரரியிலும் என்.ஓ.சி. வாங்கிக் குடுத்துரு.'

எழுந்து நின்று தோளை லேசாக அணைத்து விடை கொடுத்தான். பையனின் முகத்தைக் கொஞ்சம் அண்ணாந்துதான் பார்க்க முடிந்தது. இவனுக்குமே கண்ணில் நீர் முட்டியது. எந்தக் கண்காணாத பனிப் பிரதேசத்தில் வாழப்போகிறானோ.

இந்த அறைகளுக்குள் வந்திருக்காவிட்டால் இவர்கள் எங்கே இருந்திருப்பார்கள்? என்ன செய்வார்கள்? வாழ்க்கை எல்லாரையும் எங்கோ இருத்தத்தான் செய்கிறது. அதன் திட்டம் புதிரானது. ஆனாலும், அது கபடமற்றது என்று சொல்லிவிட முடியாது. அது ஏழைகளையே திருப்பித் திருப்பித் தாக்கும். சவால்களுக்கு முகம்கொடுத்து, படிப்பால் ஒரு வேலையைப் பெற்றுக் குடும்பத்தைத் தூக்கி நிறுத்தும் இளைஞர்களின் உழைப்பைப் பார்த்தால் மட்டுமே புரிந்துகொள்ள முடியும். பலரின் வசிப்பிடங்கள் பழஞ்சாயலில் இருக்கும். நடந்தும் சைக்கிள் மிதித்தும் நண்பர்களும் இவனும் மாணவர் அழைப்பில் பக்கத்து ஊர்களுக்குப் போவார்கள். ஊர் என்பது கிராமமே. பாலையின் ஆதிக்கம் வெம்மைப் பரவலில் தெரியும். ஒற்றை மரங்கள் தள்ளித் தள்ளி நின்று வெறுமையைக் கூட்டும்.

அந்தச் சூழலிலிருந்து படிக்க வருவதே சாதனை என்பது அங்கு போனால்தான் புரியும். அந்தப் பெற்றோர்களின் பேச்சில்

வெளிப்படும் கனவு, மகனுக்கோ மகளுக்கோ ஒரு ராஜாங்க வேலை என்பதாகவே இருக்கும். வேறு எந்த வேலையையும் யோசிக்க முடியாத பகுதி. அதனாலேயே கடுமையாக உழைத்துப் படித்து அப்படியான வேலையைச் சிலர் பெறுவார்கள். பிறகு அவர்கள் குடும்பங்கள் நிமிர்வதைப் பார்ப்பது அவர்கள் அளவுக்கே ஆசிரியருக்கும் மகிழ்ச்சி தரும் சம்பவமாக இருக்கும். மேற்படிப்புக்கு வெளியூர்கள் போனவர்களில் ஒரு சிலர் பாராட்டும் பெறுவார்கள். அங்கிருந்த அறிமுகமான ஆசிரியர்கள் மூலம் தெரியவரும் அம்மாதிரியான செய்திகள் ஆசிரியருக்குத் மன நிறைவைத் தரும். சாதகமான சூழலிலிருந்து வரும் பிறரைவிட இவர்கள் முந்தி நிற்பது எளிதான காரியமல்ல.

இவர்களில் சிலருக்கே ஓரளவு சௌகரியமான வாழ்க்கை வாய்த்திருக்கலாம். பலரும் குடிசைகளுக்குள்ளும் நாட்டு ஓடு வேய்ந்த வீடுகளுக்குள்ளும் வாழ்பவர்கள். சில குடும்பங்களுக்கு அரை ஏக்கரும் ஒரு ஏக்கருமாகத் தரிசு நிலம் இருக்கும். ஓரிரண்டுக்கு நீர் பாயும் சில வயல்கள் இருக்கலாம். உழவைத் தவிர வேறு தொழில் இல்லாத பிரதேசம். இந்தப் பையன்கள் சொந்த வயலில் உழைத்தது போக விடுமுறை நாட்களில் கட்டட வேலைக்குப் போய் இயன்றதைச் சம்பாதிப்பார்கள். வருடாந்திர விடுமுறையில் பக்கத்து மாகாணத் தலைநகர் சென்று, கிடைக்கும் வேலை செய்வோரும் உண்டு. பெண்கள் தங்கள் குடும்ப நிலங்களில் இயல்பாக உழைப்பார்கள். தொழிலாள மாணவர்கள் என்ற பெயர்தான் பொருந்தும்

என்ன உழைத்தாலும் இரண்டு வேளைச் சாப்பாடு உண்டால் பெரிது. அதுவும் ராகிக்களியும் சோளச் சோறுமாகத்தான் இருக்கும். அரிசிச் சோறு என்பது ஆடம்பரம். இட்லி, தோசை என்பது பண்டிகை நாட்களில் மட்டுமே கிடைக்கும் விசேஷ உணவு. விடுதியில் தங்கிப் படிப்பவர்களுக்கு ஏதோ ஒரு ஒழுங்கில் உணவு கிடைக்கும். அன்றாடம் வீட்டிலிருந்து வருபவர்கள் காலையில் பெரும்பாலும் வெறும் வயிற்றோடோ பழையதைக் குடித்துவிட்டோ வருவார்கள். பாடசாலைக்கு எதிரேயுள்ள கடையின் டீயும் வடையும்தான் பையன்களின் மதிய உணவு. அந்தக் காட்சி சமயத்தில் கண்ணில் பட்டு உணர்ச்சியுள்ள ஆசிரியரை உறுத்தும். பையன்கள் சங்கடத்துடன் வேறுபக்கம் திரும்பிக்கொள்வார்கள். பெண்கள் எப்படியும் மதிய உணவைக் கொண்டுவந்துவிடுவார்கள். சோர்வும் சோகையும் நிரம்பியவை அந்தப் பெண் முகங்கள். கால் வயிறு, அரை வயிறு நிரம்பிய இளம் பிராயத்தினருக்கு இலக்கியமும் இலக்கணமும் போதிப்பது போன்ற அநியாயம் வேறில்லை என்று இவனுக்குத் தோன்றும்.

9

தமிழாசிரியர்களுக்கு மாணவர்கள் மத்தியில் பெரிய செல்வாக்கு இருக்கும். புரியும் மொழி, பரிச்சயமான பாடச் சூழல், நகைச்சுவைத் துணுக்குகள், மேடைப்பேச்சு சாயலில் விரிவுரை என்று பல காரணங்கள் அதற்குண்டு. பேச்சுத் திறன் ஒவ்வொருவருக்கும் கொஞ்சம் முன்பின்னாக இருக்கும். அவர்கள் மாணவர்களைக் கண்டிப்பதும் திட்டுவதும் அபூர்வம். "அய்யா, அய்யா" என்று மாணவர்கள் அவர்களை வாய்க்குவாய் விளித்துச் சுற்றி வருவார்கள். தலைவி, தோழி, நற்றாய், செவிலித்தாய், தலைவன், தடாகம் என்ற கட்டுமானத்திலிருந்து வெளியே எட்டிப் பார்க்காத சிலரும் அவர்களில் இருப்பார்கள். "பாவாடை, தாவணி ஆடை விதியிலிருந்து எங்களுக்கு விடுதலை கொடுங்கள். சுடிதார் அணிந்து கல்லூரிக்கு வருகிறோம்," என்று மாணவிகள் கோரி, மனு கொடுத்து, நினைவூட்டி கடும் முயற்சி எடுத்தபோது அதற்கான ஒரே எதிர்ப்பு அவர்களிடமிருந்துதான் வந்தது. சமகால மோஸ்தரோடு இணங்கிப் போவது அவர்களுக்கு அசாத்தியம். பின்னாளில் யோசித்துப் பார்த்திருந்தால் அவர்களுக்கே அது விசித்திரமாகத் தோன்றியிருக்கலாம்.

ஒப்பீட்டளவில் ஆங்கில ஆசிரியர்கள் அவ்வளவு பிரபலமாக இருக்க மாட்டார்கள். ஒதுக்குப்புறக் கல்லூரிகளில் ஆங்கில இலக்கியம் முதன்மைப் பாடமாகவும் இருக்காது. அது மொழியாக மட்டுமே கற்பிக்கப்படும். புரியாத பாஷை, அந்நியக் கலாச்சாரம் சார்ந்த பாடங்கள் போன்றவை கற்றலுக்குப் பெரும் தடைகள். கொஞ்சம் கொஞ்சமாக ஆங்கில மொழிப் பாடத்திட்டத்திலிருந்து ஷேக்ஸ்பியர், மில்டன், கீட்ஸ் போன்ற 'கஷ்டமான' எழுத்தாளர்கள்

உதிர்க்கப்பட்டார்கள். எளிய உரைநடைப் பாடங்கள், கவிதைகள், கதைகள், அடிப்படை இலக்கணம் என்று பாடத் திட்டம் எளிமைப்படுத்தப்பட்டாலும் மாணவர்கள் பலருக்கும் ஆங்கிலம் தாண்ட முடியாத அகழியாகத்தான் இருந்தது. அங்கு நீந்தும் மேற்கத்திய முதலைகள் அவர்களுக்குப் பெரும் பீதியை உண்டாக்கின. பரிந்துரைக்கப்பட்ட பாடப்புத்தகத்தை வாங்காமல் அதற்கான கையேட்டை வாங்கிச் சில கட்டுரைகளை இயந்திர கதியில் மனப்பாடம் செய்வார்கள். ஓரிரண்டு முறை தோல்வியுற்று மூன்றாமாண்டு முடிவதற்குள் தப்பித்தால் ஆயிற்று. படிப்புக் காலம் முடிந்து ஆங்கில நிலுவைத் தாள்களோடு வெளியேறினால் என்ன நடக்கும், அங்கே வீசும் சூறாவளி அவர்களை எங்கு கொண்டுபோய்ப் பதிக்கும் என்று யாராலும் கணிக்க இயலாது.

பக்கத்திலிருக்கும் பெரிய ஊர்களையே பார்க்காத இவர்களிடம் பாரீஸையும் நியூ யார்க்கையும் களன்களாகக் கொண்ட கதைகளையும் உரைநடைப் பாடங்களையும் கொண்டுசேர்ப்பது ஆகப்பெரிய சவால். கவிதைகளிலாவது சில பொது உணர்வுகள் இருந்து கைகொடுக்கும். அந்நியப்படுத்தும் விவரணைகளை லேசாகத் தொட்டுக்காட்டிவிட்டு பாடங்களின் மையக் கருத்தையோ கதைகளின் பிரதான பாத்திரம் பெறும் புதுப் பார்வையையோ சொல்வதோடு நிறுத்திக்கொள்ள வேண்டியதுதான். ஒரு பாடத்தில் நான்கு புது வார்த்தைகளைக் கற்றுக் கொடுத்தாலே அதிகம்.

அப்படிப்பட்ட மாணவர்களோடு இவன் முட்டி மோதுவான். கல்லூரியில் சேர்ந்தவுடன் எந்த ஒழுங்குக்கும் கட்டுப்படத் தேவையில்லை என்ற உணர்வு மாணவர்களுக்கு எப்படியோ வந்துவிடும். பள்ளிக்கூடம் என்ற சிறையிலிருந்து விடுதலை செய்யப்பட்ட உணர்வு அவர்கள் மனதில் களியாட்டம் போடும். தான் பாடம் போதிக்கும் வகுப்புகளின் மாணவர்களைப் பாடப்புத்தகம் வாங்கவைக்க இவன் பெரும் பிரயத்தனம் செய்வான். உரிய அவகாசத்துக்குப் பிறகு தன்மையாகச் சொல்லிப் பார்ப்பான். வார்த்தைகளை அச்சில் பார்க்காமல் மொழியைக் கற்க முடியாது என்பதை உணர்த்த முயல்வான். “சூனியத்தில் மொழியைக் கற்க முடியாது. உங்களுக்கு ஆங்கிலம் தெரியாததற்கு என்ன காரணம் தெரியுமா? தமிழ் தெரியாததுதான். தாய்மொழியை நன்றாகப் படித்துக்கொண்டால் இன்னொரு மொழியைக் கற்பது கடினமாக இருக்காது. மொழிகளிடையே பொது செயல் நுணுக்கம் உண்டு” என்று ஒவ்வொரு மாணவ அணியிடமும் சலிக்காமல் சொல்வான். “வீட்டில் திருக்குறள், பாரதியார் கவிதைகள், ஆங்கில அகராதி,

அட்லஸ் இல்லையென்றால் கல்லூரியில் படிக்கிறேன் என்று தயவுசெய்து வெளியில் சொல்லாதீர்கள்” என்றும் அடிக்கடி இறைஞ்சிக் கேட்டுக்கொள்வான். முன்னவை தமிழ் உணர்வுக்கு, பின்னவை வேற்றுலகைப் பார்க்க. வேண்டியதற்கு என்ன விளைவு என்று வீடுகளுக்குள் நுழைந்து சோதனை செய்யவா முடியும்?

பாடநூல் கொண்டுவராதவர்களை ஒரு கட்டத்தில் திட்டி, மிரட்டவும் செய்வான். வகுப்பில் உட்கார அனுமதிக்க மாட்டான். ஓரிரு சமயங்களில் கலாசாலை முதன்மையரே தலையிட்டு தவணை வாங்கிக் கொடுத்ததும் உண்டு. இந்த முயற்சிகளுக்கு அப்புறம் முக்கால்வாசிப் பேர் பாடப் புத்தகம் வாங்கிவிடுவார்கள். சிலர் அடுத்த வகுப்பு நண்பர்களிடம் கடன் வாங்கி எடுத்து வருவார்கள். வாங்க இயலாத ஓரிருவருக்கு வாங்கிக் கொடுப்பான். வகுப்பில் பாடப் புத்தகத்தை டெஸ்க்கில் வைத்துப் படித்துக் கற்றவர்களின் மொழித் திறன் வெளிப்படையாகத் தெரியும். பாடப் புத்தகத்தை வகுப்புக்குக் கொண்டுவர வேண்டும் என்று கட்டாயப்படுத்தாத போதகர்கள் மாணவர்களின் பிரியத்துக்குரியவர்களாக இருந்திருக்கலாம். இத்தனை சொன்னதற்கு அப்புறம் அதன் விலையைச் சொல்லாமல் விட முடியாது. அதிகபட்சம் முப்பது ரூபாய்.

மாணவர்கள் சிரிக்க வாய்ப்புள்ளவை மொழிப்பாட வகுப்புகளே. பாடம் தாண்டி பலதும் பேச இடம் கொடுப்பவையும் அவையே. அதையும் தட்டிப் பறித்த ஆசான்கள் உண்டு. கடுமையாக உழைத்து யாரும் சிரிக்காமல் பார்த்துக்கொள்வார்கள். அதாவது, இயல்பிலேயே அவர்களுக்கு சிரிக்கவும் தெரியாது, பாடத்தில் ஊற்றெடுக்கும் உணர்ச்சியில் தோயவும் வராது. சார்லி சாப்ளின் தோற்கும் ஒரே இடம் அந்த நபர்களிடமாகத்தான் இருக்கும். சிரித்தால் தம் அதிகாரக் கட்டுமானம் விரிசல் கண்டுவிடும் என்றுகூட அவர்களில் சிலர் நினைக்கலாம்.

அருவித் தண்ணீர் அடித்த அடியில் இறுகிப்போயிருந்த பல காரியங்கள் இளகிப்போய்விட்டன... “இன்றைக்குத்தான் சிரிக்க முடிகிறது.” ரசிகமீசையிடம் பாடம் கேட்ட பிறகு குற்றாலத்தில் இப்படிச் சொன்னவர் ஒரு தமிழ் வாத்தியார் என்றாலும் பிற வாத்தியார்களுக்கும் இது பொருந்தும். அதிலும் பாடசாலை, இலாகாத் தலைமையர் சிலர் பூமிப்பந்தின் மொத்தக் கல்விப் பரிபாலனமும் தம் கையில் ஒப்படைக்கப்பட்டுவிட்டதான அகம்பாவத்தில் வளையவந்ததை இவன் கண்டிருக்கிறான். ஒருவகை அமானுஷ்ய வெறுமை அந்த

முகங்களில் இருளாகப் படர்ந்திருக்கும். தம் சிம்மாசனத்தில் உட்கார்ந்திருக்கும்போது மட்டுமே அவர்கள் பிறரிடம் பேசுவார்கள். வழியில் கண்டாலும் காணாததுபோல போவார்கள்.

அப்படி ஒருவர் போனதை ஒருநாள் இவன் சொந்த அனுபவத்தில் கண்டான். தனி ஆளுக்கு நேர்ந்திருந்தாலும் ஒதுக்கித்தள்ளிவிடலாம். காணக் காத்திருந்து நின்ற ஊரறிந்த எழுத்தாளர், இலாகாத் தலைமையர், இவன் என்ற மூவர் குழுவை எந்த மனித உணர்வையும் முகத்தில் காட்டாமல் தாண்டிப்போய் தன் அரியணையில் வீற்ற பிறகே 'யாரங்கே?' என்று கைததட்டாதக் குறையாக வார்த்தைகளை உதிர்த்தார் அந்த நபர். இத்தனைக்கும் முன்னவர் இருவரையும் ஏற்கெனவே அறிந்தவர்தான். கிரீடத்தையும் செங்கோலையும் அவருக்கு இவன் பூட்டிப் பார்த்தான். கொஞ்சமும் பொருத்தமாக இல்லை. இதுபோன்ற அதிமானிடர்களிடம் பொருட்படுத்தக் கூடிய ஒரு குணநலனும் இருக்காது. அனுபவ மூப்பு என்னும் வெற்றுக் காலண்டர் கணக்கீட்டில் உச்சிக் கொம்புக்குப் போனவர்களின் பிரக்ஞையில் தம் உண்மை நிலை படியாது. நாடகத்தின்போது வெறுக்கப்பட்ட இப்படிப்பட்டவர்கள் காட்சியைவிட்டு நீங்கிய பிறகு அநாமதேயமானார்கள். இன்றைக்கெல்லாம் இளக்கப்பட வேண்டியவர்களை மொத்த ரயிலையும் வாடகை பேசித்தான் அருவிக்குக் கூட்டிப்போக வேண்டியிருக்கும்.

அடிப்படை அறிவியல், கணிதம் போன்றவற்றுக்கான வகுப்புகள் வெகு சீரியஸாக நடக்கும். அவற்றின் தன்மை அப்படி. பொதுவாக இந்தத் துறைகளின் ஆசிரியர் – மாணவர் உறவு கட்டுக்குள்தான் இருக்கும். வரலாறு, பொது விஷயம் பேச ஓரளவு இடமளிக்கும். வகுப்பை உயிர்ப்போடு வைத்துக்கொள்வது மொழி ஆசிரியரின் படைப்பூக்கம் சார்ந்த திறன். பாடத்தில் இடம்பெறும் உணர்ச்சிகளை நிகழ்த்திக்காட்டும் மெய்ப்பாடுகள் இலக்கிய ஆசிரியாகளுக்கு இன்றியமையாத லட்சணம். அது இல்லாதவர்களின் வகுப்பு மயானச் சாயல் கொண்டிருக்கும்.

மலர்ந்து இரண்டு நாளான கொன்னைப் பூவைப்போல வெண்மையும் மஞ்சளும் ஒன்றித் தகதகத்ததையும் நீரில் மிதந்த கரு விழியையும் வயசான துணிச்சலுடன் கண்ணாரப் பார்த்துப் பூரித்துக்கொண்டிருந்தார். 'அது என்ன பெண்ணா? முகம் நிறையக் கண்; கண் நிறைய விழி; விழி நிறைய மர்மங்கள்! உடல் நிறைய இளமை; இளமை நிறையக் கூச்சம்; கூச்சம் நிறைய நெளிவு; நெளிவு நிறைய இளமுறுவல். இது பெண்ணா? மனிதனாகப்

பிறந்த ஒருவன் தன்னது என்று அநுபவிக்கப் போகிற பொருளா?’... கல்யாணம் செய்யத்தான் போகிறார்கள். ரோஜாப்பூவை அரைத்து குல்கந்து தின்கிற நாசகார உலகத்தில் ஒருவன் இவளை வந்து தொட்டு ஆண்டு, தாயாக்கி, பாட்டியாக்கி எல்லோரையும்போல மனுஷியாக்கத்தான் போகிறான். தேயா இளமையும் தெவிட்டாக் கேளியும் கந்தர்வ லோகத்தில்தான் என்பவை போன்ற வரிகளைப் படித்துவிட்டு ‘அய்யோ’ என்று வாய்விட்டுச் சொல்லாத நபர் இலக்கியம் போதிக்க அருகதை அற்றவர். இந்த ஒரு ‘அய்யோ’வுக்குள் இன்னும் இரண்டு ‘அய்யோ’க்கள் உண்டு.

கற்றலுக்கும் கற்பித்தலுக்கும் தேவையான மன அமைப்பு இல்லாதவர்கள் இந்தப் பணியை நினைத்துப்பார்க்கவே கூடாது. முதல் வாய்ப்பிலேயே கற்கவும் தப்பாகக் கற்றதைத் திருத்திக்கொள்ளவும் உகந்த திறந்த மனத்தை அவர்கள் கொண்டிருக்க வேண்டும். சம்பளமும் ‘லீவு’ம் அதிகம் என்ற கவர்ச்சியில் நுழைபவர்களை வாசலிலேயே தடுத்து நிறுத்த துரதிர்ஷ்டவசமாக எந்த உபாயமும் இல்லை. கற்பித்தல் என்பது கற்றலும் பயிற்சியும் அனுபவமும் கற்பனையும் வலுப்படுத்தும் வித்தை. சிலரிடம் அது வளர்ந்து மினுங்கும், சிலரிடம் வாய்த்த நிலையிலேயே கெட்டிப்பட்டுவிடும். சிலருக்கு அந்தம்வரை கைகூடாது.

10

அந்தக் குலத்துக்கு அது புதிய அனுபவமாக இருக்கப்போகிறது. சிலர் மிரண்டார்கள் சிலர் சாகச உணர்வில் மிதந்தார்கள்; அடுத்தவர் போகட்டும், அப்புறம் பார்க்கலாம் என்று சிலர் கணக்குப் போட்டார்கள்; "எங்க குடும்பத்திலே இதுவரை யாரும் ஜெயிலுக்குப் போனதில்ல." "எங்க குடும்பத்தில மட்டும் வருஷம் ஒரு தடவ போறாங்களா?" "அப்றமா ஊர்ல தலகாட்ட முடியாது." "பொண்ணு குடுக்க மாட்டாங்க." எதிர்வினைகள் சுவாரசியமாக இருந்தன. இவன் உள்ளிட்ட ஒரு சிலரே முதல் நாள் போராட்டத்துக்குப் பெயர் கொடுத்தார்கள். இது சரிவராது, முதல் நாளே எல்லாரும் கைதாக வேண்டும் என்று நீண்ட சர்ச்சைக்குப் பிறகு மரத்தடியில் முடிவானது. அப்படியும் சிலர் பின்வாங்கினார்கள்

உயர்கல்வியின் பிரவேச வகுப்பைப் பள்ளிக் கல்விக்குக் கொண்டுபோக முடிவுசெய்தது ராஜாங்கம். பள்ளிக்கா வீட்டுக்கா என்ற நிச்சய மின்மையைப் படிநிலையில் கீழிருப்பவர்கள் எதிர்கொண்டார்கள். பணி தொடராதோ என்ற கலக்கம் அவர்களைப் பீடித்தது. நிலுவையிலிருந்த வேறு சில கோரிக்கைகளை முன்வைத்துப் பெரிய அளவில் தொடங்கியது வேலை நிறுத்தம். பாவப் பட்ட இனத்தை நடைமுறையிலிருந்து நீக்கி நீதி வழங்குவது அவற்றில் முக்கியமான ஒன்று இவனைப் போன்ற இளம் துருக்கியர்கள் அன்றாடம் புதிய சுவரொட்டிகள் எழுதினார்கள்; பசை காய்ச்சினார்கள்; பின்னிரவில் சைக்கிளில் போய் அவற்றைச் சிறு நகரச் சுவர்களில் ஒட்டினார்கள். கிளர்ச்சியான மனநிலை அவர்களைத் துரத்திக் கொண்டிருந்தது. தாங்கள் எழுதும் வாசகங்களே சுவரொட்டிகளில் இடம்பெற வேண்டும் என்று அவர்களிடையே சச்சரவுகள்கூட ஏற்பட்டன. சில தினங்களுக்கு சாதகமான எந்த அறிகுறியும் எதிர்த்

கற்றதால் 47

தரப்பிலிருந்து கிடைக்கவில்லை. ராஜாங்கக் காரியாலயங் களுக்குப் பணிசெய்யப் போவோரைத் தடுத்து கைதாகிச் சிறைக்குப் போகும் திட்டம் கடைசி நிலை.

காலையில் பையோடு போனவர்களைக் 'கைது' செய்து சம்பிரதாயங்களுக்குப் பிறகு, முன்னிரவில் அடுத்த பெரிய நகரத்தின் மத்திய சிறையில் தங்க வைத்தார்கள். மனமொத்தக் குழுக்களாக செல்களில் இடம்பிடித்தார்கள். அன்று இரவி லிருந்தே எல்லா சிறைச் சட்டங்களும் நெகிழ ஆரம்பித்தன. வளாகத்துக்குள் நடமாடுவது, வெளியிலிருந்து தின்பண்டங்கள் வருவது, கூட்டம் போடுவது, புகைப்பது, பாடுவது என்று எல்லாமும் சிறுகச் சிறுக அமலுக்கு வந்தன. தலைமை அதிகாரியே ஓரிரு தடவை வந்து நலம் விசாரித்தார். ஆனால், அந்த அச்சுச் சோறு, ரச வடிவக் கீரைக் குழம்பு, ஒடுக்கு விழுந்த சாப்பாட்டுத் தட்டு, குவளை, காலை ஏழு மணி, மதியம் பன்னிரண்டு மணி, மாலை ஆறு மணி என்ற மாறாத உணவு வேளைகள் எல்லாம் இரண்டு நாட்களில் கசந்துபோய், அடுத்த இரண்டு நாட்களில் பழகிவிட்டன.

பதினைந்து நாளும் நரகமாயிருந்தது கழிவறைதான். கதவு கிடையாது. சுவரை நோக்கி உட்காரும்படிதான் அதன் அமைப்பு இருக்கும். உட்காருபவருக்கும் பிற உபயோகிப்பாளருக்கும் அவமானமும் அருவருப்பும் தரும் அனுபவம். பெரிய தொட்டியைச் சுற்றி மந்தைக் குளியல். கைதியின் கண்ணியத்தை யும் அந்தரங்கத்தையும் இல்லாமலாக்கி, அந்த இடத்துக்குத் திரும்ப வரக் கூடாது என்ற எண்ணம் அவர் மனதில் பதிய வேண்டும் என்ற சிறையின் பிரதான நோக்கம் நிறைவேறும் இடங்கள் அவை. ஆனால், அவற்றைப் பாதுகாப்பு நடவடிக்கைகள் என்று அமைப்பு சொல்லும்.

இரவு உணவுக்குப் பிறகு நடந்த ஒன்றிரண்டு பாட்டுக் கச்சேரிகள் நல்ல கேளிக்கைகளாக இருந்தன. சி.எஸ் ஜெயராமன் குரலைப் போலிசெய்து ஒருவர் பாடிய இன்று போய் நாளை வாராய் என எனை ஒரு மனிதனும் புகலுவதோ என்ற சம்பூர்ண ராமாயண சினிமாப் பாட்டு பலரைக் கவர அவ்வப்போது தம் நண்பரைப் பார்த்து அதை அடங்கின குரலில் பாடியபடி சிலர் அடுத்து வந்த ஓரிரு நாட்கள் சுற்றித் திரிந்தார்கள். சமகாலப் பாட்டு எதையும் பாடும் குரல் கொண்ட இளைஞர் யாரும் இல்லையோ அல்லது தயக்கத்தில் முன்வரவில்லையோ தெரியவில்லை.

ஆர். சிவகுமார்

சிறையின் திறந்த வெளியில் திரையிடப்பட்ட புதிய பறவை சினிமாவின் சிவாஜி கணேசனும் சரோஜா தேவியும் அந்தச் சூழலில் பார்வையாளர்களைத் தங்களால் முடிந்த அளவு வெவ்வேறு வகையில் பாதித்தார்கள். படம் வெளியாகி பதினைந்து வருடங்கள் ஆயிற்று என்று சிலர் பேசிக்கொண்டார்கள். *பார்த்த ஞாபகம் இல்லையோ* பாட்டில் கருப்புச் சிகரெட்டா அல்லது சுருட்டா என்று தீர்மானிக்க முடியாத ஒன்றை சிவாஜி கணேசன் புகைக்கும் ஸ்டைலை சிலர் பிரதிசெய்ய முயன்று பரிதாபமாகத் தோற்றார்கள். உள்ளிழுத்த புகையைத் தொடர்ந்து கால் மணி நேரம் சிவாஜியால் வெளியே விட முடிந்தது. அழுத குழந்தை ஒன்றை, தான் அமைதிப்படுத்திய விதத்தைக் கவிஞப் பேராசிரியர் விவரித்துக் கூட்டத்தை ஆர்ப்பரிக்க வைத்தார். பலரும் தம் உள்ளே பம்மி ஒளிந்திருந்த சிறுவர்களை மீட்டெடுத்துச் சுதந்திரமாகத் திரியவிட்டிருந்தார்கள்.

முக்கியக் கோரிக்கைகள் சாதகமாக ஏற்றுக்கொள்ளப்பட, காரிருள் வாசம் என்று முன்னணிப் பேச்சாளர்களால் வர்ணிக்கப்பட்ட சிறைக்காலம் முடிவுக்கு வந்தது. பொதுக் காரியங்களுக்காகப் போராடி சிறைத்தண்டனை பெற்றவர்கள் அனுபவித்த கடும் சித்திரவதைகளோடு ஒப்பிட இந்தச் சுகமான விடுமுறைக் காலத்தை அப்படிக் குறிப்பிடுவது அடாத செயலாக இவனுக்குப் பட்டது. ஆனாலும், ஒரு பணிக்குழுவின் ஒய்யார வாழ்வில் ஒரு இடையீட்டை நிகழ்த்தியது அதன் நேர்மறை அம்சம்.

11

பல ஆண்டுகள் கழித்து ஊர் திரும்பும் அம்பி, திருமணத்துக்கு முன் தான் விரும்பிய சகுந்தலையைக் காண ஆசைப்படுகிறான். அவள் இறந்துவிட்டதை அறிகிறான். அவளின் மகள் அபிதாவைத்தான் அவனால் காண இயல்கிறது. அவன் ஊர் நீங்கிய காலத்துச் சகுந்தலையின் அதே வயதில் அவளிருக் கிறாள். அச்சு அசல் அவளுக்கு அம்மாவின் சாயல். ஒரு சமயம் நீ சகுந்தலை... மறுசமயம் அபிதா... சகுந்தலையில் அபிதா, அபிதாவில் சகுந்தலை... பிடரியைச் சிலிர்த்துக்கொண்டு/வாலைச் சுழற்றிக் கொண்டு/தரையில் கால் பாவாமல்/பரபரத்துக் கொண்டு/மொழுமொழுவெனப் புத்தம் புதிது/ கடிவாளம் இன்னும் விழாத கன்னிவாய்/ வெள்ளைக் குதிரைக் குட்டி. இன்று முழுதும் அதன் துள்ளல் பார்த்துக்கொண்டிருக்கலாம்/ பார்த்துக்கொண்டிருக்கிறேன்... அ – சிமிழ் போன்று வாயின் லேசான குமிழ்வில், பி – உதடுகளின் சந்திப்பில், தா – நாக்கின் தெறிப்பில். மொழி ஏற்றும் லாகிரியில் சிக்கியிருந்த இவன், வீட்டுக் கதவு தட்டப்படும் சத்தத்தால் சற்று எரிச்சலுற்று புத்தகத்தை மூடிவைத்துவிட்டுக் கதவைத் திறக்கிறான்.

மாதேஸ்வரன். லேசாகத்தான் தட்டியிருப்பான். இவனுக்குத்தான் மிகையாகக் கேட்டிருக்கிறது.

'வாப்பா, உக்காரு. சாப்ட்டியா?'

'ஆங் சார். பன்னண்டு மணிக்கெல்லாம் போட்ருவாங்க. சும்மா உங்களப் பாத்துட்டுப் போலாம்னு வந்தங்க.'

'ஏம்ப்பா, இன்னைக்கு சனிக்கிழமை. ஊருக்குப் போகலையா?'

'இல்லீங் சார். நெறையா எழுத்து வேலை இருக்கு. ஆறு எக்ஸ்பெரிமென்ட்டுக்கு ரெகார்டு

ஆர். சிவகுமார்

நோட் எழுதணும். நெறையா படம் போடணும். ஊருக்குப் போனா முடியாது. பெயிண்ட் வேலைக்குக் கூப்ட்ருவாங்க. வீட்ல மேஜை இல்லை. கரண்ட்டும் இன்னும் இழுக்கல... பாதி எழுத்து வேலை முடிச்சிட்டடங்க.'

மாதேஸ்வரன் கல்லூரியில் சேரும்போது இவனுடைய நண்பர் ஒருவர் கூட வந்ததால் கூடுதல் பரிச்சயம். விடுதியில் தங்கியிருக்கிறான். பொறுப்பான பையன். வீட்டுக்குப் பக்கத்தில்தான் விடுதி என்பதால் இரண்டொரு தடவை வந்திருக்கிறான். அப்போதெல்லாம் பாடம் சம்பந்தமாக ஏதோ கேட்டான். விடுதி தொடர்பான விஷயங்கள் ஓரளவுக்குத் தெரியும்தான். இந்தப் பையன் அங்கேயே தங்கியிருக்கிறானே.

'ஹாஸ்டல்ல வசதில்லாம் எப்படிப்பா?'

'ஒருமாதிரியாத்தான் இருக்குங் சார். ரூமுக்கு நாலு பேர், அஞ்சு பேர்னு இருப்பங்க. எல்லாருக்கும் மேஜை, நாற்காலி கெடைக்காது. இருக்கறத வச்சு அட்ஜஸ்ட் பண்ணிக்குவங்க. சமயத்துல சண்டையும் வரும். பல ரூமுங்கள்ல லைட், ஃபேன் ரிப்பேராயிட்டா நாங்கதான் சரிபண்ணிக்கணும். லைட்ட எரிய வெச்சுட்டாலே போதுன்னு ஆயிடும்.'

'வார்டன்லாம் அதப் பாக்க மாட்டாங்களா?'

'ஒண்ணு, ரெண்டு தடவ பாப்பாங்க. அப்றம் பணமில் லேன்னு சொல்லிடுவாங் சார்.'

'சாப்பாடு எப்டி இருக்கும்?'

'அதக் கேக்காதீங் சார். கொடுமையா இருக்கும். காலையில என்னிக்காவது இட்லி போடுவாங்க. விடியகாலம் நாலு, அஞ்சி மணிக்கு சுட்ட இட்லி எட்டு மணிக்கு ஆத்துல முங்கியிருந்த கல்லு மாதிரி ஜில்லுனு இருக்கும். மத்தியானத்துல சாப்பாட்ட பக்கெட்ல கொண்டுவந்து போடுவாங்க. அதுல பாதிய பசங்க கீழதான் கொட்டுவாங்க. ஹாஸ்டல் பக்கம் நெறயா நாய் சுத்தறதப் பாத்துருப்பிங்க. சீனியர் அண்ணாங்க அப்பப்ப சண்ட போட்டு, சாப்டாம ஸ்ட்ரைக் பண்ணினா கொஞ்சம் சரிபண்ணுவாங்க. அது கொஞ்ச நாளைக்குத்தான்.'

'அசைவ சாப்பாடு உண்டா?'

'அதெல்லாம் சரிவராதுங் சார். வாரத்துக்கு நாலு முட்டை. வேக வச்சி தந்தாங்க. அந்தப் பாத்தரத்தப் பாத்தா வாந்தி வரும். கையில பச்ச முட்டையக் குடுத்துருங்கன்னு பசங்க சொல்லிட்டாங்க. முன்னாடி இருக்குற ரெண்டு கடைகள்ல கொடுத்து காசு வாங்கிருவங்க.'

‘எப்பிடிப்பா நாள கடத்தறீங்க?’

‘அதனாலதான் சார் வெள்ளிக்கிழமை சாய்ந்தரம் ஆனா வூட்டுக்கு ஓடிருவங்க. அங்க இருக்குற சாதாரண சாப்பாடே பெருசா தெரியும்.’

‘பசங்க எப்டி ஒருத்தருக்கொருத்தர் பழகிக்கிறாங்க?’

‘பாத்தா நல்லா இருக்குற மாதிரித்தான் தெரியும். ஜாதிச் சண்டை அப்பப்ப வரும். ஜாக்கிரதையாத்தான் சார் இருக்கணும். போன வாரங்கூட பிரின்ஸிபால் சமாதானம் செய்ய வந்தார். தாசில்தார் அப்பப்ப வருவார்.’

‘கட்சில்லாம் இருக்குற மாதிரி தெரியுது. ஸ்ட்ரைக்க ஹாஸ்டல்லதான முடிவு பண்றாங்க? முந்தின நாள் ராத்திரி விசில் சத்தத்திலியே தெரிஞ்சிருதே.’

‘ஆங் சார். ரொம்பல்லாம் கட்சி இல்ல. வெளியில இருந்து சில பேர் வந்து பேசறாங்க. எனக்கு அவ்ளவா தெரீலிங் சார்.’

‘ரோட்ல நம்ம காலேஜ் பொண்ணுங்க போனா ஹாஸ்டல் பசங்க அடிக்கிற விசில் சத்தத்தல எங்க காலனி வீடுங்க விரிசல் விட்டும்போல இருக்குது.’

தலையைக் குனிந்து ஒரு கணம் சங்கடத்துடன் சிரித்தான்.

‘ரோட பாத்து இருக்குற ரூமுங்கள்ல சில பசங்க சேந்துகிட்டு அப்டி செய்வானுங் சார். ஜஸ்ட் என்டெர்டெய்ன்மென்ட்தான், சார். அடையாளமும் தெரியாதுங்கிறது வசதியாப் போச்சி.’

‘அந்தப் புள்ளைகளுக்கு அது பழக்கப்பட்டும். அவனுங்களும் பொண்ணுங்களோட பேசிப் பழகினா சரியாயிடுவானுங்க. இந்த வயசுல எதாவது குறும்புத்தனம் இருக்கத்தான செய்யும். ஆனா, அந்த விசில் பயங்கரம்பா.’

‘என் ரூம் மேட் ஒருத்தன் சினிமாப் பாட்டு சிலத விசில்லியே அழகா பாடிக் காட்றான் சார். நம்ம கிளாஸ்தான் சார். கே. மாதையன்.’

ஆசிரியர் பல வகுப்புகளுக்குப் போனாலும் குறிப்பிட்ட மாணவன் அவரை ‘நம்ம கிளா’ஸில் சேர்த்துக்கொள்வது அலாதியான பிணைப்பை வெளிப்படுத்தும்.

‘பரவால்லியே. அவனுக்கு ஆண்டு விழாவுல சான்ஸ் குடுத்தரலாம்.’

ஊரில் பாதி ஆண்களுக்கு 'மாது'வோடு மாறுபட்ட விகுதிகள் கொடுத்துப் பெயர் வைப்பார்கள். பத்தில் ஒரு பெண் மாதேஸ்வரியாக இருப்பாள்.

பாதகமான சூழலில் உயிர்பிழைக்க உகந்த பயிற்சியை இந்த இளைஞர்கள் இங்கே பெறுகிறார்கள். குடிமக்களுக்கு எந்த விதத்திலும் பயனற்ற திட்டங்களுக்குப் பல நூறு கோடிகள் ஒதுக்கும் ராஜாங்கம், மாணவர்த் தங்கலுக்கு சொற்பத் தொகையை அளிக்கிறது. மேலிருந்து கீழ்வரை விழுங்கியது போகக் கடைசியில் வந்து சேர்வது சக்கையாகத்தான் இருக்கும். விடுதிக் கூடங்களில் மாணவர்களுக்குக் கிடைப்பது கொட்டில் வாழ்க்கை. இந்த இழிநிலை பற்றி யாருக்கும் வெட்கமில்லை. அரசியல் கட்சிகளுக்கு இந்தப் பிரச்சினை பத்தோடு பதினொன்றுதான். கல்வி பெறுவதோடு மட்டுமே மாணவர் உரிமை நின்றுவிடுவதில்லை, கண்ணியமான கல்லூரி வாழ்க்கை யும் அவர்களுடைய உரிமைதான். சகதிக் குழியிலிருந்து கொண்டு கற்பது பெரிய சவால். அதிலிருந்து மீண்டு சமூக வெளியில் தன்னம்பிக்கையுடன் தலை காட்டுவது அதைவிடப் பெரிது.

பொதுவாக ராஜாங்கக் கல்லூரிகளில் படிப்பவர்களுக்கு வாழ்க்கையை எதிர்கொள்ளும் மனத்திடமும் துணிச்சலும், புழுங்கும் நிலை காரணமாக, இயல்பாகவே உருவாகும். கிடைக்கும் சொற்ப வசதிகளைப் பயன்படுத்திச் சீரான பயிற்சியுடன் கற்பவர்கள் சமூகத்தில் ஓரளவு நல்ல நிலையை அடைகிறார்கள். எளிய பணிகளில் ஈடுபடுவோரும் சமூக அசைவியக்கத்துக்கு அவசியமான உறுப்புகளாகச் செயல்படுகிறார்கள்.

அந்த மாபெரும் நாடகம் எல்லாருக்கும் ஏதேதோ பாத்திரங்களை வழங்கிக்கொண்டுதான் இருக்கிறது. அவரவர்க்கு நேரிடும் அந்தரங்க வாதைகளை அவர்கள் கையாள்வதற்கும் அவர்கள் கற்ற கல்விக்கும் தொடர்பிருப்பதாகத் தெரிய வில்லை. எளியவர்கள் பெரும்பாலும் துயரங்களிலிருந்து விரைவில் மீண்டுவிடுகிறார்கள்; அதிகம் யோசிப்பவர்களும் வாழ்க்கையிடமிருந்து அதிகம் எதிர்பார்ப்பவர்களுமே துயரங்களைப் பேணிக்கொண்டிருப்பதைப் பார்க்க முடிகிறது. பலரும் பாவனைகளால் அலைக்கழிக்கப்படுபவர்களாகவே தெரிகிறார்கள்.

12

'என்னை நினைவிருக்கா?'

'ஸ்ட்ரைக்குக்கு முன்னால நடந்த கூட்டத்துக்கு வந்திங்கதானே?'

'ஆமா. தலைமைக் குழுவோட வந்தேனே. உங்கள பாக்கச் சொல்லி நண்பர் சொல்லிவிட்டார். ஆனா அப்ப பேச சரியா சந்தர்ப்பம் வாய்க்கல.'

அந்த நண்பர் இவர் முன்பு வேலைபார்த்த ஊரில் இருக்கும் எழுத்தாளர். பணியிட மாறுதலில் வந்திருக்கும் இவர் தெரிந்த சிலரைச் சந்திக்கத் துறைகளைச் சுற்றி வருகிறார்.

'உக்காருங்க அண்ணாச்சி. எங்க படிச்சிங்க?' அந்தக் கூட்டத்தில் அவரை 'அண்ணாச்சி' என்று பலரும் குறிப்பிட்டுச் சொன்னதால் அந்த வார்த்தை வாகாக விழுந்தது.

சிகரெட் பற்றவைத்துப் புகையை உள்ளிழுத்து அனுபவித்து நிதானமாக மொத்தத்தையும் மூக்கு வழியே விட்டார். அந்தப் பாங்கிலேயே தெரிந்தது அவர் புகைபிடிக்கத் தொடங்கி நீண்டநாளாயிற்று என்பது.

'மதுரைத் தமிழ்ச் சங்கம் நடத்தின செந்தமிழ்க் கல்லூரியில வித்வான் படிப்புப் படிச்சேன். அரசாங்கப் பள்ளியில கொஞ்ச வருஷம் வேலை பாத்தேன். பெறகு எம்.ஏ. படிச்சுக் கல்லூரிக்கு மாறினேன்.'

'ஆகா. அது நல்ல வழியாச்சே. நெறையா படிச்சிருப்பீங்க.'

'வித்வானுக்குப் படிக்கும்போதே ஒரு அபூர்வ வாய்ப்பு கெடச்சுது. எனக்கு ஊர் ராமநாதபுரம். மு. ராகவ அய்யங்காரைப் பத்திக் கேள்விப்பட்டிருப்பிங்க. அவரும் எங்க

ஊர்தான். மதுரை செந்தமிழ்க் கல்லூரியிலகூட அவர் வேலை பாத்திருக்கிறார். அது ரொம்ப முன்னால. நான் படிக்கும்போது திருவனந்தபுரம் யூனிவர்சிட்டியில இருந்தார். சமயத்துல ஊருக்கு வருவார். நானும் அப்ப ஊர்ல இருந்தா அவர் வீட்டுக்குப் போவேன். சாய்ந்தர நேரத்தில ரெண்டு மணிநேரம் போல பாடம் சொல்வார். பெரும்பாலும் தொல்காப்பியத்துல பொருளதிகாரமா இருக்கும். சிலநாள் பெரியாழ்வார் பாசுரங்கள விளக்குவார். எல்லாம் எழுதிக்கணும்னு இருக்கும். ஆனா, அவர் பாடம் சொல்ற விதத்துல கவனிக்கிறதத் தவிர வேற எதுவும் செய்ய முடியாது. அப்ப அவருக்கு வயசு எழுபதுக்கு மேல இருக்கும். ஈஸி சேரில் உக்காந்திருப்பார். அவர் கேட்க மாட்டார், நானாவே மெதுவா அவர் கால்களப் பிடிச்சிவிட ஆரமிப்பேன். கண்ண மூடிக்கிட்டே பேசுவார். கொஞ்ச நேரத்துக்கு ஒரு தடவை முழிச்சு என் முகத்தப் பாப்பார். நான் முழு சரணாகதில லயிச்சிருப்பேன். அப்படிப் பாடம் கேட்டது என் பாக்கியம். அவரோட புலமைக் கடல்லேர்ந்து ரெண்டு துளி நம்ம மேல பட்டுட்டாப் போதும்னு இருக்கும்.'

இதைக் கேட்டதும் புதியவர் மேலிருந்த மரியாதை கூடியது. வித்வான் படிப்புக்கு முன்னால் கல்லூரிப் படிப்பெல்லாம் சுண்டைக்காய். பள்ளியிலேயே இவன் பார்த்திருக்கிறான். வித்வான்களுக்கு இலக்கணத்திலும் செவ்விலக்கியங்களிலும் விரிவான ஞானம் இருக்கும். பாடிக் காட்டியே செய்யுளை போதிப்பார்கள். ஆனந்தமாகக் கற்கலாம். அவர்களுடைய நினைவாற்றலும் அசாத்தியமானது. அதே சமயம் நவீன இலக்கிய அறிமுகம் அவர்களுக்குப் பெரும்பாலும் இருக்காது. அண்ணாச்சியும் அதே ரகம்தான்.

பெரும்பாலும் வேட்டியில்தான் இருப்பார். அபூர்வமாகக் கால்சட்டை அணிவார். அணியும் முறையிலும் வடிவத்திலும் அதுவும் கிட்டத்தட்ட வேட்டி மாதிரியே இருக்கும். ஆசாரமான குடும்பத்தவர் மாதிரித்தான் தெரிந்தது. நிறைய சிகரெட்டுகள் புகைப்பதால் அவர் சுவாசம் அவ்வளவு சீராக இல்லை. ஆனாலும் தொல்லியல் ஆய்வு என்று சொல்லி இளைஞர்கள் சிலரோடு மாவட்டம் முழுதும் சுற்றுவார். அப்படிப்பட்ட ஆய்வுக்கான வாய்ப்புகள் உள்ள ஊர்தான் அது. மார்க்சிய ஈடுபாடு இருந்து பிறகு தேய்ந்துபோனதாக ஒரு சந்தர்ப்பத்தில் சொன்னார். இவன் கேட்டுக்கொண்டதற்கு இணங்கி வகுப்புகள் முடிந்த பின்னால் இவன் அறைக்கு வந்து இரண்டு நாட்கள் குகப்படலத்தின் முக்கியப் பகுதிகளை விளக்கினார். வாரத்தில் ஒரு நாளாவது அவரிடம் அப்படிப் பாடம் கேட்கலாம் என்ற ஆசையை அது உண்டாக்கினாலும் ஏதேதோ காரணங்களால்

அது நிறைவேறவில்லை. மூன்று பிள்ளைகள் ஒரே நேரத்தில் வெவ்வேறு இடங்களில் மேல் படிப்பு படித்ததால் அவருக்கு சிரம ஜீவனம்தான். அவருடைய புலமையைக் கண்டு அங்கீகரிக்கும் மனப்பாங்கு ஆசிரியர்கள் மத்தியில் இருந்த மாதிரி தெரியவில்லை. மாணவர்களிடையே ஜனரஞ்சமாக இருக்கும் சூட்சுமமும் அண்ணாச்சிக்குக் கைவரவில்லை. சிலர் அவரைக் கிண்டல்கூடச் செய்தார்கள். அறிவுலகம் என்று நம்பப்படுவதன் லட்சணம் அப்படி. தனித்துவமான எதையும் கண்டுகொள்ளும் திறனுக்குப் பஞ்சம் நிலவும் பூமி அது.

13

நாள்பட சம்பளம் உயர்ந்து அது சார்ந்து சொல்லாடிகளின் பொருளியல் வாழ்நிலையும் உயர்ந்தது. சைக்கிள்கள், ஸ்கூட்டர்களாகவும் பைக்குகளாகவும் மாறின. துணிச்சலாகக் கடன் வாங்கி வீடு கட்டினார்கள். குழந்தைகளை நல்ல கல்லூரியில் நல்ல படிப்புப் படிக்கவைத்தார்கள். இவனைப் போன்றவர்கள் கூடுதலான வாடகையில் கொஞ்சம் பெரிய வீடுகளுக்குக் குடிபெயர்ந்தார்கள். டி.வி.எஸ். 50 வாகனத்தை முடிந்தவரை வேகமாக ஓட்டிப் பார்த்ததுதான் அவர்கள் நிகழ்த்திய ஒரே சாகசம். சொந்த வீடு என்ற கனவு எட்டியே நின்றது.

பகுதிநேர ஆசிரியர் வேலை பார்த்து சொந்தத் தொழில் நடத்தியவர்களின் கையிருப்பு விரிந்து பெருகியது. வெளியே தெரிந்த இந்த மாற்றங்கள் ஆசான்களுக்கும் அவர்களைச் சார்ந்தவர்களுக்கும் சௌகரியம் சேர்த்திருக்கும். அது தப்பும் இல்லை. ராஜாங்கம் கொடுப்பது. கூடிப் போராட்டம் நடத்தியதால் கிடைத்தது. ஆனால், அக மாற்றங்கள் ஏதாவது நிகழ்ந்தனவா? அப்படி எதுவும் தெரிய வில்லை. காசை நல்லதுக்குச் செலவழித்தல், புத்தகம் வாங்குதல், நலிந்தவர்க்கு உதவுதல் போன்ற எந்தக் குணமும் பலரை அண்டவே இல்லை. சிலரிடம் வெளிப்படும் கஞ்சத்தனம் அதிர்ச்சி யளிக்கும். வேறு சிலரைப் பார்த்தால் இரக்கம் கூடச் சுரக்கும். இவர்கள் எந்த மனவிரிவை அடையப்போகிறார்கள்? எந்த நல்ல விஷயத்தை அனுபவிக்கப்போகிறார்கள்? நல்ல நூல், வாய்ப்பிருந்தால் நல்ல இசைக்கச்சேரி, நல்ல திரைப்படம் என்று எதுவும் கிடையாது. அப்படிப் பட்டவையெல்லாம் இருப்பதே தெரியாது. அவர்களைப் பொறுத்தவரை வாழ்க்கையின் வரையறை சொந்த வீடும் நான்கு சுவர்

வகுப்பறைகளுமே. கலாச்சார சுகங்களிலிருந்து தங்களை நாடுகடத்திக்கொண்டவர்கள்.

ஆறாம் வகுப்புவரை படித்த நண்பர் ஒருவர் இவனுக்கு உண்டு. அடுத்த ஒரு வார காலத்தை மட்டுமே யோசிக்க முடிகிற லௌகீக வாழ்நிலை உடையவர். ஒருநாள் வந்து பழைய சோஃபாவுக்கு ஃபோம் மாற்றித் தரும் தொழில் செய்வதாகவும் சில நாள் கழித்து வந்து கமிஷனுக்கு மாவாட்டும் எந்திரம் விற்பதாகவும் சொல்வார். தோற்றத்தில் கௌரவம் மினுங்கும். முகத்தில் நிரந்தரச் சிரிப்பையும் உள்ளுக்குள் சதா பொங்கி வழியும் மகிழ்ச்சியையும் அவரளவு கொண்ட வேறொருவரை இவன் பார்த்தது கிடையாது. குடும்பச் சச்சரவினால் மனம் உடைந்து அருவி மேலிருந்து தாவிக் குதித்துத் தற்கொலைக்கு முயல, இலக்குத் தப்பிப் பாறையில் மோதி முழங்காலை முறித்துக்கொண்டவர். ஆறு மாதங்கள்போலப் பக்கத்து ஊர் பெரியாஸ்பத்திரியில் பார்வையாளர் யாருமில்லாமல் சிகிச்சை பெற்றுக் குணமாகி, நிரந்தர ஊனத்தோடு தனியாக வாழ்ந்தவர். குறிபிசகிய தன் தற்கொலைச் சாகசத்தைகக்கூட அனுபவித்துச் சிரித்து விவரிக்கும் அவருடைய இயல்பு இவனுக்கு வியப்பாக இருந்தது. ஒருநாளும் வாழ்க்கை குறித்து ஒரு வார்த்தையும் அவர் புகார் சொல்லியதில்லை. தனியாக இருக்கும்போதுகூடத் தன் நிலையை எண்ணிக் கலங்குவாரா என்பது சந்தேகந்தான். ஊரில் பாதிப் பேரோடு அவருக்குப் பரிச்சயம் இருந்தது. அவரோடு இவன் கொண்டிருந்த நட்பைக் குடியிருப்பின் சக ஆசான்கள் சிலர் இளக்காரமாகப் பார்த்ததையும் இவன் அறிவான்.

நடமாடுவது உயர்கல்வி அரங்கங்களில் என்றாலும் பொது விவகாரங்கள் குறித்த ஆசான்களின் கருத்துகளில் உயர் தர சராசரித்துவம் நிலவும். சாம்ராஜ்யம் அதிகாரத்தைக் கைமாற்றியபோது அந்தச் சம்பிரதாயத்தை நடத்திக் கொடுத்தவர் ஒரு ஆதீனகர்த்தர் என்று மனப்பூர்வமாக நம்பும் சிலர் இங்கே இருப்பது எளியவர்க்குக்கூட அதிர்ச்சி தரலாம். நேருவையும் தெரியாததால், நிர்வாக நடைமுறையும் தெரியாததால் வரும் வினை. பொது வாசிப்பில் பள்ளிக்கூட வாத்தியார்கள் எவ்வளவோ மேல் என்று தோன்றும். புத்தகக் கண்காட்சிக்குள் நுழையும் ஐம்பது பேரை நிறுத்தி “என்ன வேலை செய்கிறீர்கள்?” என்று வரிசையாக விசாரித்தால் ஒரு பள்ளிக்கூட வாத்தியார் தேறலாம். ஒரு காலேஜ் வாத்தியார் தென்படுவார் என்று உறுதியாகச் சொல்ல முடியாது. போதிக்கும் பாடம் தாண்டிச் சொந்தமாக ஐந்து, பத்து நூல்கள்கூட வீட்டில் வைத்திருக்காதவர், மொத்த வாழ்க்கையிலும் ஒரே ஒரு ‘கத புஸ்தக’ங்கூடப்

படிக்காதவர், புத்தகங்களை அடுக்குகளாக ஒருசேரப் பார்த்தால் பீதியடைபவர், இவ்வளவு ஏன், எழுத ஒரு வெள்ளைத்தாளைக்கூட வீட்டில் கொண்டிராத பேராசான்கள் என்று பலர் இவன் வாழ்க்கையில் குறுக்கும் நெடுக்குமாக வந்துபோயிருக்கிறார்கள். லௌகீக தரித்திரத்தைப் போக்கி விடலாம், மன தரித்திரத்தை அழித்தொழிக்கவே முடியாது என்று யாரோ சொன்னதாகக் கேள்விப்பட்டிருக்கிறான்.

புதுச் சில்லறை, புது வியாபார ஆசைகளை ஓரிருவர்க்குக் காட்டியது. ஒருவர் ஜெயிக்க, மற்றவர் தோற்க என்று அந்த விளையாட்டு நடந்தது. முடியாது என்று சொல்ல இயலாத, அந்தரங்கச் சுத்தியை அவ்வளவாகச் சந்தேகப்பட முடியாத, புது ஆசையிடம் சரணடைந்த ஒரு சக சொல்லாடி வாங்கிய கடனுக்குப் பிணையாளியாக இருந்து இவன் சிக்கலில் மாட்டி னான். அந்தச் செயலின் பரிமாணங்கள் அறியாத மூடத்தனம். முடிந்தது வாழ்க்கை என்று கலங்கும் அளவுக்கு அது கொண்டு சென்றது. பெற்றவர்களிடம்கூடச் சொல்ல முடியாமல், பழையவற்றோடு புதிதும் சேர்ந்து கொடுத்த அழுத்தத்தில் குறை வாழ்வு வாழ்ந்து அடுத்தவர் கடனை அடைத்துக்கொண் டிருந்தான். மாதத்தின் முதல் வாரத்தில் பெற்றவரைப் பார்ப்பதைக் கூடியவரை தவிர்ப்பான். வெகுளியான அந்த முகங்கள் நெஞ்சை அறுக்கும். ஊடே ஒரு மத்தியஸ்தர் வந்தார்.

'கேள்விப்பட்டன். அந்த ஆள் தெரிஞ்சவர்தான். கொஞ்சம் ஒரு மாதிரிதான் பேசுவார். வேற ஏதாவது வழி இருக்கான்னு பாக்கலாம்.'

'வீட்டுக்கே ஒருநாள் வந்துட்டார். அப்பா, அம்மாகிட்ட எதையோ சொல்லி சமாளிச்சன். இவரும் காலேஜுக்கு வர்றதில்ல.'

'அதுவும் சொன்னாங்க. அந்த ஆள வர வேணான்னு சொல்றேன். வேற எடத்துல ஏற்பாடு பண்ணி இத முடிக்கட்ரை பண்லாம்.'

'வேற எடம்' என்பது இவருக்குத் தெரிந்த இடமாகத்தான் இருக்கும். இவருடையதாகவும் இருக்கலாம். அழுத்தம் குறைய இவன்மீது அக்கறை கொண்ட சிலர் காட்டிய வழி. பேசிக்கொண்டிருந்தது மத்தியஸ்தர் வீட்டில்தான். தற்செயலாக அவர் முதுகுக்குப் பின்னாலிருந்த அலமாரியைப் பார்த்தான். ஒரே அகராதியின் இரண்டு பிரதிகள். ஆங்கிலம்–தமிழ்ச் சொற்களஞ்சியம். தலைநகரச் சர்வகலாசாலையில் மட்டுமே

கிடைக்கக்கூடியது. வாங்க வேண்டுமென்று ஆசைப்பட்டும் ரொம்ப நாளாக சந்தர்ப்பப்படவில்லை.

‘அந்த அகராதி ரெண்டு காப்பி இருக்கே?’

‘தமிழ் மீடியம் ஸ்டூடண்ஸுக்குப் பாடம் நடத்தற பயிற்சிக்கு ரெண்டு தடவை போனன். அப்ப எல்லாருக்கும் குடுத்தாங்க.’

‘எனக்கொண்ணு வேணுமே. பே பண்ணிர்றன்.’

இரண்டாவது ஜோடி வார்த்தைகள் இயல்பாக விழுந்தன.

ஒரு பிரதி எடுத்துக் கொடுத்தார். விலை ஏழரை ரூபாய் என்று போட்டிருந்தது. அவரும் பார்த்தார்.

‘எடுத்துட்டுப் போங்க. நாளைக்கிப் பணம் குடுத்துருங்க.’

14

அந்தத் துறை சின்னதாக இருக்கும்வரை பெரிதாக மனக்குறை இல்லாமல் வண்டி ஓடிக்கொண்டிருந்தது. கல்விக் கூடங்கள், ஆசிரியர் எண்ணிக்கை, ஆய்வுப் படிப்புக்கு வாய்ப்புகள் என்று பெருகப் பெருகப் பிரச்சினைகள் முளைத்தன. தற்காலிக வேலை, பணிப் படிநிலை, பதவி உயர்வு, சம்பள நிர்ணயம் என்று ஆயிரம் கோரிக்கைகள். போதாக்குறைக்கு மத்திய ராஜாங்கத்தின் மானியக் குழு, மாநில ராஜாங்கம் என்று இரண்டு எஜமானர்கள். பேருக்கு இருந்த சங்கம், சூழ்நிலை தந்த நெருக்கடியில் இயல்பாகவே பெரிதாக வும் வலுவாகவும் வளர்ந்தது. பெரும்பாலும் இடதுசாரிச் சிந்தனை உடையவர்களே தலைமைப் பொறுப்புகளில் இருந்தார்கள். திராவிட இயக்கச் சார்புடையவர்கள் ஓரிருவரும் மாறி மாறிப் பொறுப்புகளுக்கு வருவார்கள். சமூகம் சார்ந்த அவ்வப்போதைய பிரச்சினைகளும் கோரிக்கைப் பட்டியலில் இடம்பெறும். நிகரகுவாவில் நிகழ்ந்த புரட்சி, எதிர்ப்புரட்சி பிரச்சனைகூட ஒரு கட்டத்தில் இடம்பெற்றது. “ஆத்தக் கண்டமா, அழகரக் கண்டமா” என்று பலர் முழித்தாலும் சிறு வட்டத்துக்குள்ளேனும் உள்நாட்டுப் பிரச்சினைகள் பற்றி மட்டும் அல்லாது சர்வதேச அரசியல் குறித்த அறிமுகமும் உருவானது.

சங்க உறுப்பினர் ஆகிவிட்டாலே ஒரு பணியாளர் அப்பழுக்கற்றவராகி விடுவார். தப்பு செய்தாலும் சங்கம் அவரைக் கேள்வி கேட்காது. அது போக, அவருக்குப் பாதுகாப்பும் தரும். தொழிற்சங்கத்தின் மரபணுக் கோளாறு இது. மரபணுவை மாற்றுவது சாத்தியமில்லை. சங்க நடவடிக்கைகள் எல்லா வற்றிலும் ஈடுபட்டுக்கொண்டே புறவயமாக அவற்றைப் பார்க்க நாளாவட்டத்தில் இவன் கற்றான்.

அதிர்ஷ்டவசமாக, தொழிலுக்கு அப்பால் இவனுக்கிருந்த வேறொரு ஆர்வம் வாழ்க்கைக்குக் கொஞ்சம் அர்த்தம் கூட்டியது. இவனுடைய நெருங்கிய நண்பர் ஒருவர் படைப்பூக்கம் கொண்டவர். எழுதுவதற்கான எல்லா நுண்திறன்களைப் பெற்றிருந்தும் சங்க நடவடிக்கைகளில் இரண்டற ஐக்கியமான தால் எதுவும் எழுத முடியாமலிருந்தார். பொறுப்புகள் வகிக்க வேண்டிய சங்க ஈடுபாட்டால் நேர்ந்த அந்த இழப்புக்கு வருந்துவது சரியா, தப்பா என்று தெரியவில்லை. இன்னொருவர் சங்கத் தலைமைச் செயல்பாடுகளில் அதிகம் ஈடுபடாமல் தன் எழுத்து வாழ்க்கையைச் சீராகப் பராமரித்ததால் நிறைய எழுதினார். அரசியல், பண்பாட்டு வெளிகளில் குறிப்பிடத்தக்க ஆளுமையாக உருவானார்.

சங்கக் கூடுகைகள் சில மகிழ்ச்சி தரும் தருணங்களாக அமையும். வேறிடங்களில் பணி செய்யும் நண்பர்களையும் பழைய ஆசிரியர்களையும் பார்த்துப் பேச வாய்க்கும். தன் மதிப்புக்குரிய ஆசிரியரும் கவிஞருமான ஒருவரைப் பல ஆண்டுகள் கழித்து அவர் பணியாற்றிய வேறு ஊரில் அப்படியான ஒரு சந்தர்ப்பத்தில் இவன் பார்த்தான். இவனுடைய தமிழ் மொழி வகுப்புக்குச் சிலப்பதிகாரத்தின் புறஞ்சேரி இறுத்த காதையையும் கொலைக்களைக் காதையையும் அவர் சொல்லிக் கொடுத்தார். அவருடைய வகுப்புகளின் ஈர்ப்பு பற்றிய பேச்சு பிற மாணவர்களிடம் பரவ அவர்களில் சிலர் அவருடைய அனுமதி பெற்று இவன் வகுப்பில் உட்கார்ந்து பாடம் கேட்டார்கள். ஜபல்பூர் பல்கலைக்கழகத்தில் ஓஷோ போதித்த தத்துவ வகுப்புகளுக்கு வேறு பாட மாணவர்கள் நெருக்கியடித்துக் கூடினார்களாம். ஜன்னல்களின் உள்விளிம்புகளில்கூட உட்காரந்திருப்பார்களாம். வேறு கலாசாலைகளில் அதுபோல நடந்திருப்பது அபூர்வம். பல வருடங்கள் கழித்தும் திருப்பிச் சொல்லும் அளவுக்குச் சிலப்பதிகார வரிகள் சில இவன் மனதில் பதிந்த காலம் அது.

வீடு, வளாகம் போன்றவற்றில் மட்டுமே பார்த்துப் பேசிய அவர் ஏரிக்கரையில் தன் சைக்கிளைத் தள்ளிக்கொண்டு இவனோடு உரையாடி நடந்துவந்தது ஒரு மாலைநேரக் கவிதைக் காட்சி. பேருந்து நிலையத்திலிருந்து தன் வீட்டுக்கு இவனை அழைத்துப் போனார். பாதை அழகாக இருந்ததால் நடக்கலாம் என்று இவன் சொன்னதை ஏற்றுக்கொண்டார். எங்களின் பின்னே மறையும் சூரியனின் மௌனம் நிரம்பிக் கிடந்தது.

‘தங்கியிருக்குற இடம் வசதியா இருக்கா? நாளைக்கு நைட்டுதான கிளம்பறிங்க?’

‘ஆமாங்க சார். லாட்ஜ் வசதியாத்தான் இருக்கு . . . காலையிலேயே ஜிகர்தண்டாவும் குடிச்சாச்சு.’

‘சரிதான். அதக் குடிச்சிங்களான்னு ஊருக்குப் போனா கேப்பாங்களே. நீங்க இந்த வேலைக்குத்தான் வருவீங்கன்னு எனக்கு அப்பவே தெரியும். வேலை எப்டி இருக்கு?’

‘பொதுவா நல்லாத்தான் இருக்குங்க சார். ஆனா, சில நாள் அதிருப்தியா உணர வேண்டியிருக்கு.’

‘அப்டி இருக்குறது ஒரு வகைல நல்லதுதான். வகுப்பையும் நம்மையும் கூடுதல் உயிர்ப்போடு வச்சிக்க நாம் புதுசா சிலதை யோசிக்க அது ஒரு வாய்ப்பு. திருப்தின்ற உணர்வு மேல உழைக்க வைக்காது.’

‘உண்மைதான் சார். நீங்க ஒரு தடவை சார்ல்ஸ் லேம்பின் ட்ரீம் சில்ரன் கட்டுரைய பி.ஏ. வகுப்புல படிச்சதாவும் அதைத் தமிழ்ல மொழிபெயர்த்து உங்களோட ஆங்கில ஆசிரியர்கிட்ட காட்டினதாவும் சொன்ன ஞாபகம். இப்ப ஆங்கில மொழிப்பாடத்துல லேம்போட ஒரு சின்ன கவிதை பாடமா இருக்குது. அத நடத்தும்போது உங்களப் பத்தி பசங்ககிட்ட சொல்லுவன்.’

‘லேம்போட கட்டுரை எதுவும் பாடமா இருக்கிறதில்லையா?’

‘அவரோட கட்டுரையை இப்பல்லாம் மொழிப்பாடத்துல வைக்க முடியாதுங்க சார். மேஜர் பசங்களுக்கே அவரோட ரெண்டு, மூணு கட்டுரையத்தான் வைக்கிறாங்க. நிலைமை அப்டி இருக்கு. நாங்க முதல் வருஷம் பி.ஏ.வுல அவரோட இருபது கட்டுரை போல படிச்சோம். சிலது அப்போ கடினமாத்தான் இருந்தது.’

‘அந்தக் கட்டுரையை அந்த வயசுல மொழிபெயர்க்கறது கஷ்டம். அது கவிதை மாதிரித்தானே இருக்கும். நடத்தி முடிச்சதும் அதை எங்கள் போக்கில் தமிழ்ல எழுத முயற்சி பண்ணச் சொல்லி எங்க லெக்சரர் சொன்னார். சிலர் எழுதிக் காமிச்சோம். லேம்போட நிறைவேறாத காதலைப் பத்தின பகுதியில இருநோக்கு இவள்உண்கண் உள்ளது ஒருநோக்கு நோய்நோக்குஒன்று அந்நோய் மருந்து அப்டின்ற திருக்குறளை மேற்கோள் காட்டியிருந்தேன். எளிதா புரியுமே. மைதீட்டிய கண்ணுக்கான வார்த்தை அந்த உண்கண். நான் எழுதினது நல்லா இருந்ததாப் பாராட்டினார்.’

‘அப்டி எழுதறதே பெரிய விஷயம் சார்... சார்ல்ஸ் லேம்ப் என்னோட வாழ்க்கையவே திருப்பிப்போட்டவர். பெர்சனலா அவர் எனக்கு ரொம்ப வேண்டியவர். நான் பாட்டுக்குத் தமிழ் லிட்ரேச்சர் வகுப்புல படிச்சிக்கிட்டிருந்தன். சேந்து சில வாரம் ஆகிருக்கும். இங்லிஷ் லிட்ரேச்சர் வகுப்புல இருந்த ஒரு பொண்ணு லேம்பப் படிக்க முயற்சி பண்ணி பீதியாகி தன்னத் தமிழுக்கு மாத்தச் சொல்லி பிரின்ஸிபால்கிட்ட முறையிட்டிருக்கு. இந்த விஷயத்தை அங்கிருந்தவங்க பிறகு சொன்னாங்க. இங்லிஷ் லிட்ரேச்சர் பாடத்துக்கு மாற விருப்பம் உள்ளவங்கள வகுப்பு முடிஞ்சப்புறம் சாய்ந்தரமா தன்னைச் சந்திக்கச் சொல்லி எல்லா முதல் வருஷ வகுப்புக்கும் அவர் ஒரு சர்குலர் அனுப்பிச்சார். அந்தப் பாடத்துக்கு கிராக்கி இருக்குமே. ஏழெட்டு பேர் போனோம். பி.யு.ஸி.ல வாங்கின இங்லிஷ் மார்க்க எழுதித் தரச் சொன்னார். அதுல என்னோட மார்க்தான் அதிகம். அத ஆஃபிஸ்ல சரிபாத்துட்டு அடுத்த நாள் எங்க ரெண்டு பேரையும் பரஸ்பரம் வகுப்பு மாத்திவிட்டார். அப்டி படிச்சதனாலத்தான் வேலையும் சீக்கிரம் கெடச்சதுங்க சார். இல்லாட்டி ரொம்ப சிரமப்பட்டிருப்பன்.’

‘இந்தச் செய்தி எனக்குத் தெரியாதே. நியாயமா பாத்தா லேம்போடப் படத்த நீங்க உங்க ஸ்டடி டேபிள்ல வச்சிக்கணும் போலிருக்கே. அதிருக்கட்டும். நான் அப்ப அங்கதானே இருந்தேன். அந்த பிரின்ஸிபால் ரொம்ப நேர்மையானவர். ஸ்ட்ரிக்டா இருப்பார்.’

‘ஆமாங்க சார், தெரியுதே. என்னோட வகுப்பு மாற்றத்தை எவ்ளோ முறையா செஞ்சிருக்கார் பாருங்க. இன்னொரு விஷயம் ஞாபகத்துக்கு வருது. உங்களுக்கும் தெரிஞ்சிருக்கும். கேம்பஸ்க்கு உள்ளே சைக்கிள் பெல்லோ ஸ்கூட்டர், பைக் ஹார்னோ யாரும் அடிக்கக்கூடாதுன்னு அவர் ஒரு சர்குலர் அனுப்ச்சார். எல்லாருமே அதைக் கடைப்பிடிச்சாங்க. காலை நேரத்துல பசங்க கொஞ்ச கொஞ்ச பேரா மெயின் கேட்டுல இருந்து உள்ளே நடந்தோ சைக்கிள்லியோ வருவாங்க. பிரின்ஸிபால் தன்னோட ஃபியட் காரை ஓட்டிக்கிட்டு வருவார். பின்னாடி கார் வர்றது தெரியாம பசங்க நடந்துகிட்டிருப்பாங்க. அவரும் மெதுவா அவங்களுக்குப் பின்னாடி வருவார். யாராவது சொல்லி பசங்க வழிவிட்டாத்தான் உண்டு. கேட்ல இருந்து அவரோட ரூம் நல்ல தூரந்தானே.’

‘ஆமாம். ஞாபகம் இருக்கு. நானும் சைக்கிள்லதான வருவேன்.’

‘ஒரு சுவாரசியமான விஷயம் சொல்லட்டுங்களா சார்? இப்பதான் எங்கியோ படிச்சேன். அவர்தான் அகிலனை

ஞானபீட விருதுக்குப் பரிந்துரைச்சவராம்.' சிரித்துக்கொண்டே இவன் சொன்னான்.

'அது வேற. இது வேற.'

லேம்ப் பத்தொன்பதாம் நூற்றாண்டு பிரிட்டிஷ் எழுத்தாளர். ஆங்கில உரைநடை இலக்கியத்தின் பிதாமகர்களில் ஒருவர். கவிதை எழுதியிருந்தாலும் அதில் அவ்வளவாகச் சோபிக்காதவர். கவிதை எழுதும் எல்லா வாய்ப்பையும் கட்டுரைகளிலேயே தீர்த்துவிட்டவர். நான்கு வாக்கியங்களுக்கு ஒருமுறை ஏதாவது ஒரு செவ்வியல் பிரதிக்குத் தொடர்புக் குறிப்பு வந்துவிடும். காதல் தோல்வியின் வடு பதிந்த மனம் அவருடையது. மனநோயின் வெறித் தாக்குதல் காரணமாகத் தங்கள் அம்மாவைக் கொன்ற அக்காவைக் கவனித்துக்கொள்ளும் பொருட்டு லேம்ப் திருமணம் செய்துகொள்ளவில்லை. நோய் காரணமாகத் தண்டனை யிலிருந்து விலக்கு பெற்ற அப்பெண்மணி எழுத்தாளரும்கூட. அக்காவும் தம்பியும் ஷேக்ஸ்பியர் நாடகங்களில் இருபதை இளம் வாசகர்களுக்காகக் கதை வடிவத்தில் மாற்றிக் கொடுத்தார்கள். அவல நாடகங்களின் கதைகளைத் தம்பி எழுதினார். இலக்கிய அந்தஸ்து கருதி இங்கிலாந்தில் பள்ளி மாணாக்கருக்கும் இங்கே கல்லூரி மாணாக்கருக்கும் அவற்றைப் பாடமாக வைப்பதுண்டு. அதுவும் சிலது சுருக்கப்பட்ட வடிவத்தில்தான். சாகசமும் கிளர்ச்சியும் நிரம்பிய அண்ணன் ஒருவரின் அகால மரணம் லேம்ப் அனுபவித்த இன்னொரு சோகம். கால்வலியால் நடக்கச் சிரமப்பட்ட சிறு வயது லேம்பைத் தூக்கித் திரிந்தவர் அவர். பெரும்பாலும் தன் சுய வாழ்க்கையையே கட்டுரைகளின் கருவாக்கினார் லேம்ப்.

'ட்ரீம் சில்ரன்' ஒரு கனவுச் சித்திரம். தான் காதலித்த பெண் வேறொருவரைத் திருமணம் செய்துகொண்ட சூழலில் தனக்கும் அந்தப் பெண்ணுக்கும் பிறந்த ஆண், பெண் என இரண்டு கற்பனைக் குழந்தைகளிடம் அவர்கள் பார்க்காத கொள்ளுப்பாட்டியைப் பற்றியும் அருமைப் பெரியப்பாவைப் பற்றியும் கதையாக அதில் லேம்ப் விவரிக்கிறார். இறுதியில், தங்களின் 'அழகு அம்மா'வைப் பற்றிச் சொல்லச் சொல்லிக் குழந்தைகள் கேட்கின்றன. "சில சமயம் நம்பிக்கையுடனும் சில சமயம் நம்பிக்கை முறிந்தும்" ஏழு நீண்ட ஆண்டுகள் அவர்கள் அம்மாவோடு தன் காதல் நிகழ்ந்ததாகச் சொல்கிறார். பெண் குழந்தைக்கும் காதலியின் பெயரே. காதலியின் ஆன்மா குழந்தையின் கண்ணில் தெரிகிறது. அம்மாவின் மறு வடிவமாகக்

குழந்தை தோன்றுகிறது. முன்னால் நிற்பது காதலியா, குழந்தையா என்ற குழப்பம் வரும்போது லேம்புக்கு விழிப்பு தட்டுகிறது.

'முதல்ல இங்கதான புதுக்கவிதைகளைப் பாடமா சேத்தாங்க? யூனிவர்சிட்டியோட உங்களுக்குத் தொடர்பு ஏதும் உண்டுங்குளா சார்?'

'ஆமா. செல்லப்பா தொகுத்ததைப் பாடமா வச்சாங்க... யுனிவர்சிட்டியோட பெருசா தொடர்பு ஏதும் இல்ல. ஒரு தடவை பாடத் திட்டக் குழுவில் இருந்தேன். வெறுமனே பாடங்களை மாத்தறதனால பயனில்லை, எல்லாத்துக்கும் கையேடு தயாரிச்சிர்றாங்க. கேள்விகள் கேக்கற விதத்தையும் மாத்தணும்னு சொன்னேன். மாதிரி வினாத்தாளை என்னையே தயாரிக்கச் சொன்னாங்க. பி.ஏ. மேஜர் பசங்களுக்கு ஒரு சிறுகதைத் தொகுப்புப் பாடமா இருந்துச்சு. "இந்தத் தொகுப்புல உங்களுக்குப் பிடிக்காத கதை எது? ஏன்?" என்று சோதனைரீதியா ஒரு கேள்விய சேத்தேன். விமர்சனம் என்ற அளவுல இல்ல. தங்களோட கருத்தச் சொல்ல மாணவர்களுக்கு ஒரு மொழி உருவாகணுங்குறதுதான் நோக்கம். அதையே தேர்விலும் கேட்டாங்க. நானும் மதிப்பீட்ல கலந்துகிட்டேன். ஒரு மாணவன், மாணவியாவும் இருக்கலாம், தி. ஜானகிராமனோட சண்பகப்பூ கதை தனக்கு பிடிக்கலை என்று சொல்லி அதுக்கு சில காரணங்களையும் எழுதியிருந்தான். அந்தக் கருத்து ஒருமாதிரி இருந்தாலும் அதைத் தன் மொழியில் அவன் எழுதியிருந்தது ரொம்ப நல்ல விஷயமா தெரிஞ்சுது. தன்னோட மொழிய கண்டுபிடிக்க அது ஒரு வழி. ஆனா, ரெண்டு வருஷத்துல பழைய கதைக்குத் திரும்பிட்டாங்க.'

'சார், இப்டித்தான் கேள்விங்க இருக்கணும். கைடுல இருக்குறத மனப்பாடம் பண்ணி பசங்க எழுதிடறாங்க. சில வருஷங்களுக்கு முன்னால இதுக்குக் கைடு தயாரிக்க முடியாதுன்னு உறுதியா நம்பி, முதல் வருஷத்துக்கு ஒண்ணு, ரெண்டாவது வருஷத்துக்கு ஒண்ணு அப்டின்னு ரெண்டு ஆங்கில மொழிப் பாடநூல்களை எங்க யுனிவர்சிட்டியில வச்சாங்க. அருமையான பாடங்கள். நுணுக்கமான பயிற்சிக் கேள்விகளையும் கொடுத்திருந்தாங்க. பாடத்தப் படிக்காம பதில் எழுதவே முடியாது. ஒரே வருஷந்தான். கைடு வந்துருச்சு. பாடநூல் நிபுணர்கள் பாயில நுழஞ்சா கைடு எழுதும் அறிஞர்கள் தரையில நுழஞ்சர்றாங்க. ரெண்டாவது வருஷம் முடிஞ்சதும் அதை பாடத்திட்டத்திலேர்ந்து தூக்கிட்டாங்க. ஆசிரியர்கள் பலருக்குமே அது பிடிக்கல. நெறையா உழைக்கவேண்டியிருக்குமே.'

வீட்டு வாசலில் குழந்தைகள் காத்துக்கொண்டிருந்தார்கள். நடக்கத் தடுமாறிய ஒரு குழந்தை அவருடைய காலைக் கட்டிக்கொண்டது.

இன்னொரு கூடுகையின்போது முன்பு பணிசெய்த நதிக்கரைக் கல்லூரியில் அப்போதுதான் வெளியான ஒரு நாவலை இவன் வாங்கினான். தமிழின் உயர்தர நாவலாகப் பின்வந்த வருடங்களில் பரவலாகப் பேசப்பட்ட படைப்பு அது. வெளியிட்டவர்களே அங்கு சிறு விற்பனை அரங்கு வைத்திருந்தார்கள். விற்பனையைக் கவனித்துக்கொண்டவரும் இவனுக்கு அறிமுகமான எழுத்தாளர்தான். நாவலைக் குறித்துச் சில வார்த்தைகளை அறிமுகமாகச் சொன்னார். சமயம் கிடைக்கும்போதெல்லாம் அதன் சில பகுதிகளைத் திரும்பத் திரும்ப வாசிப்பான். புதுப் பாய்ச்சல்களை நிகழ்த்திய உரைநடையும் இலக்கியம், சமூகம் தொடர்பான நிர்த்தாட்சண்யமான விமர்சனப் பார்வையும் கொண்டது அது.

அறையில் வேறு யாரும் இல்லாத நேரத்தில் பக்கத்து இருக்கை நண்பரிடம் அதன் சில பத்திகளை உரத்து வாசித்துக் காட்டுவான். அப்படி செய்யத் தோதான நடை கொண்டதுதான் அது. அப்படிச் செய்வது இவனுக்குப் பிடித்த காரியம். தேடிப் படிப்பவர் என்று சொல்ல முடியாவிட்டாலும் நண்பர் நல்ல விஷயங்களைக் காதுகொடுத்துக் கேட்பார். அவர் அடிக்கடி சொல்லும் வாசகம்: "ஒருநாள் ராத்திரி உங்க வீட்டுக்கு முன்னால ஒரு குவியல் புஸ்தகங்களையும் பக்கத்தில் அதே அளவு மணலை யும் போட்டு வச்சிட்டுத் தூங்கப் போயிடுங்க. காலையில பாத்தா மணல் மட்டுமே காணாமல் போயிருக்கும்."

படிக்கக் கேட்கும்போது 'ஆகா, ஆகா' என்று பரவசப்படுவார். *துன்பத்தின் விந்துவைக் குழந்தையாக மாற்றினான் தஸ்தாவ்ஸ்கி. அவனுக்குக் கிடைத்தவை குரூரம், கொடிய தண்டனைகள், வறுமை, புறக்கணிப்பு, துன்பங்கள். அவன் உலகிற்குத் தந்தது கலையின் சிகரம். துன்பம் பரவசமாக மாறி, சந்திக்கும் இதயங்கள் அனைத்தையும் பரவசத்தில் ஆழ்த்துகிறது. சகல துன்பங்களையும் தன்னுடையதாகப் பார்ப்பது, தனது துன்பங்களைத் தன்னுடையவையாக அல்லாமற் பார்ப்பது, இவ்வளவுதான் விஷயம். சகல மேன்மைகளும் இதிலிருந்துதான் கொப்புளிக்கின்றன.* நாவலின் பிரதான பாத்திரமான ஜோசஃப் ஜேம்ஸின் இந்த நாட்குறிப்புப் பகுதியை மட்டும் குறைந்தது மூன்று தடையாவது அவரிடம் படித்துக் காட்டியிருப்பான்.

ஆர்வக்கோளாறில் இன்னொருவரிடம் அதைக் கொடுத்துப் படிக்கச் சொன்னான். இரண்டு நாள் கழித்து அவர், "எழுத்தாளரை முதலில் தமிழ் கத்துக்கச் சொல்லுங்க," என்றார். அதைக் கேட்ட அதிர்ச்சி பலநாள் நீடித்தது. கருத்தியல் ரீதியாக அந்த எழுத்தாளர் பலவிதத் தாக்குதல்களை நேர்கொண்டவர்தான். ஆனாலும், இது புது விதமானது. நாவல் பற்றி வேறு ஏதாவது விமர்சனம் வைத்திருந்தாலும் தெரிந்ததைச் சொல்லியிருக்கலாம். தமிழின் மிகக் குறிப்பிடத்தக்க நடையியலாளர் என்று கருதப்பட்ட அவர்மீது இந்தப் பழி சுமத்திய ஒரே நபர் இவராகத்தான் இருப்பார். இவர் திராவிட இயக்கப் பற்றாளரும்கூட. பால பருவத்தில் படிந்த இலக்கியம் குறித்த பார்வையை ஐம்பது வயது ஆனாலும் மறுபரிசீலனை செய்வது என்ற பேச்சுக்கே இம்மாதிரியானவர்களிடம் இடமிருக்காது. புதியது எதையும் விரோத மனப்பான்மையுடன் புறக்கணித்துவிடுவார்கள். தம் கருத்து விசுவாசம் குறித்துப் பெருமையாகவும் பேசிக்கொண்டு குழுவாக நடமாடுவார்கள். ஒத்த இறகுகள் ஒன்றுகூடுவது சகஜம்.

இவர்களைப் போன்றவர்களுக்கு எதிர்முனையில் ஓரிருவர் இருக்கத்தான் செய்தார்கள். வேறு பாடங்கள் போதித்தவர்கள் என்றாலும் திறந்த மனதுடன் இலக்கிய உரையாடல்களிலும் வாசிப்பிலும் ஆர்வம் காட்டுவார்கள். சமகாலத்தில் வெளியாகும் நல்ல நூல்களை அடையாளம் காணும் திறன் கொண்டவர்கள். பேச்சில் அழகியல் உணர்ச்சி வெளிப்படும். ஒதெல்லோவிலிருந்து சில வரிகளை ஒருநாள் மேற்கோள் காட்டினார் இயற்பியல் போதித்த ஒருவர். மனப்பாடத் திறமையைக் காட்ட அல்ல, சூழலுக்குத் தகுந்த உதாரணம் காட்ட. ஜானகிராமனை வியந்தோதுவார் கணிதம் போதித்த இன்னொருவர். இந்த மாதிரிப் பித்தெல்லாம் ஒருவருடைய பதினெட்டு, இருபது வயதில் பிடிக்க வேண்டும். அது அவரை ஏதேதோ களிப்புக்குக் கொண்டுபோய்ச் சேர்க்கும். தன்னையே தோண்டிப் பார்க்கவும் வாய்க்கும். அந்த வயதுக்கு மேல் புதிதாக அந்தப் பித்து பிடிக்கும் சாத்தியம் மிகக் குறைவு. அப்படியே பிடித்தாலும் சீக்கிரம் சொஸ்தமாகிவிடும். சொஸ்தமாகக்கூடாத பித்து அது.

15

'இது கசடதபற பத்திரிகையோட முதல் வருஷத்து பைண்டு. சைஸ் பெருசா இருக்கும். ரெண்டாவது வருஷம் கொஞ்சம் சின்னதா ஆகி, அப்றம் கொஞ்ச வருஷம் கழிச்சி இன்னும் சின்னதா வந்து நின்னிடுச்சி. ஒண்ணொண்ணா தர்றன். இத ரெண்டு வாரத்துல தந்துடுங்க. நியாயமா பாத்தா இதுக்கு நீங்க இருவதாயிரம் டெபாசிட் கட்டிட்டுதான் எடுத்துக்கிட்டுப் போகணும்.' சிரித்துக்கொண்டே இவன் சொல்கிறான்.

'அதுக்கு நான் பி.எஃப். லோன்தான் போடணும்.' அவரும் புன்னகைத்தே பதில் சொல்கிறார். 'இதோட முக்கியத்துவம் தெரியுது. பத்திரமா திருப்பிடறன். பலரும் இதப் பத்தி சொல்லுவாங்க. ரொம்ப ஆசையா காத்துக் கிட்டிருந்தன்.'

வீட்டுக்கு வந்திருப்பவர் வங்கியில் வேலை பார்ப்பவர். மாணவர் ஒருவருடைய அறிமுகத்தால் இவனுக்குப் பரிச்சயமானவர். அவருடைய விருப்பத்தை நாள் கடத்தி, சோதித்துப் பார்த்த பிறகே தொகுப்பைத் தருகிறான்.

'அதக் குடுங்க. அக்கம்பக்கம்னு ஒரு பத்தி வரும். ஆசிரியர் எழுதுவார். அதுல ஒரு பகுதிய படிக்கிறன், கேளுங்க. ஜேம்ஸ் ஜாய்ஸின் யுலிஸிஸ் நாவலை வெளியிட்ட தி லிட்டில் ரெவ்யூ இலக்கியப் பத்திரிகைக்கு இரண்டாயிரம் சந்தாதாரர்களே இருந்தார்கள். அந்தப் பத்திரிகையின் கொள்கைப் பிரகடன வாசகம் இது: "பொது மக்களின் ரசனையோடு சமரசம் செய்துகொள்ளாத பத்திரிகை – தி லிட்டில் ரெவ்யூ."

'என்னா கான்ஃபிடென்ஸ் பாருங்க. ரெண்டாயிரம் சந்தாதாரர்கள் அதிகமில்லியா?'

‘நமக்குக் கெடைக்கிறவங்க இருநூறு பேர். அவங்களுக்கு ரெண்டாயிரம். படிப்பறிவும் சரி, படிப்பு மேல ஆர்வமும் சரி அமெரிக்காவுல அதிகமாத்தானே இருக்கும். முதல் உலகப் போருக்கு முன்ன பின்ன பதினஞ்சி வருஷம் வந்த பத்திரிகை அது. ஆசிரியர் பேரு மார்கரெட் ஆண்டர்ஸன். தன்னோட தோழிய உதவி ஆசிரியரா சேத்துக்கிட்டாங்க. பிரிண்ட்டரோட பில்லுக்கும் வசிச்ச ஃப்ளாட்டுக்கு வாடகையும் தர பணமில்லாம சிகாகோ ஏரிக்கரைல டென்ட் அடிச்சி தங்கி, ஒருத்தர் அடுத்தவருக்கு முடி வெட்டிக்கொண்டு ரெண்டு பெண்களும் சில மாதங்களைக் கடத்தியிருக்காங்க. டாடாயிசம், சர்ரியலிசம் மாதிரியான புது இலக்கியப் போக்குகள பத்திரிகைல அறிமுகப்படுத்தினாங்க. மாஸ்டர்பீஸான யுலிஸிஸ் நாவலைத் தொடரா வெளியிட்டதே அவங்களோட ரொம்பப் பெரிய சாதனை. நாவல் ஆபாசமா இருக்குதுண்ணு ஒருத்தர் கேஸ் போட்டார். சில பகுதிகள் வெளியான பத்திரிகைக் கட்டுகளை போஸ்டல் டிபார்ட்மெண்ட் கைப்பத்தி எரிச்சிருக்கு. நாவலும் பாதில நின்னுடிச்சி. கோர்ட் விசாரணக்குப் போயிருக்காங்க. வழக்குல தோத்த பிறகு நூறு டாலர் ஃபைன் கட்டலைன்னா ஜெயில்னு தீர்ப்பு வருது. ஜெயிலுக்கே போறன்னு மார்கரெட் பிடிவாதம் பிடிச்சிருக்காங்க. நண்பர்கள் அட்வைஸ் பண்ணித் தடுத்துருக்காங்க. நாவலை ரொம்பவும் வெறுத்த ஒரு பெண் ஃபைனைக் கட்டினாராம்.’

‘கதை மாதிரியில்ல இருக்குது. சிலர் இவ்ளோ சிரமப்படறதனாலதான் சீரியஸான பத்திரிகையும் புஸ்தகமும் பிரசுரமாக முடியுது போல இருக்குது.’

‘எல்லா நாட்லையும் இப்படியான சாகசங்கள் உண்டு.’

‘ஜீவனத்துக்கான உங்களோட தொழிலும் உங்களோட ஆர்வமும் அக்கறையும் ஒண்ணாவே இருப்பது பெரிய அதிர்ஷ்டம். என்னப் பாருங்க. பத்திலிருந்து அஞ்சுவரை பணம் எண்ணிக் கொடுக்கணும், எண்ணி வாங்கணும், அப்புறம் செக், டி.டி. பாஸ் பண்ணனும், நாள் முடிவுல கணக்க டேலி பண்ணணும்னு ஒரே மாதிரி வேலையை நாள் கணக்கா, வருஷக்கணக்கா செஞ்சிக்கிட்டே இருக்கன். கூடவே குடும்ப வேலை, அது இதுன்னு செய்யணும். படிக்கவும் எழுதவும் நேரத்தக் கஷ்டப்பட்டே கண்டுபிடிக்கணும். எத்தனை ‘ணும்’ சொல்லிட்டன் பாருங்க. அதுவே என்னோட சலிப்பைச் சொல்லிடும்... உங்களப் பாத்தா பொறாமையா இருக்கு.’

‘நீங்க சொல்றது ஒருவகைல சரிதான். ஆனா, உங்கள மாதிரி இருக்கவங்க செய்ற காரியங்கள்தான் உண்மைல

சாதனை. சாப்பாட்டுக்கு ஒரு வேலை. ஆர்வம் வேற எடத்துல. எழுத்துல பற்று இருக்கவங்களுக்கு ஜீவனத்துக்கான வேற வேலை விரக்தியைக்கூடத் தரலாம். ஒரு காலத்துல பத்திரிகைல வேலைபாத்துக்கிட்டே எழுதினாங்க. அப்படியும் கஷ்டமான வாழ்க்கதான். இப்பவும் எழுதறதை மட்டுமே வேலையா வச்சிருக்கவங்களும் இருக்காங்க. எப்பவோ கெடைக்கிற சொற்ப ராயல்ட்டியை நம்பி வாழ முடியும்னு தோணல. அப்டி ஒரு வாழ்முறையைத் தேர்ந்தெடுக்கிறது தற்கொலை முயற்சிக்கு சமந்தான். எழுதறதையும் படிக்கிறதையும் வாழ்நாள் வேலையா க.நா.சு. வச்சிருந்தார். அவர உங்களுக்குத் தெரியாம இருக்காது. க.நா. சுப்ரமண்யம். அவருக்குக் கெடச்ச கொஞ்ச பணமும் இங்லிஷ்ல எழுதுனதால வந்ததுதான். சமயத்துல பழைய பத்திரிகைகளையும் நியூஸ் பேப்பரையும் எடைக்கு வாங்கும் ஆளுக்காகக் காத்திருப்பாராம். இதப் பாத்தா, மாதச் சம்பளம் வாங்கற நாம செய்றதா சொல்றதெல்லாம் அதிகப்பிரசிங்கித் தனமா தோணுது... எங்க விஷயத்துக்கு வர்றன். படிக்கிறதுக்கும் அதப் பகிர்ந்துக்கிறதுக்கும் எங்களுக்குச் சம்பளம். க்ளீஷேதான், ஆனாலும் பொருத்தமா இருக்கே. கரும்பையும் கொடுத்து அதத் தின்னக் கூலியும் குடுக்கிறாங்கன்னு சொல்லலாம்... மொழியும் இலக்கியமும் சொல்லிக்கொடுக்கும் எல்லா வாத்தியாருங்களுமா எழுத முடியும்? மத்தவங்க எழுதறத படிச்சாக்கூட போதுமே.'

இரண்டு வருடப் பழக்கமுள்ள இவர் தன் இயலாமை பற்றி வருந்தினாலும் நிறைய படிப்பவர். கதைகளும் எழுதுகிறார். சில பிரசுரமும ஆகியுள்ளன. இவர் மாதிரியே ராஜாங்க அலுவலகத்தில் வேலை பார்ப்பவர், உரக்கடை வைத்திருப்பவர், வாகன உற்பத்திக்கூடத் தொழிலாளி, பள்ளி ஆசிரியர் என்று வேறு சிலரும் பேசக்கூடும். சம்பந்தா சம்பந்தமில்லாத இவர்களை ஒன்று சேர்த்திருக்கும் ஒரு பித்து, இலக்கிய ஆர்வம். சிலர் எழுத, சிலர் படிக்க என்று சொன்னாலும் படிப்பதும் எழுதுவதும் அநேகமாக ஒரே குழுதான். எண்ணிக்கை சில நூறே என்றாலும் சூழலை அசைத்துப் பார்க்கும் லட்சியம் உள்ளவர்கள். பத்திரிகை நடத்தி, புத்தகம் பதிப்பித்து உன்மத்தத்துடன் செயல்படுகிறவர்கள். சோதனைரீதியான எழுத்து முறைகள், அதுவரை இலக்கியத்துக்குள் வராத வாழ்க்கை அனுபவங்கள் போன்றவை அவ்வகைச் சிறுபத்திரிகைகளின் படைப்புகளில் இடம்பெறும். அயல் இலக்கியத்தை மொழிபெயர்த்து அறிமுகம் செய்வதால் அவற்றுக்கு சர்வதேச குணம் படிந்துவிடும். 'சிறு' என்பது விருப்பத் தேர்வு. நுண்ணுணர்வுள்ள குறைவான வாசக எண்ணிக்கை தொடர்பான சொல் அது. அவற்றால்

கண்டுபிடிக்கப்படும் திறமையான புது எழுத்தாளர்கள் பிரசுர ஊக்கம் பெற்று, காலப்போக்கில் பொருட்படுத்தத்தக்க எழுத்தை எழுதக்கூடும். பின்னாளில் பெயர் தெரிய வரும் தரமான எழுத்தாளர்களின் இலக்கிய உலகப் பிரவேசம் பெரும்பாலும் அங்கேதான் நிகழும்.

மனைவியின் நகைகளை அடகுவைத்து பத்திரிகை நடத்திப் பணத்தை இழந்ததோடு குடும்ப நிம்மதியையும் கெடுத்துக் கொண்ட தனி நபர்கள் உண்டு. மாதச் சம்பளம் வாங்கும் மூன்று, நான்கு பேர் கூட்டாகப் பணம் போட்டு பத்திரிகை நடத்துவதும் உண்டு. அது சில இதழ்களோடு நின்றுவிடும். குறுகிய வாழ்நாள் அவற்றின் உலகளாவிய விசேஷப் பண்பு. *ஆயுள் உனக்கா, எனக்கா?* என்று அவற்றின் ஆயுள் சந்தாத் திட்டத்தைக் கேலிசெய்தார் ஒரு கவிஞர். அவற்றில் வெளியான எல்லாமே தரமானவை என்று சொல்ல முடியாவிட்டாலும் சில படைப்புகளாவது பின்னாளில் தர நிர்ணயத்துக்கும் புதுப் போக்குக்கும் ஆதாரமான தொகுப்புகளில் இடம்பெற்றன. பத்து பேர் அவற்றைப் படித்து விவாதித்தால் தொடர்புடையவர்கள் அதைப் பெரிய பேறாகக் கொண்டாடுவார்கள். இன்னொரு ஐம்பது பேர் படித்துவிட்டுப் பேசாமலிருந்தாலும் ஏதோ உள்மாற்றம் நிகழ்ந்து அடுத்த கட்ட வாசிப்புக்கோ எழுதும் முயற்சிக்கோ போவார்கள்.

'சி.சு. செல்லப்பா அப்டிங்கறவரப் பத்தி ஒரு குறிப்பை இது சம்பந்தமாப் படிச்சேன்.'

'அவர்தான் இந்த சாகச உலகத்தோட பிதாமகர். எழுத்துன்ற பேர்ல ஒரு பத்திரிகைய பதினோரு வருஷம் தனி ஆளா நடத்தினார். விமர்சனத்துக்குன்னுதான் ஆரமிச்சார். திட்டமிடாமலேயே நவீன கவிதையோட பிரசுரத்துக்கு இடம் தந்து அதுக்கான தியரியையும் வளத்தினார். லட்சியத்துக்கும் எளிமைக்கும் அவர உருவகமாப் பாக்கலாம். அவருக்கும் முன்னால சில பேர் இலக்கியப் பத்திரிகைகள் நடத்தியிருந்தாலும் அவரளவுக்குப் பிடிவாதமும் தொடர்ச்சியும் கொண்டிருந்தவங்க அல்ல அவங்க. க.நா.சு. இதுக்கு முன்னால சூறாவளின்னு ஒரு வாரப் பத்திரிகைய ஆறே மாசம் நடத்தி அவர் அப்பா குடுத்த சொத்தில் கணிசமான பகுதியை இழந்திருந்தார். சாதாரணமாவே இலக்கியப் பத்திரிகை நடத்தினா நஷ்டம் வரும். ஆனா இவர் வணிகப் பத்திரிகை மாதிரி ஆர்ட் பேப்பர், படம் அது இதுன்னு போட்டு நெறையா செலவு செஞ்சிருக்கார். ஆனந்த விகடனுக்குப் போட்டியா நடத்துணும்ன்ற வெறில நடத்தியிருக்கார். நஷ்டத்துக் கேக்கணுமா... காந்தியின் அழைப்பை ஏத்துக்கிட்டு செல்லப்பா

காலேஜ் படிப்பைப் பாதியில விட்டுட்டு சத்தியாக்கிரகத்தில் ஈடுபட்டு ஜெயிலுக்குப் போனவர். பின்னாளில் அதுக்கான பென்ஷனை ஏத்துக்க மறுத்துட்டார். "உங்களுக்கு அப்புறம் உங்கள் மனைவிக்காவது பயன்படுமே" என்று நண்பர்கள் வற்புறுத்தியதால் மத்திய ராஜாங்கத்தின் பென்ஷனை மட்டும் ஒத்துக்கிட்டவர். மாமன்னன் பேர்ல மாகாண ராஜாங்கம் கொடுத்த விருதையும் பணத்தையும், "இலக்கியத் தரம் தெரியாதவங்க தரும் விருது வேண்டாம்," என்று சொல்லிப் புறக்கணிச்ச சுயமரியாதையாளர். காந்தியக் கொள்கையாளர்.'

'ரெண்டு வகைல தியாகி போல இருக்கு.'

'ஆமா. நான்கு முழ அழுக்குக் கதர் வேட்டி, கசங்கிய அரைக்கைக் கதர்ச் சட்டை, பத்து நாள் தாடியோடு பஸ்ஸில் ஏறியும் தெரிஞ்சவங்க சைக்கிள் கேரியரில் உக்காந்தும் பல ஊர்களுக்குப் போனார். தான் பிரசுரிச்ச புத்தகங்களைப் பெரிய துணிப்பையில் அடுக்கித் தோள்ல தூக்கிக்கிட்டு ஒவ்வொரு கலாசாலைப் படியா ஏறி இறங்கினார். அங்கு வேலைபாத்த மொழி, இலக்கிய மேன்மக்கள் பலபேருக்கு அவர் யார்னே தெரியாது. சொன்னாலும் புரியாது. வயசானவர் சிரமப்பட்டு வந்திருக்காரே என்று பரிதாபப்பட்டு ராஜாங்கம் ஒதுக்கற நிதியில் எதோ நாலஞ்சி புஸ்தகங்களை சில பேர் வாங்கினாங்க. ஒன்றும் வாங்காமல் வெறும் கையோடு அவரை அனுப்ச்சி வச்ச பேராசான்களோட எண்ணிக்கதான் அதிகம். அவங்க யார்லாம் எழுத்தாளர்கள்னு நம்பினாங்களோ அவங்களோட புஸ்தகங்கள் எதுவும் அந்தத் துணிப்பையில இல்ல. அந்தத் துணிப்பை எழுத்தாளர்ங்கள மட்டுந்தான் காலம் பதிவு செஞ்சிக்கிச்சு. அவர் நடத்தின பத்திரிகைக்கும், பிரசுரிச்ச புஸ்தகங்களுக்கும் நிரந்தர அந்தஸ்து கெடச்சிருச்சு. பிரபலமாயிருந் தாலும் மத்தவை சீரியஸ் பதிவுகள்ல அடிக்குறிப்புகளாகக்கூட எஞ்சல.'

எழுத்து என்ற சொல்லைத் தமிழ்ச் சூழலில் இலக்கியப் படைப்பு என்ற பொருளில் தன் சிறுபத்திரிகையின் பெயரிலேயே முதன்முதலாகப் பயன்படுத்தியவர் செல்லப்பாதான். ஓரிரு கல்வி நிறுவனங்களில் அவர் சேவையின் அருமை தெரிந்தவர்கள் இருந்தார்கள். அந்த உறவால் அவை உருப்படியான காரியங்களை மொழிக்குச் செய்தன. ஒன்று தொட்டு மற்றது என்று அவை அடுத்தடுத்தக் கட்டங்களுக்கு நகர்ந்தன. நவீன கவிதையின் புதுக்குரல்கள் அவர் பதிப்பித்த நூலால்தான் தென் பிராந்திய சர்வகலாசாலை வழியாகக் கல்விப் புலத்தில் முதல் கவனம் பெற்றன.

பேராசான்களின் தொந்தரவு அனேகமாக இல்லாத – இருந்த ஓரிருவரும் அதிகம் தொல்லை தரவில்லை – இரண்டு நாள் கவிதைக் கருத்தரங்கு ஒன்று நடந்தது. செல்லப்பா இரண்டு நாட்களும் கலந்துகொண்டார். இரண்டாம் நாள் பிற்பகல் க.நா.சு. வந்தார். ஆண்டாண்டு காலமாகப் பல கருத்து முரண்பாடுகள் கொண்டிருந்தாலும் அவரவர் வழியில் இலக்கிய வளர்ச்சியில் அசாத்தியப் பங்களித்தத் தியாகிகள் இருவரும் அருகருகே அமர்ந்து உரையாடிக்கொண்டிருந்தது உண்மையில் கண்கொள்ளாத காட்சி. எழுத்தில் தவிர எதையும் பௌதீக வகையில் பதிவு செய்யும் வசதி பெரிதாக இல்லாத காலம். காமிராக்காரரைக்கூட ஏற்பாடு செய்ய இயலவில்லை. பக்கவாட்டில் கோயிலின் பெரிய மதிலைக் காட்டிய ஒரு சொற்ப வாடகை அரங்கம் மட்டும்தான் ஒருங்கிணைப்பாளர்கள் பொறுப்பு. மற்றபடி எல்லாமும் அவரவர் பாடுதான்.

மே மாத நிறை அனலில் வெந்து, வியர்வையில் சட்டை நனைய கட்டுரை படித்தவர்களில் இவனும் ஒருவன். அரசியல் கவிதை பற்றியும் ஒரு அமர்வு இருந்தது. கருத்து சொல்ல க.நா.சு.வையும் செல்லப்பாவையும் அழைத்தார்கள். இயல்புப்படி முன்னவர் எதையும் அழுத்திச் சொல்லாமல் அரசியல் கவிதைகள் என்றெல்லாம் தனியாக ஒன்றுமில்லை என்று முடித்துக் கொண்டார். அவருக்கு எல்லாமும் முக்கியம்தான், எதுவும் முக்கியமில்லையும்தான். அவரவர் ரசனை சார்ந்து இலக்கியம் படிக்கலாம். ஆனால், அந்த ரசனை உயர் தரத்தில், உலகத் தரத்தில் இருக்க வேண்டும் என்பதுதான் பொதுவாக அவர் விதித்த ஒரே நிபந்தனை. அந்தத் தரத்தை நிறைய வாசித்துத்தான் கண்டடைய வேண்டும் என்பார்.

பின்னவர் எதையும் அக்கு வேறு ஆணி வேறாக அலசும் இயல்புடையவர். முன்னால் இருப்பவர்களின் கவனக் குவிப்பு பற்றிக் கவலைப்படாமல் அவர் பாட்டுக்குப் பேசிக்கொண்டே போனார். பிச்சமூர்த்தியின் அரசியல் கவிதைகள் என்று பலதை மெல்லிய குரலில் படித்துக் காட்டினார். எல்லாரும் மரியாதையுடனும் சங்கடத்துடனும் அமைதி காக்க இரண்டு இளம் எழுத்தாளர்கள் அரங்கின் பக்கவாட்டுப் படிகளில் உட்கார்ந்து மரக்கதவைத் தட்டி சத்தம் எழுப்பினார்கள். அவர்கள் விவாதங்களில் ஆர்வத்துடன் பங்குகொண்டவர்கள்தான். அவர்கள் அவர் கண்ணில் பட்டிருக்கலாம், படாமலும் போயிருக்கலாம். ஆனால், சத்தம் எல்லாருக்கும் கேட்டது. அவருக்கும் கேட்டிருக்கும். சற்றும் கலங்காமல், நிலைகுலையாமல் சொல்ல விரும்பியதைச் சொல்லிவிட்டே அமர்ந்தார். திரும்பிப் பார்க்கும்போது இளைஞர்களின் கலகமும் முதியவரின்

நிதானமும் குறியீடுகளாகவே இவனுக்குத் தெரிகின்றன. எதன்? அவரவர் நோக்கு.

நியாயமாகப் பார்த்தால் இந்த முதியவர்களும் மற்ற சிலரும் செய்த காரியங்களைச் செய்ய வேண்டியவர்கள் உயர்கல்விப் புலத்தாரே. அதற்கானத் தகுதிகளும் பிற லௌகீக வசதிகளும் அவர்களிடமே இருக்கின்றன என்று பொதுவாக ஒரு நம்பிக்கை இருக்கும். தமிழ் வித்வான் படிப்பு ஒரு கட்டத்தில் புலவர் படிப்பு என்று ஆனது. புலவர் படிப்பு முடித்தவர்கள் எல்லாரும் கவிதை எழுதுவார்கள் என்று நம்பினால் என்ன ஏமாற்றம் ஏற்படுமோ அதே ஏமாற்றம்தான் முன்னால் குறிப்பிட்ட நம்பிக்கைக்கும் இங்கே ஏற்படும். பத்திரிகை நடத்தவும் இலக்கியம் படைக்கவும் தேவையான படைப்பூக்கம், நுண்ணுணர்வு, உழைப்பு, தொடர் கற்றல், அகந்தையின்மை என்பவற்றுக்குக் கல்வி வளாகங்களில் நிரந்தரப் பஞ்சம் உண்டு. இந்தப் பாலை வறட்சியை மீறிப் பசுந்தாவரங்கள் சில முளைக்கவே செய்தன. இலக்கியப் பத்திரிகைகள் நடத்துவதில் தொடர்பு கொண்டோ அவற்றில் எழுதியோ அவற்றைப் படித்தோ அந்த இயக்கத்தில் பங்குபெறுபவர்கள் இந்தப் பஞ்சப் பிரதேசத்திலும் சொற்ப அளவில் உண்டு. உலகளாவிய புது அறிவுப் புலங்கள், புத்திலக்கியம் போன்றவற்றை அறிமுகப்படுத்துபவர்கள், படைப்பிலக்கியவாதிகள் என வளாகங்களிலிருந்தும் ஆளுமைகள் சிலராவது தோன்றியது பெரிய ஆறுதல்தான்.

பொது நியதியாக, அந்த இயக்கம் எப்போதும் சிறு வட்டத்துக்கு மட்டுமே ஆனதாக இருந்தாலும்கூட, அப்படிப்பட்ட எழுத்தைப் படிப்பவர்களை பூதக்கண்ணாடி வைத்துத்தான் வளாகங்களில் தேடிப் பார்க்க வேண்டும். பக்கத்து அறையில் இருப்பவர் எழுத்தாளர் என்பது அடுத்த அறையில் இருப்பவருக்குத் தெரியாது. அப்படியே தெரிந்தாலும், அறுபத்து மூவர் திருவிழாவுக்காக 12–பி பேருந்தின் வழியை மயிலாப்பூரில் மாற்றியிருக்கிறார்கள் என்ற தகவல் திருநெல்வேலிக்காரருக்கு எப்படிப் படுமோ அப்படித்தான் படும்.

அறிவியக்கம் தொடங்கும் இடம் பெரிதும் கலாசாலை வளாகமாகத்தான் இருக்க வேண்டும். அமெரிக்காவிலும் ஐரோப்பாவிலும் அதுதான் நிகழ்கிறது. அமெரிக்காவிலேகூட முதல் சில வருடங்கள் நவீன இலக்கிய, விமர்சன சிந்தனைகளுக்கு எதிராகவே வளாகங்கள் இருந்தன. எலியட்டின் *பாழ்நிலம்* கவிதையின் வரிகளைத் திருத்தி, வெட்டி, சீராக்கி இப்போதைய வடிவத்தைக் கொடுத்தவர் அவர் நண்பர் எஸ்ரா பவுண்டு.

கவிஞரான அவர் சிறுபத்திரிகைகள் சிலதும் நடத்தியவர். ஜீனியஸ் என்ற பதத்துக்கான வரையறையாக அவரைக் கொள்ளலாம். சமூகத்தையோ கலையையோ பண்படுத்தும் சாத்தியம் பல்கலைக்கழகங்களுக்குக் கிடையாது என்று சொல்லி அவற்றைக் கண்டபடி திட்டித் தீர்த்தவர் அவர். "நிலவும் மௌனத்தை உடைக்காமல் இரு" என்று நாசமாய்ப்போன அமெரிக்கக் கல்லூரிகள் அறிஞனைப் பார்த்துச் சொல்கின்றன என்று எழுதியவர். நாளடைவில் வளாகங்கள் அங்கே நவீன அறிவியக்கத்தை அடையாளம் கண்டுகொண்டன. சிறுபத்திரிகை ஆசிரியர்கள் பேராசிரியர்களாகவும் பேராசிரியர்கள் சிறுபத்திரிகை ஆசிரியர்களாகவும் ஆனார்கள். பல்கலைக்கழகங்களே சிறுபத்திரிகைகளின் குணங்கள் கொண்ட இதழ்களை நடத்தத் தொடங்கின. வளாகத்தில் தொடங்கும் புத்தறிவு பிற இடங்களுக்குப் பரவுவது அங்கே சகஜமாக நிகழ்ந்தது. மொத்த நவீனத்துவ, பின்நவீனத்துவக் கோட்பாடுகளும் பிறந்தது பாரீஸ் பல்கலைக்கழகங்களில்.

ஆனால் இங்கே, நேர்மாறாக, வெளியே தொடங்கி உள்ளே நுழைகிறது. அந்த நுழைவும் அவ்வளவு எளிதாக இருக்காது. இரண்டுக்குமான இடைவெளியில் முடிவிலியின் அடர் இருள் மண்டியிருக்கும். 'புதுமைப்பித்தனோட ஃபோன் நம்பர் எங்கிட்ட இருக்கு,' என்று அவர் இறந்து நாற்பதாண்டுகள் கழித்துச் சொன்ன பெருந்தகை அங்கத்தினராக உள்ள கூட்டம் இது. *புதுமைப்பித்தனை அறிவீர்களா என்று கேட்டேன் / ஆஹா அறிவேன் என்றவர் / சில திரைப்படப் பாடல்களை முனகியவாறு / புலமைப்பித்தன் அற்புதமானவர் என்றார் / உருக்கம் தணிய வெகு நேரம் ஆயிற்று.*

க.நா.சு. சுட்டிக் காட்டிய *Campus Idiocy*க்கு உதாரணமாக இதை அவசரப்பட்டு எடுத்துக்கொள்ள வேண்டியதில்லை. காரணம், சினிமாப் பாடலாசிரியருக்கும் பெரும் முன்னோடி எழுத்தாளருக்கும் பெயர்களில் உள்ள வித்தியாசத்தையாவது தெரிந்துகொள்ளும் அக்கறை இல்லாத அவர், படிநிலை ஏணியில் உச்சிக்குப் போகும் சாத்தியங்கள் பிரகாசமாக உண்டு. வருடங்களின் இரண்டாம் வகுப்பு கூட்டல் கணக்கு மட்டும்தான் அங்கு செல்லுபடியாகும்.

நவீன இலக்கிய இயக்கத்தை அறிந்துகொண்டதும் அதில் சொற்ப அளவிலாவது பங்குகொண்டதும் இவனுக்கு மன நிறைவைத் தந்த காரியங்கள். அந்த நல்லூழ் வாய்க்காத பாலை வாழ்க்கையைக் கற்பனை செய்தாலே இவனுக்கு மனதில் திகில் பரவும்.

16

'கல்லூரி முதல்வர் அவர்களே, பேராசிரியப் பெருமக்களே, பெற்றோர்களே, பட்டம் பெற இருக்கும் என் அன்பு மாணவ, மாணவியரே! உங்கள் அனைவருக்கும் என் இனிய காலை வணக்கம். பட்டம் பெற்றிடும் அனைவருக்கும் வளமான எதிர்காலம் அமைந்திட என் நெஞ்சார்ந்த வாழ்த்துகளைத் தெரிவித்துக்கொள்கிறேன். உங்களுக்கெல்லாம் பட்டங்கள் வழங்கிடும் நல்வாய்ப்பினை எனக்குத் தந்தமைக்கு உங்கள் கல்லூரி முதல்வருக்கும் நிர்வாகத்துக்கும் என் உளமார்ந்த நன்றி.

நீங்கள் வாழ்க்கையில் என்றென்றும் மறக்க முடியாத பொன்னாளாக இந்நாள் திகழ்ந்திடப்போகிறது. உங்கள் பெற்றோருக்கும் இன்றைய நாள் நிரந்தர நினைவாக நெஞ்சினில் பதிந்திருக்கும். தாங்கள் ஈன்ற அருமை மக்கள் பட்டம் பெற்றிடும் அரிய காட்சியைக் கண்கொண்டு பார்க்கும் அவர்கள் உளமெங்கும் உவகை நிரம்பிடும் நன்னாள் இது.

சில பல ஆண்டுகளுக்கு முன் நான் பட்டம் பெற்றிட்ட அந்தப் பொன்னான காட்சி என் மனத்திரையில் ஒளிர்கிறது. அப்போதெல்லாம் பல்கலைக்கழக விழாக்களில் மட்டுமே பட்டம் பெற்றிட முடியும். அடித்தட்டு மக்கள் ஐந்நூறு, ஆயிரம் எனறு செலவழித்து எப்படிப் பெருநகரங்களுக்குப் போக முடியும்? ஆனாலும், என் பெற்றோர் ஊர்ப் பெரியதனக்காரரிடம் வட்டிக்குக் கடன் வாங்கிய பணத்தில் என்னுடன் பெருநகரத்துக்கு வந்து நான் பட்டம் பெற்றிட்ட அரிய காட்சியைக் கண்ணுற்றார்கள். அவர்கள் கண்கள் ஆனந்தக் கண்ணீரால் குளமாகியிருந்ததை மேடையிலிருந்து திரும்பும்போது பார்த்து நானும் நன்றிக் கண்ணீர் வடித்தேன். அப்படிப்பட்ட மகிழ்ச்சி மட்டும் இருக்க வேண்டும், கடன் வாங்கிப் பண்ணும் செலவு இருக்கக்

கூடாது என்ற உயரிய நல்லெண்ணத்தில் இனி கல்லூரிகளிலும் பட்டமளிப்பு விழா நடத்திடலாம் என்று பிறப்பிக்கப்பட்ட ஆணையின் பயனை இன்றைய தினம் நீங்களெல்லாம் அனுபவித்து மகிழ்கிறீர்கள்.

நாட்டின் எதிர்காலம் இளந்தலைமுறையினரான உங்கள் கைகளில்தான் இருக்கிறது. நாளைய நம்பிக்கை நட்சத்திரங்களான உங்கள் நற்செயல்களால் மட்டுமே நாடு நலமும் வளமும் பெற்றிட முடியும். பல ஆயிரம் ஆண்டு வரலாற்றுப் பெருமையும் பண்பாட்டுச் செழுமையும் கலாச்சாரப் புகழும் கொண்ட நம் தாய்த்திருநாடு மேலும் மேன்மையுற நீங்களெல்லாம் கடும் உழைப்பை நல்கிட வேண்டும். என் கடன் பணி செய்து கிடப்பதே என்ற முதுமொழியை நீங்கள் மனத்தில் ஏந்திப் பணியாற்றிட வேண்டும். பொதுநலம் என்னும் குறிக்கோளே தாரக மந்திரமாக உங்கள் உள்ளங்களில் ஓயாமல் ஒலித்திட வேண்டும். கடும் உழைப்புக்கு மாற்றே கிடையாது. சோர்வே அறியாத உழைப்பால்தான் நம் முன்னோர்கள் வாழ்வில் உயர்ந்தார்கள்.

வேலை தேடுபவர்களாக இருக்காதீர்கள். வேலை கொடுப்பவர்களாக ஆகுங்கள். நூறு பேர் என்று தொடங்கி ஆயிரம், பத்தாயிரம் பேருக்குப் பணி வழங்குபவர்களாக நீங்கள் பரிமளிக்க வேண்டும் என்பதுதான் எங்களைப் போன்றவர்களின் அவா. முயன்றால் முடியாதது என்று எதுவுமில்லை. எந்தச் சூழ்நிலையிலும் உங்கள் நேர்மையை, அற உணர்வைக் கைவிடாதீர்கள். வறுமை வாட்டினாலும் தொடர்ந்து அறம் பேணுவோம் என்பதே உங்கள் கோட்பாடாக நிலைத்து நின்றிட வேண்டும்.

அறத்தான் வருவதே இன்பம் மற்றெல்லாம்
புறத்த புகழும் இல

என்ற வான் போற்றும் வள்ளுவப் பெருந்தகையின் வாக்கை ஒருபோதும் மறந்துவிடாதீர்கள்.

கல்லூரியில் பேராசிரியராக ஆக முடியவில்லையே என்ற ஆறாத் துயரம் என் நெஞ்சில் எப்போதும் உண்டு. என் கெழுதகை நண்பர் ஒருவர் கல்லூரியில் பேராசிரியராகப் பணியாற்றுகிறார். அவருக்குத் தெரிந்த சிலரைப் பற்றிச் சொல்வார். மொத்தக் கல்லூரி மாணவர்களும் வேலைநிறுத்தத்தில் ஈடுபட்டிருக்க ஏதோ ஒரு சில மாணவர்கள் வகுப்பிலிருந்தால்கூட அவர்களுக்குப் பாடம் எடுப்பாராம் ஒருவர். இன்னொரு ஊரிலிருந்த ஒருவர் ஃபிடல் காஸ்ட்ரோ, சே குவேரா என்பவர்களைப் பற்றிப் பேசுவாராம். வேறொருவர் நோம் சாம்ஸ்கி, எட்வர்ட் சயித் என்று

ஏதேதோ வாயில் நுழையாத பெயர்களெல்லாம் சொல்வாராம். அவர்களையெல்லாம் யாருக்குத் தெரியும்? அவர்கள் எவருக்குத் தேவை? தமிழ் மண்ணில் இல்லாத தகைமை சான்றவர்களா அவர்கள் குறிப்பிடும் நபர்கள்? உலக மாந்தர்க்கே உன்னத அறிவுப் புலங்களை முதன் முதலாகத் திறந்து காட்டியவர்கள் நம் தமிழ் முன்னோர்கள் அல்லவா? இதை மறப்பதுதான் தமிழ் இனத்துக்குச் செய்யும் தொண்டா? இப்படிப்பட்டவர்களும் இங்கே இருக்கிறார்கள். அனைவருக்கும்தான் மழை பெய்கிறது. உடல் நனைகிறது. வெயில் காய்கிறது. மேனி சுடுகிறது. பனி பொழிகிறது. மெய் நடுங்குகிறது. எல்லோரும் இன்புற்றிருக்க வேண்டும். அவர்களையும் நீடூழி வாழ்க என்று உளமார வாழ்த்துவதில் உள்ளபடியே உவகைகொள்கிறேன்.

மீண்டும் உங்கள் அனைவரையும் வாழ்த்தி வணங்கி நாட்டுக்காக உழையுங்கள், நாட்டை உயர்த்துங்கள் என்று சொல்லி வாய்ப்புக்கு நன்றிகூறி விடைபெறுகிறேன். நன்றி, வணக்கம்.'

பேசியவர் எல்லாருக்கும் வணக்கம் சொல்லிவிட்டு அந்த நீளக் காரை நோக்கி எட்டு வைக்க இருபது பேர் பதற்றத்துடனும் பவ்யத்துடனும் சூழ்வளையமாகக் கூடவே நகர்கிறார்கள். நெருக்கியடித்தக் கூட்டத்தில் நான்கு பேரின் எட்டுக் கைகள் காரின் இடது பின் கதவை முண்டியடித்துத் திறக்க முயல அவற்றில் ஆறு பேராசான்களுடையவையாக இருக்கக் கண்டார்கள் பிற எளியோர்.

விழா அங்கி காற்றில் பறக்க நண்பர் குழுக்களுடனும் பெற்றோருடனும் பட்டதாரிகள் புகைப்படம் எடுத்துக் கொள்கிறார்கள். பாதுஷா, மிக்ஸ்ச்சர், ஐஸ்கிரீம் சாப்பிட்டுவிட்டு, விழாவுக்கு வந்திருந்த தம் பெற்றோர்கள் சிலரை சிலர் உணவு விடுதிக்கு அழைத்துப்போகிறார்கள். சிலர் சினிமாவுக்குப் போகிறார்கள். சிலர் நண்பர்களின் வீடுகளுக்குப் போகிறார்கள். சிலர் நேராகத் தங்கள் வீடுகளுக்குப் போகிறார்கள். சிலருக்கு எங்கு போவது என்று தெரியவில்லை.

அடுத்த நாள் காலை கடும் உழைப்பு, அறம் என்பவை யெல்லாம் என்ன என்ற பெருங்குழப்பம் அவர்கள் மனங்களில் தோன்றுகிறது.

17

இருபது வருடங்கள் உடன் பணியாற்றி யிருப்பார். சேர்ந்தாற்போல் ஐந்து நிமிடங்கள்கூட அவரைப் பற்றிய நினைவுகளை மனதில் ஓட்டிப் பார்க்க முடியாது. அவருக்கும் பிறரைப் பற்றி அதே அனுபவம் இருக்கலாம். தப்பில்லை. விட்டுச் செல்லும் சுவடுகள் தொடர்பானது அந்த அனுபவம். ஒருவர் இருந்தது மூன்று வருடங்கள். பாரதிதாசன் வரிகள் அவரிடமிருந்து பாயும் மதகு நீராகக் கொட்டும். வெறும் இயந்திர ரீதியான மனப்பாடம் அல்ல. வார்த்தைகளில் அர்த்தம் ஏறியிருக்கும். அவ்வரிகளுக்கேற்ற குரலும் அவருக்கு வாய்த்திருந்தது. திராவிட இயக்கக் கொள்கை களோடு நெருக்கம் கொண்டவர். அனுமதியுடன் அவர் வகுப்பில் உட்கார்ந்து இவன் ஒருநாள் பாடம் கேட்டான். அந்த வகுப்புக்கு ஆங்கிலம் போதித்தான். பிடித்த மாணவர்களோடு இணைந்து வகுப்பைக் கவனித்த சுகம் அன்று கிடைத்தது. 'அளிதோ தானே பேரிருங் குன்றே,' என்ற கபிலர் பாடலையும் 'அற்றைத் திங்கள் அவ்வெண் நிலவில்' என்ற பாரி மகளிர் பாடலையும் விளக்கினார். உணர்ச்சியும் மொழியும் இணையும் புள்ளிகளை இளம் மனங்களை ஈர்க்கும் விதமாகத் தொட்டுக் காட்டினார். மாணவர்களிடையே அவருக்கிருந்த செல்வாக்கின் காரணம் புரிந்தது. அந்த வகுப்பு முடிந்ததும் அவரை நூலகத்துக்கு அழைத்துப்போய் அந்த மாதத்திய ஸ்பான் இதழைக் காட்டினான்.

'இந்தக் கட்டுரையைப் பாருங்க. பம்பாய்ல சோஃபியா காலேஜ்ன்னு ஒண்ணு இருக்காம். பெண்கள் மட்டுமே படிக்கிற காலேஜ். அங்க வழக்கமா நடக்கற வகுப்புகள் முடிஞ்ச பிறகு ஓப்பன் கிளாஸ்ன்னு ஒரு ஏற்பாடு இருக்குதாம். யார் வேண்ணா சேந்து கவிதை தொடர்பான

ஆர். சிவகுமார்

கோர்ஸ் படிச்சிக்கலாமாம். ஃபீஸ் உண்டு. பரீட்சை கிடையாது. சர்டிஃபிகேட் கிடையாது. ஆனா கோர்ஸ் கண்டிப்போடவும் ஒழுங்குடனும் நடக்குமாம். நிறையா படிச்சவங்கள்லாம் சேர்றங்களாம். சலீம் பீராதினா அப்டிங்கறவர் அந்தப் பாடத்த சொல்லித்தராரா். அவர் இங்லிஷ்ல கவிதை எழுதற இந்தியர். கிரியேட்டிவ் ரைட்டிங் கோர்ஸ் ஒண்ணும் டீச் பண்றாராம். அமெரிக்காவுல படிச்சிட்டு வந்திருக்கிறார். ஃபோட்டோ பாருங்க. எவ்ளோ க்ரேஸ்ஃபுல்லா இருக்கார். முப்பத்தி மூணு வயசு.'

'வியப்பா இருக்கே. அந்த ஓப்பன் கிளாஸ் ஏற்பாடு கேட்க நல்லா இருக்கு. படைப்பிலக்கியம் எழுதறத சொல்லித்தர முடியுமா? அது ஒருவர்க்கு இயல்பா வர்ற திறன் இல்லையா?'

'எனக்கும் அது புது விஷயந்தான். அமெரிக்காவுல அப்படிப் பட்ட வகுப்புகள் ஆரம்பிச்சிருக்காங்களாம். எழுத்தாளர்கள் டீச் பண்ணுவாங்களாம்... இன்னைக்கு நான் ஃபீஸ் குடுக்காம கொஞ்சம் சங்கக் கவிதை உங்கக்கிட்ட படிச்சிக்கிட்டேன்.' சிரித்தவாறு இவன் சொன்னான்.

'ஆனா நான் கவிஞனில்லையே.'

இன்னொருவர் போதித்தது ஒரே வருடம். ஐந்தாறு வருடங்கள் இருந்தது போன்ற இருப்பை விட்டுச் சென்றார். மாலை வேளைகளில் பொதுக்குடிலில் அந்தக் குழு கூடும். சட்டைக்கு மேல் தோளில் ஒரு சிறு துண்டுடனும் கையில் தன் கவிதை நோட்டுடனும் ஆஜராகிவிடுவார். ரோஜா நிற முகம் பக்க வாட்டில் அசைந்து அசைந்து பேசும். பேசத் தொடங்கும்போதே சிரிப்பும் தொடங்கிவிடும். யாரையும் கேலி செய்துவிடுவார். மற்றவர் தன்னைக் கிண்டல் செய்தாலும் அதை அனுபவித்து ரசிப்பார். சொந்த ஊரின் வசையொன்று; இயல்பாக அவ்வப் போது தெறிக்கும். தினம் ஒரு கவிதை என்ற கணக்கில் வாசித்துக் காட்டுவார். வேளாண்குடியின் வாழ்க்கையைக் கதையாகச் சொல்லும் கவிதைகள் அவை. பேச்சுவழக்கை நவீன பாணிக் கவிதையில் முதன் முதலாகக் கொண்டுவந்தவை. எளிய மனிதர்களின் கதை என்பதால் பெரும்பான்மையோரை ஈர்க்கும். தீவிரமான, ஆனால் சிரிக்கும் இடதுசாரி.

உள்ளூர் சரித்திரத் தலங்கள், கோவில்கள், திருவிழாக்கள் என்று சுற்றிப் பல பண்பாட்டுத் தகவல்களைத் திரட்டினார். கல்விக்கூட இரவுக் காவலர் தொடங்கிப் பிரமுகர்கள்வரை சந்தித்து ஊரின் சரித்திரக் குறிப்புகளைச் சேகரித்தார். மாணவர்கள் துணையோடு சைக்கிள், பேருந்துப் பயணங்களாக

அவருடைய வார இறுதிகள் கழிந்தன. புகைப்படங்களாகவும் முற்காலத்துப் பொருள்களாகவும் அடக்கமான அளவில் அருங்காட்சியகம் ஒன்றை நூலகப் படிப்பரங்கில்... வைகல் /எண்தேர் செய்யும் தச்சன்/ திங்கள் வலித்த தேர்க்காலின் வல்லமை கொண்ட அஞ்சியின் நாட்டுக்கு நிறுவினார். ஆட்களைத் துருவித் துருவி அவர் பெற்ற தகவல் துணுக்குகளைச் சிறு கட்டுரைகளாக எழுதி நூலாகவும் தொகுத்தார். சார் தாமஸ் மன்றோ ஆள, நேரு, சித்தரஞ்சன் தாஸ், விவேகானந்தர் போன்றோர் வருகைதர, சுப்ரமணிய சிவா, டைகர் வரதாச்சாரியார், ஜாவளி சுப்புராயர் வாழ, கன்னடமும் தெலுங்கும் கலந்த தமிழ் பிறக்க என்று பெருமிதத்துக்குரிய ஊர் என்பது அதனால் தெரிந்தது. ஆனால், இவரும் சக சொல்லாடிகள் சிலரின் ஏளனத்திலிருந்து தப்பவில்லை. அந்த இனத்தின் அழியாத குண விசேஷம் அது.

ஆர். சிவகுமார்

18

ராஜாங்க அலுவலகங்களும் கடைகளும் மூன்று நான்கு சினிமாக் கொட்டகைகளும் இருந்ததன்றி சமூக வாழ்க்கைக்கு வேறேதும் இல்லாத சிறு நகரம் அது. பெரிய கிராமம் என்றாலும் பொருந்தும். கிளர்ச்சி தராத சூழல். மதிய வெயிலுக்குரிய வெறுமையும் விரக்தியும் முன்காலையிலும் மாலையிலும்கூட இருக்கும் வினோதம். கிளர்ச்சியின்மையின் பாரம் பிடரியை அழுத்தும். திரும்பத் திரும்பப் பிரஜைகள் தம்மைத் தாமே மகிழ்வித்துக்கொள்ள வேண்டியதுதான். ஒருவகையில் அது படைப்பூக்கம் கோரும் செயல்பாடு. பணி நேரம் தாண்டிக் கிடைக்கும் காலத்தை ஆசான்கள் என்ன செய்தார்கள் என்பதற்கு விடை காணவே முடியாது. இவனும் பல நாட்களை வீணடித்திருக்கிறான். கால வீணடிப்பை அதன் நிகழ்காலத்தில் பெரிதாக உணர முடியாது என்பதே இதிலுள்ள சோகம். அதைக் கடந்த காலமாகப் பார்க்கையில் குற்ற உணர்வு மனதைக் குத்திக் கிழிக்கும்.

இவன் சார்ந்த சிறு குழுவினர், தொண்ணூறு வயதை நெருங்க இருந்த முன்னாள் பள்ளி உபாத்தியாயர் ஒருவரைச் சிநேகிதராக்கிக் கொண்டு மாலை வேளைகளில் களித்தனர். முதல் உலகப்போர் முடிந்தபோது பணியில் சேர்ந்து நாடு விடுதலை பெற்று சில ஆண்டுகள் கழித்து ஓய்வு பெற்றவர். காவிரிப் படுகைக் கிறித்தவர். மனைவி மறைந்துவிட ஒரே மகளோடு இங்கு வந்து தங்கிவிட்டார். கையில் கோல் இருந்ததால் மெதுவாக நடந்து குடியிருப்பில் உலாவுதல் அவருக்குப் பிரச்சனையாக இல்லை. கண்ணும் காதும் அறுபது வயதுக்குரிய கூருணர்வுடன்

இருந்தன. உள்ளத்து மகிழ்ச்சி உடல் தெம்பைப் போஷித்திருக் கிறது. அடுத்த தெருவிலிருந்த வேறு உறவினர் வீட்டுக்குப் போவதைக் குறைத்துக்கொண்டு இவர்களுடன் உரையாடி, பாடி, சமயத்தில் ஆடி மகிழ்ந்தார். இளமையும் முதுமையும் பரஸ்பரம் ஈர்த்த உல்லாச தினங்கள் அவை. இவர்கள் அவரிடமிருந்து பழங்காலக் கல்விமுறை, மாணாக்கர், உபாத்தியாயர்கள், நிர்வாகம் என்று பலதையும் கேட்டுத் தெரிந்துகொண்டார்கள். பிரிட்டிஷ் இந்தியாவில் நாம் பாடிய தேசியகீதத்தின் தொடக்க வரிகளை ஒருநாள் பாடிக்காட்டினார்.

கர்த்தாவே, ராஜனை
எங்கள் நல்வேந்தனைக் காப்பாற்றுமே!
வெற்றி கம்பீரமும்
கீர்த்தி பிரதாபமும்
தீர்க்காயுள் ஆட்சியும் நீர் ஈயுமே!

அப்போது அவர் முகத்தில் கம்பீரமும் மரியாதையும் தெரிந்தன.

இன்னொரு சந்தர்ப்பத்தில் தான் இளமையில் கேட்டுச் சுவைத்ததாகச் சொல்லி நாடகப் பாடல் ஒன்றின் சில வரிகளைப் பாடினார். அப்போது வெளிப்படும் அவருடைய உடல்மொழி இளமைக்குரிய துடிப்புடன் இருக்கும்.

ஏறுறது மாயவரம்
எறங்குறது நாகூரு
ஓதுறது பள்ளிவாசல்
ஒதுங்குறது இலுப்பத் தோப்பு

அடி – தட்டான் தட்டா தங்கம்!
நான் – தட்டி வந்த சிங்கம்!
ஆ! அடேங் அடேங் அப்பா!
இவ வெத்தில பாக்கு டப்பா!

அவருக்கு இணைப் பாடகராகப் பெரும்பாலும் கவிஞரே இருப்பார். இந்த இரண்டு பகுதிகளின் முதல் வரிகளை அந்தக் குழு அவரிடம் அவ்வப்போது எடுத்துக்கொடுத்து மிச்சத்தை அவரை மீண்டும் மீண்டும் பாடத் தூண்டிக் கேட்டு மகிழும்.

தொண்ணூறுக்கும் முப்பதை ஒட்டியும் வயது இடைவெளி அவர்களிடையே இருந்த நிலையில் ஒருநாள் மாலைச்சபைக்கு வந்த அவருடைய தோற்றம் கொடுத்தத் திகைப்பு வாழ்நாளுக்கும் மறையாது. அந்தக் குழுவினர் பெரும்பாலானோர் வைத்திருந்த ஃப்ரெஞ்ச் தாடியோடு சலூனிலிருந்து நேராக வந்திருந்தார். அன்றையக் கொண்டாட்டத்துக்குக் காவிய வனப்புக் கூடி வந்தது.

கீட்ஸின் நைட்டிங்கேல் கவிதையை மூன்று அணிகளுக்கு இவன் பாடம் சொன்னான். வீட்டுத் தோட்டத்தின் பிளம் மரத்தில் கூடுகட்டியிருந்த பறவையின் பாடலைக் கேட்டுவிட்டுக் கவிஞன் ஒரே மூச்சில் எழுதிய கவிதை. இறப்பதற்காகப் பிறக்காத பறவையான நைட்டிங்கேலின் இதே பாடல், அயல்தேசத் தானிய வயலில் வீட்டு ஏக்கத்தில் கண்ணீர் சொரிய நின்ற ரூத்தின் சோக இதயத்தையும் சென்று சேர்ந்திருக்கும் என்ற பகுதி உருவாக்கும் காட்சியை விளக்கும்போது தவறாமல் தன் சகோதரியின் நினைவு இவனுக்கு வந்துவிடும். தகப்பனையும் தாயையும் ஜந்ம தேசத்தையும் விட்டு முன்னே அறியாத ஜனங்களிடத்தில் போய்ச் சேர்ந்தவள் ரூத். அறுக்கிறவர்கள் பிறகே அரிக்கட்டுகளிலிருந்து சிந்தினதைப் பொறுக்கிக்கொள்ளும் அபலை அவள்.

தம் வீட்டுப் பெண் திருமணமாகி வேறிடத்துக்குப் போவது அவள் வீட்டாருக்குச் சோகம் என்றால் போன இடத்தில் அவள் துயரத்தில் சிக்கியிருக்கிறாள் என்பதை அறியும்போது அவளைச் சார்ந்தவர் படும் வேதனைப் பெருக்கத்தின் படிமமாக ரூத் இவனுக்குத் தெரிவாள். பழைய ஏற்பாட்டில் தோன்றும் பாத்திரமான அவள் கணவனை இழந்து, பிறகு மறுமணம் செய்துகொண்ட வாழ்க்கையில் தாவீது அவளுக்குக் கொள்ளுப்பேரனாகப் பிறந்தான். கிறித்தவத் தாத்தா, கீட்ஸ் கவிதையின் ரூத், சொந்தச் சகோதரி என்ற இந்தச் சங்கிலி உருவாக்கிய துயரப் படிமம் நிரந்தரப் படமாக இவன் மனதில் பதிந்தது. உணர்ச்சிக் கொந்தளிப்பைத் தணிவிக்கும் இலக்கியத்தின் குணத்தை இவன் அனுபவத்தில் உணரக் கிடைத்த சந்தர்ப்பம் அந்த வகுப்புகள்.

19

பெண் குழந்தைகள் நடக்கவும் பேசவும் சீக்கிரம் கற்றுக்கொள்கிறார்கள். கொஞ்சம் வளர்ந்த பின்னால் வேகமாகப் பேசுகிறார்கள், வேகமாக எழுதுகிறார்கள். கற்பதும் விரைவாகத்தான். பொறுப்பு எதுவும் கொடுத்தால் நேர்த்தியாகச் செய்துமுடிக்கிறார்கள்.

சிறுமிகள் தங்களுக்குள் குறும்பாகப் பேசிக்கொண்டு கூடி விளையாடுவதைக் காண்பது ரசமான காட்சி. வகுப்பறை வாழ்க்கையைப் பெரும்பாலும் மகிழ்ந்து அனுபவிக்கிறார்கள். கண்ணில் நீரும் உதட்டில் சிரிப்பும் விளிம்பில் நிற்கும். முனுக்கென்றால் கொட்டிவிடும்.

பொதுவெளியை அவர்கள் அளவுக்கு ஆண்கள் ரசித்துக் கொண்டாடுவது மாதிரி தெரியவில்லை. விடுதலையை வர்ணிக்கும் அனைத்து உவமைகளும் பெண்களின் அப்போதைய நடத்தைக்குப் பொருந்தும். அந்த உணர்வு திகட்டியதால் ஆண்களிடம் மங்கிப்போயிருக்கலாம். ஆண்கள் குழம்பி நிற்கும் சந்தர்ப்பங்களில் அவர்களின் விவேகம் மலைக்கவைக்கும்.

வீட்டு விசேஷங்களையும் பண்பாட்டுச் சடங்குகளையும் அழகியலோடு நடத்தி வைக்கிறார்கள். அப்போது வெளிப்படும் ஒழுங்கும் மகிழ்ச்சியும் அலாதியானவை. ஆண்கள் அங்கே முகம்காட்டினாலும் பின்வரிசைதான் அவர்களின் இடம். கணக்குவழக்குப் பொதிந்து கிடக்கும் அவர்களின் மூளைக்குள்ளும் கொண்டாட்ட மனநிலையை ஏற்றிவிடுகிறார்கள்.

அவர்களில் சிலரை வாழ்க்கை குறித்து வைத்துக்கொள்ளும் போலிருக்கிறது. கீழ்த்தரமான தன் சூழ்ச்சியால் துயரத்துக்குள்ளும் அவர்களைப் பழைய வேகத்திலேயே அது உந்தித் தள்ளுகிறது.

ஆனாலும், திகைத்து, பழக்கப்பட்டு, சவாலுக்கு முகம் கொடுக்கத்தான் செய்கிறார்கள் அவர்கள். அவர்கள் படும் துயரத்தைக் கண்டு வாழ்க்கையின் ஜம்பம் குற்ற உணர்வில் கூனிக்குறுகித்தான் நிற்க வேண்டியிருக்கும்.

பள்ளிக்கூடத்துக்கு இரண்டு கட்டிடங்கள் தாண்டி ருக்மணியின் வீடு. ருக்மணியின் வீடா? பெற்றோர் இருந்தாலும் அப்படிச் சொல்வதுதான் எல்லாருக்கும் பழக்கம். அந்த வீட்டின் அரசி. தெரு முழுதும் பார்க்கப் பார்க்க வளர்ந்தவள். அவள் பேச்சும் சிரிப்பும் 'பம்' என்று இருந்த சுருட்டை முடியும் வார்த்தை தோற்கும் கண்களும் யாரையும் வசியப்படுத்திவிடும். ஏழு எட்டு வயதிலேயே பெரியமனுஷித்தனம் படிந்துவிட்டது. வகுப்பில் முதல் இரண்டு மூன்று இடங்களில் இருப்பது போல மதிப்பெண் வாங்குவாள். சிறு வயதில் சமயத்தில் பள்ளிக்கூடம் போக மாட்டேன் என்று அடம் பிடிப்பாள். அவள் அம்மா அப்பா வருந்துவார்கள். பலவந்தமாக அனுப்பவும் தயங்குவார்கள். வேடிக்கையாக மற்றவர்கள் காரணம் கேட்டால் "என்னோட இஷ்டம்" என்பாள். கேட்டவர்கள் வாயடைத்துப் போவார்கள். சரி, அவளுக்குப் பள்ளியில் என்ன பெரிதாகக் கிடைத்துவிடும் என்று அவர்களில் சிலர் நினைத்துக்கொள்வார்கள். அடுத்த நாள் போய்வந்து இரண்டு நாள் பாடத்தையும் சரளமாக ஒப்பிப்பாள்.

அவள் வீட்டைக் கடப்பவர்கள் அவளிடம் பேச்சுக் கொடுக்காமல் போக மாட்டார்கள். அவர்களுக்கு ஏதாவது வருத்தம் இருந்தால் அதில் பாதி அவளைப் பார்த்தாலே தீர்ந்துவிடும்; மீதி அவளிடம் பேசினால் காணாமல் போய்விடும். முதல் நிமிடத்தில் வெகுளியாக இருப்பவள் அடுத்த நிமிடம் விவேகியாக மாறி நிற்பாள். 'திருஷ்டி சுத்திப் போடுங்க' என்று அவள் அம்மாவிடம் சொல்லிவிட்டுத்தான் தெருக்காரர்கள் அகல்வார்கள். இதெல்லாம் இவர்கள் இங்கு குடி வந்தபிறகு தெரிந்துகொண்டது.

அப்போது ஒன்பதாம் வகுப்பில் இருந்தாள். கம்பீரமான நிதானம் வந்திருந்தது. தேர்வு சமயத்தில் சிறு குழந்தைகளுக்குப் பாடம் சொல்லிக்கொடுத்தாள். ஆண்டு விழா நாடகம் ஒன்றுக்கு வசனம் எழுத அவள் உதவி செய்ததாக டீச்சரே வந்து சொன்னார் என்றார்கள். சிறு பிள்ளைகளின் மொழி தன்னைவிட அவளுக்கு அதிகம் தெரிந்ததாகவும் அவர் சொல்லியிருக்கிறார். கல்லூரியில் கணக்கும் அறிவியல் பாடங்களும் படித்தாள். அக்கம் பக்கப்

பெரிய குழந்தைகளுக்குப் பாடத்தில் சந்தேகம் வந்தால் அவர்கள் நாடியது ருக்மணியைத்தான்.

அரசாங்கத்தில் வேலை செய்கிறான் என்று உறவினர் மூலம் ஒரு வரன் வந்தது. மேலே படிக்கிறேன் என்று சொல்லிப் பார்த்தாள். லௌகீகம் சொல்லி சம்மதிக்கவைத்தார்கள். நூற்றைம்பது மைல் தள்ளி உள்ள ஊர் என்பது அவளுக்கும் பெற்றோருக்கும் மட்டுமல்ல தெருக்காரர்களுக்கும் வருத்தத்தைக் கொடுத்தது. ஐம்பது மைல் ஊரே அவர்களுக்குத் தூர தேசம். கல்யாணம் முடிந்து கிளம்பியபோது பெண்கள் தேம்பி அழுதார்கள். ஆண்கள் முகத்தைத் திருப்பியோ குனிந்தோ கண்ணீரை மறைக்க முயன்றார்கள். குழந்தைகள் அவளைக் கட்டிக்கொண்டன.

தாலி பிரித்துக் கோக்க, தலை தீபாவளி என்று வந்தவளிடம் மாற்றம் தெரியவில்லை. தலைப் பொங்கலுக்கு வராததற்கு அவர்கள் சொன்ன காரணம் யாருக்கும் திருப்தியாகப் படவில்லை. இத்தனைக்கும் அவளுக்குத் தம்பி முறையாகும் ஒரு பையனோடு முன்னதாகப் போய் சீர் கொடுத்துவிட்டு வந்திருந்தார்கள். பிரசவத்துக்கு வந்தவளிடம் தாய்மை நிறைவையும் மீறி வித்தியாசமான முகக்குறி தென்பட்டது. பெண்கள் உணர்ந்துகொண்டார்கள். வெளியில் பகிர்ந்துகொள்ளவில்லை. பகிர்ந்தால் வருத்தம் அதிகமாகும் என்று பயந்தார்கள். குழந்தையோடு போனவள் ஒரு வருடம் போல வரவில்லை. அவள் அம்மாவும் அப்பாவும்தான் இரண்டு தடவை போய்ப் பார்த்துவிட்டு வந்தார்கள். 'ருக்மணியோட கொழந்தைய இன்னும் சரியா பாக்கலியே' என்பது சுற்றியிருந்தவர்களுக்குப் பெரிய மனக்குறையாக இருந்தது. அவள் பெற்றோரிடம் விசாரித்துக்கொண்டார்கள்.

ஒன்றரை வயது குழந்தையோடு வந்தாள். இளைத்திருந்தாள். முகத்தில் வாட்டம் தெரிந்தது. மூன்று நாள் கழித்து மாலை நேரத்தில் வீட்டுக்கு வந்தாள். பார்த்ததுமே இவளுக்குக் கண்ணீர் முட்டியது. குழந்தையை வாங்கிக்கொண்டாள்.

'டேய், வைரக் குட்டி. ருக்கு, உன்னைய மாதிரியே இவனுக்கு சுருட்டை முடி. எவ்ளோ அழகா இருக்குது... கொழந்தைக்கு ஒரு கொழந்தை. உக்காரு. காப்பி குடி.'

'வேணாங்க்கா. இப்பதான் குடிச்சிட்டு வர்றன்.'

'நல்லா இருக்கியாப்பா' என்று அவளைக் கேட்டபடி குழந்தையின் கன்னத்தைத் தட்டிவிட்டு இவன் முன்னறைக்குப்

போய்விட்டான். அவர்களோடு இருப்பது அசௌகரியமாகப் பட்டது. புத்தகத்தைப் படிப்பதாக பேர்பண்ணினாலும் ருக்மணி விஷயம் ஏதாவது தெரியவருமா என்று மனம் பதைத்தது. அரைகுறையாகக் கேட்டதையும் பிறகு இவள் சொன்னதை வைத்தும் தெரிந்துகொண்டான். ஊகிக்க முடியாத திக்கிலிருந்தும் ரூபத்திலும் பெண்களுக்குத் துன்பம் வரும் என்பதில் சொந்த அனுபவம் இருந்ததால் பதற்றம் கூடியது.

'ஒனக்கு ஏதோ கஷ்டம்னு தெரிஞ்சது ருக்கு. ஆனா அம்மாவ எப்டி கேக்கறது. ஒன்னையும் சரியாப் பாக்க முடியல. எல்லாருக்கும் ஏதோ தெரிஞ்சும் வெளிப்படையா பேசிக்க முடியல.'

'என்னான்னு சொல்றதுக்கா . . . இப்டி நடக்கும்னு நெனைக்கவே இல்ல. உங்ககிட்ட பேசினா பாரம் கொறயும்னுதான் வந்தன் . . . ஒண்ணும் சரியில்லங்கறது ஒரு மாசத்துலியே தெரிஞ்சிரிச்சிக்கா. அவர் குடிச்சிட்டு வீட்டுக்கு வந்தத மொத தடவ பாத்து திக்குன்னு ஆயிடிச்சி. குடிச்சிருக்கிற ஆள அதுக்கு முன்னாடி நான் கிட்ட வச்சி பாத்ததில்ல. இப்ப ஒரே ரூம்ல இருக்கணும். ஏன்னு கேட்டா ஆபீஸுல யாரோ புரமோஷன் பார்ட்டி குடுத்ததா சொன்னார். அன்னிக்கு ராத்திரி நான் தூங்கல. அப்பா அம்மாவ நெனச்சி அழுதுகிட்டிருந்தன். அப்றம் பாத்தா பத்து நாள் பதினஞ்சி நாளைக்கு ஒரு தடவைன்னு ஆச்சி. எவ்ளவோ சொல்லிப் பாத்தன். கேக்கற மாதிரி இல்ல. அவங்க அப்பா அம்மாவுக்கெல்லாம் முன்னாலியே தெரிஞ்சிருக்கு.'

'ஏமாத்திருக்காங்க ருக்கு... தெரிஞ்சப்போ ஒங்க அப்பா அம்மாவுக்கு எப்டி இருந்திருக்கும்.'

'அப்பெல்லாம் அவங்ககிட்ட சொல்லலக்கா... அதுவே பரவால்லங்கற மாதிரி வேற பிரச்சினை வந்தது. ஆபீஸுல ஏதோ தப்பு பண்ணி சஸ்பெண்ட் ஆயிட்டார். விவரம் கேட்டாலும் முழுசா சொல்லல. அடிக்கடி குடிச்சிட்டு வந்தார் ஒரு நகைய அடகு வச்சார். இன்னொன்ன வித்துட்டார். அது இல்லாம அப்பா அம்மா கிட்ட இருந்து பணம் வாங்கிக்கிட்டு வான்னு என்னைய கேக்க ஆரமிச்சார். அவங்க எப்டிக்கா தருவாங்க? ஏன் தருணும்? நல்லாத்தானே செஞ்சி அனுப்ச்சாங்க. அவங்க அப்பா அம்மாவும் எதுவும் கேட்டுக்க மாட்டாங்க. அவங்கள இவர் மதிக்கவும் மாட்டார். ஒரு நாள் ராத்திரி வந்த சண்டைல அடிச்சிட்டாருக்கா.'

'அய்யோ, வேணாம் ருக்கு... உன்னோட அருமை அவனுக்கு என்னா தெரியும்?'

‘ஒரு தடவ அடிக்கிற ஆளுக்கு அப்றம் அது பழக்கமாயிடும் போல இருக்குது. அடி வாங்கறத விடவும் உதை வாங்கறது இன்னும் அவமானமா இருக்கும். இந்தப் பக்கத்து இடுப்புல அப்பப்ப வலி வருது. அந்த மாதிரி நேரத்துல பெட்டியில வச்சிருக்கிற அப்பா அம்மாவோட படத்த எடுத்துப் பாத்துக்குவங்க்கா… நான் அவங்களோடவே இருந்திருக்கணும்.’

இரண்டு பேரும் விசும்பினார்கள்.

‘அப்றம் ஒரு நாள் ராத்திரி என்னையும் கொழந்தையையும் வூட்டுக்கு வெளிய தள்ளிவிட்டுட்டு கதவை சாத்திக்கிட்டார். மார்கழி மாசம். அன்னைக்கின்னு காட்டன் புடவை கட்டிக்கிட்டு இருந்தன். குளிர் தாங்கல. கொழந்தையை முந்தானையால போத்திப் போத்தி வச்சாலும் அப்பப்ப அழுவுது. ஆத்திரமும் அழுகையுமா வந்தது. செத்துரலாம்னு தோணுச்சிக்கா. மடியில கொழந்தைய வச்சிக்கிட்டு அப்டி யோசிக்க முடியுமா. எனக்கு மட்டும் ஏங்க்கா இப்டி?’

‘அழாத கண்ணு . . . நெஞ்சே வெடிச்சிடும் போல இருக்குது. நல்லா இருப்பானா அவன். உன்னோட குழந்தைக்கு அப்பாவா வேற போயிட்டான். எப்டி இதெல்லாம் தாங்கிக்கிட்ட?’

‘பழக்கமாயிடிச்சிக்கா. அவங்களோட சண்டை போடற ஆளுங்களா எங்க அப்பாவும் அம்மாவும் . . . பிரயோஜனம் இல்லன்னாலும் அப்பப்ப எதுத்து கேள்வி கேக்கறன். இந்த ஆளுக்காக நாம ஏன் சுயமரியாதையை விட்டுக் கொடுக்கணும்னு முடிவு செஞ்சன். ஏழு டென்த் ஸ்டாண்டர்டு பசங்களுக்கு டியூஷன் சொல்லிக் குடுக்கிறன். டெய்லரிங் கத்துக்கிட்டு பிளவுஸ் தச்சிக் கொடுக்கிறன். அப்பா அம்மாகிட்டப் பாதிதான் சொல்லிருக்கன். அதுக்கே அவங்க ஒடஞ்சிட்டாங்க. டீச்சர் டிரெய்னிங் சேரலாம்னு இருக்கன். அப்பா ஃபீஸ் கட்றதா சொல்லிருக்கார்.’

‘தைரியமா இரு ருக்கு. நல்ல காலம் வரும். ஒன்னோட கஷ்டத்தப் பாத்துக்கிட்டிருக்க அந்தக் கடவுளுக்கு எப்டிதான் மனசு வருதோ.’

பிளவுஸ் தைப்பதில் கிடைக்கும் கூலியில் ருக்மணி ஜீவிப்பது எந்த நீதியில் சேரும் என்று தெரியவில்லை.

20

சாத்தியமான நேரங்களில் சமகாலத் தமிழ் எழுத்தாளர்களின் குறிப்பிடத்தக்கப் பிரதிகளைத் தன் வகுப்புகளில் ஓரிரு வாக்கியங்களில் இவன் அறிமுகப்படுத்துவான். குறைந்த பட்சம் அவர்கள் பெயர்களாவது அறிமுகமாகட்டும் என்பதுதான் நோக்கம். ஒரு கட்டத்தில் சிலர் அவர்களைத் தேடிப் படிக்க வாய்ப்புண்டு. அம்மாதிரியான நூல்களிலிருந்து சில வரிகளை மேற்கோள் காட்டுவதும் உண்டு. மேற்கோள் காட்ட இயல்வது ஆசிரியருக்குப் பெரிய பலம். கூட்டங்களுக்குப் போய்வந்ததில் கிடைத்த அனுபவத்திலிருந்து ஒரு விஷயம் தெரிந்தது. பிற மாநில ஆங்கில ஆசிரியர்கள் அவரவர் தாய்மொழி இலக்கியத்தில் பொதுவாக நல்ல பரிச்சயம் கொண்டிருக்கிறார்கள். இங்கே அப்படிச் சொல்ல வழியில்லை.

நடத்தும் பாடத்துக்கு இணையான கருத்துகள் கொண்ட தாய்மொழி செவ்விலக்கியத்தின் வரிகள் ஏதும் தெரிந்திருந்தால் அவற்றைக் குறிப்பிடுவதுண்டு. சில திருக்குறள்கள் அப்படி வரும். தன் அறிவின் எல்லை குறித்த பிரக்ஞையோடு அதைச் செய்வான். வார்த்தைகள் மறந்துபோய் பாதியில் தடுமாறுவதும் உண்டு. ஆங்கில மொழிப் பாடத்திட்டத்தில் செவ்வியல் பிரதிகள் இருந்த வரை அடிப்படை இலக்கியப் பண்புகளை ஒப்பிட்டு சில சந்தர்ப்பங்களில் விளக்க முடிந்தது. பொதுவாக மொழியாக மட்டும் அதைக் கற்கும் மாணவர்களுக்கு அது அதிகம் என்றாலும் சிலராவது அதை ரசித்தார்கள்.

'சீஸருக்கு முடிசூட்ட முடிவுசெய்து ரோம் செனட் சபை அவனுக்கு அழைப்பு விடுக்கிறது. வீரமும் போர் வெற்றிகளும் தந்த அகங்காரத்தோடு

மன்னனாகவும் ஆனால் சீஸர் சர்வாதிகாரி ஆகிவிடுவான் என்று நினைத்து கேசியஸ் தலைமையிலான சதிகாரர்கள் குழு அவனை அதே நாளில் கொலைசெய்ய முடிவெடுக்கிறது. புரூட்டஸின் துணையையும் அக்குழு பெறுகிறது. முதல்நாள் இரவு சீஸரின் மனைவி கல்பூர்னியா துர்க்கனவு காண்கிறாள். நூறு குழாய்கள் கொண்ட நீரூற்றுபோல சீஸரின் சிலை அவனுடைய தூய ரத்தத்தைப் பீய்ச்சி அடிக்க, அதில் திடமான ரோமானியர்கள் பலர் சிரித்தவாறே தம் கைகளை நனைக்கிறார்கள் என்று தன் கனவையும், ஒரு பெண் சிங்கம் தெருவில் ஈன்றது, கல்லறைகள் வாய் திறந்து சவங்களை வெளியே தள்ளின, போர்வீரர் போல அணிவகுத்து மின்னல் மேகங்களைத் தாக்க அவை மாமன்றத்தினமீது ரத்தத்தை மழையாகத் தூறின என்பவை போன்ற இரவுக் காவலாளி கண்ட தீக்குறிகளையும் சொல்லிப் புலம்பி சீஸரை மாமன்றத்துக்குப் போக வேண்டாம் என்று மன்றாடுகிறாள். அவள் மன்றாடலைக் கேட்டுக் கொஞ்சம் தயங்கிய பிறகு அவன், கோழைகள் அன்றாடம் சாகிறார்கள், வீரன் ஒருமுறைதான் சாவான். ஆபத்தும் நானும் ஒரே நாளில் பிரசவிக்கப்பட்ட இரண்டு சிங்கங்கள். நான் மூத்தவன், அவனைவிட நான் அதிகம் ஆபத்தானவன் என்பது அவனுக்கு நன்றாகவே தெரியும் என்று ஆரவாரமாகப் பேசி மாமன்றத்துக்குப் போய்க் கொலையுறுவான். ஏற்கனவே கொடுக்கப்பட்ட குறிப்புகள் மூலம் அவன் கொலையுறுவான் என்பது நாடகம் பார்ப்பவர் களுக்குத் தெரியும். ஆனால் சீஸருக்குத் தெரியாது. துர்க்கனவு, தீக்குறிகள் மூலம் அவன் மனைவி அதை உள்ளுணர்கிறாள். இந்தச் சூழல் பார்வையாளர்களை உணர்ச்சிப் பெருக்கில் தள்ளும். இதை நாடகக் குறிப்பு முரண் என்பார்கள்.'

இதை விளக்கும்போது பட்ட வகுப்பு மொழிப்பாடத்தில் படித்த சிலப்பதிகாரத்தின் புறஞ்சேரி இறுத்த காதையின் சில பகுதிகள் இவன் நினைவுக்கு வந்தன. 'கோவலன், கண்ணகி, கவுந்தியடிகள் மூவரும் மதுரையின் எல்லையிலிருந்த வைகைக் கரையை அடைகிறார்கள். அங்கிருந்த மரங்களையும் மலர்களை யும் வர்ணிக்கும் இளங்கோ, வையை என்ற பொய்யாக் குலக்கொடி / தையற்கு உறுவது தானறிந்தனள்போல் பெருகும் தன் கண்ணீரை மலராடையால் போர்த்தி மறைத்துத் தோன்றுவதாகச் சொல்கிறார். பின் அவர்கள் அகழியைச் சுற்றிச் செல்கிறார்கள். அப்போது வெற்றிக்கு அறிகுறியாக மதிலின்மீது கட்டப்பட்டுள்ள கொடிகள், கோவலனுக்கும் கண்ணகிக்கும் நிகழப்போகும் துயரத்தை அறிந்தவைபோல வாரலென்பனபோல் மறித்துக் கைகாட்ட என்று கூறுகிறார். அணியிலக்கணத்தில் இவற்றைத் தற்குறிப்பேற்றவணி என்பார்கள்.

இயல்பாக நடக்கும் நிகழ்வின்மீது கவிஞர் தன் கருத்தை ஏற்றிச் சொல்வது. இதில் கூடுதலாகக் காவியக் குறிப்பு முரணும் உள்ளது. அங்கே துர்க்கனவு, தீக்குறிகள் கொண்டு மனித உயிரி மூலம் எச்சரிக்கை, இங்கே இயற்கை நிகழ்வுகள் மூலம்.' மாணவர்கள் அதைப் பற்றிக்கொண்டது அவர்கள் கண்களில் தெரிந்தது. இன்னும் கூடுதலாக அப்பகுதிகளுக்கு முன்னும் பின்னும் சொல்ல சிலப்பதிகார வரிகள் தெரியவில்லை. அப்பகுதி அந்த அளவாவது நினைவிலிருந்ததற்குக் காரணம் கற்பித்த ஆசிரியர்தான். செவ்வியல் பிரதிகளின் வரிகளைச் சொல்லும்போது உணர்ச்சியின் நாதத்துக்கு ஏற்ப குரல் அதுவாகவே மாறிக்கொள்கிறது.

இலக்கியம் பொது, மொழிதான் மாறுகிறது என்பதைப் புரியவைக்கக் கிடைத்த எளிய வாய்ப்பு.

21

இலக்கியப் பத்திரிகைகளோடு இவனுக்கு உண்டான பரிச்சயம் வகுப்பறைப் பணிக்கும் ஒருவகையில் உதவியது. அவற்றில் வரும் மொழிபெயர்ப்புகள் ஓரிரண்டு பாடப் பகுதிகளோடு தொடர்புகொண்டவையாக அமைந்தது தற்செயல். கவிஞர் ஒருவர் ராபர்ட் ஃப்ராஸ்ட்டின் சில கவிதைகளை மொழிபெயர்த்திருந்தார். *ஒரு பனிபெய்த மாலையில் காட்டினருகே நின்றபோது* என்ற கவிதை பாடமாக வந்தபோது அதன் தமிழ் மொழிபெயர்ப்பையும் கூடவே வாசித்துக் காட்டினான். கொஞ்சம் பேச்சுவழக்கில் அது இருந்தது கவிதைக்குக் கூடுதல் பரிமாணத்தைக் கொடுத்தது.

அடர்ந்து இருள் படர்ந்து அழகாயிருக்குது காடு
ஆனால் நான் கொடுத்த வாக்குகளுண்டு காப்பதற்கு
உறங்கும் முன்னால் போக வேண்டும் பல காதம்
உறங்கும் முன்னால் போக வேண்டும் பல காதம்

என்ற அதன் இறுதிப் பத்தியை இரண்டு தடவை வாசித்துக் காட்டியதும் மாணவர் சிலரால் அதைத் திருப்பிச் சொல்ல முடிந்தது. அவர்கள் கவிதையைக் கூடுதலாகப் புரிந்துகொண்டது அவர்கள் முகங்களில் தெரிந்தது.

சர்வாதிகார அமைப்பில் எளிய பிரஜையின் சுயம் நீக்கலைக் கேலி செய்யும் ஆடனின் *பேர் தெரியாத குடிமகனுக்கு* என்ற கவிதை இன்னொரு கவிஞரின் மொழிபெயர்ப்பில் வெளியாகியிருந்தது. அந்தக் கவிதை ஒரு சந்தர்ப்பத்தில் பாடமாக வைக்கப்பட்டது. பிரஜைக்குப் பெயரிடாமல் இருப்பதே அவனுடைய அடையாளம் அழித்தலின் முதல் படி. அவன் விளிக்கப்பட்டது வெறும் எண்ணால். *ஜே. எஸ்./07 M 378. இந்தச் சலவைக்கல் நினைவுச் சின்னம் சர்க்காரால் எழுப்பப்பட்டது.*

மொழிபெயர்ப்பில் மோனையின் பயன்பாட்டை வகுப்பறையில் வாசித்துக் காட்டியது சுகமாக இருந்தது.

தனக்கெதிராக அலுவற் குறிப்புகள்
ஏதும் இல்லா ஒருத்தன் அவனெனப்
புள்ளிக் கணக்கு வாரியம் புகன்றது.

...

அமைதி இருந்ததா ? அவன் அதற்காக.
போர் நடந்ததா ? அவன் போயிருந்தான்.

*1939*இல் இந்தக் கவிதையை எழுதியபோது ஆடனின் மனதில் எந்த சர்வாதிகாரி இருந்திருப்பார் என்பதை சொல்லத் தேவையில்லை. மொழிபெயர்ப்பு வெளியான காலத்து ராஜாங்கம் அறிமுகப்படுத்திய வாரியம் என்ற வார்த்தையைக் கவிஞர் சிலாகித்துச் சொன்னார். ஆங்கில மூலத்தில் இருக்கும் சொற்றொடர் *Bureau of Statistics.*

அப்படியான கவிதைகளைக் கேட்ட மாணவர்களில் இலக்கிய ஆர்வம் கொண்ட ஓரிருவர் நெருங்கி வந்தார்கள். அவர்களுக்குத் தன்னிடமுள்ள சமகாலத் தமிழ்ப் படைப்புகள் சிலவற்றைத் தந்து இவன் வாசிக்கவைத்தான். அவை பற்றிக் கொஞ்சம் பேச்சும் இவன் அறையில் நடக்கும். கொஞ்சம் கொஞ்சமாக அவர்களுடைய வாசிப்பு முன்னேறியது. உலக வழக்கப்படி மூன்று பேர் கவிதை எழுதத் தொடங்கினார்கள். பின்னாளில் அவர்களில் ஒருவர் பொருட்படுத்தக்கூடிய கவிஞரானார்; இன்னொருவர் சமூக மானிடவியல் துறையில் பன்னாட்டு ஆலோசகரானர்; வேறொருவர் சிறிய அளவில் பதிப்பாளரானார். சிலர் அறிவியல் ஆய்வாளர்களானார்கள். ஒருவர் ஆசிரியராகி இவனிடம் இல்லாத புத்தகங்களைக் கடன் கொடுக்கும் அளவுக்கு வாசிப்பில் உயர்ந்தார். மாணவர்கள் என்ற நிலை தாண்டிப் பொதுவாகப் பலரும் நண்பர்களானார்கள். சமயங்களில் குடும்ப உறவுகளாகவும் அவை மாறின. தங்களுடைய திருமணத்துக்கு அழைத்தவர்கள், பிறகு தங்கள் குழந்தை களின் திருமணத்துக்கும் அழைத்தார்கள். ஊர் மாறினாலும் தொடர்பில் இருந்தார்கள். ஆசிரியர்களுக்கு மட்டுமே வாய்க்கும் தொடருவகை இது.

22

"அதிகாரத்தைக் கற்பனையின் கைகளிடம் ஒப்படையுங்கள்,"

"பெறுவதற்குக் கற்பனை பரிசுப் பொருளல்ல; அதை வென்றெடுக்க வேண்டும்."

"கோயிலின் நிழலில் நீ எப்படிச் சுதந்திரமாகச் சிந்திக்க முடியும்?"

"முதலாளிக்கு நீ தேவை, உனக்கு முதலாளி தேவையில்லை,"

"வெறும் மேற்பூச்சு வேண்டாம், அமைப்பே நாறிப்போயுள்ளது,"

"கலை செத்துவிட்டது, அதன் சடலத்தை உண்ணாதீர்கள்,"

"காதல் செய்யுங்கள், போர் வேண்டாம்."

"அழகும் காதலும் தெருக்களில் உள்ளன."

1968இல் நடந்த பாரீஸ் மாணவர் கிளர்ச்சிக் காலத்தில் அவர்கள் எழுதிவைத்தத் தட்டி வாசகங் களின், சுவர் எழுத்துக்களின் மாதிரிகள் இவை. அழகியல் வழியாக எதிர்ப்பு என்ற போராட்ட வடிவத்தின் ஆரம்பம். இறுகிய நிறுவன அமைப்புகள், நுகர்வுக் கலாச்சாரம், ஆட்சி அதிகாரம் போன்றவற்றுக்கு எதிரான வெறுப்பும் கோபமும் அறுபதுகளின் பிற்பகுதியில் உலகமெங்கும் இளையோர் மத்தியில் பரவின. அறுபதுகளின் சீனக் கலாச்சாரப் புரட்சி, வியட்நாம் போர் எதிர்ப்பு, ஹிப்பி இயக்கம் போன்றவை அவர்களுக்குப் பெரும் உந்துதலை அளித்தன. சே குவேரா, மாவோ, ஹோ சி மின் போன்றோர் அவர்கள் வியந்த புனித உருக்கள். சமூக, பொருளாதாரக் கேடுகள் அனைத்துக்கும்

ஆர். சிவகுமார்

காரணமான முதியோரிடமிருந்து ஆட்சியதிகாரத்தைக் கைப்பற்ற வேண்டும் என்ற உணர்வெழுச்சி இளைஞர்களிடமும் மாணவர்களிடமும் குவிந்த மையமாக இருந்தது பாரீஸ்.

பல்கலைக்கழக விடுதிகளில் ஆண்–பெண் சந்திப்பு, அணியும் ஆடை போன்றவை தொடர்பான கட்டுப்பாடுகளை எதிர்க்கும் வகையில் சாதாரணமாகத் தொடங்கிய கிளர்ச்சி அந்த வருடத்தின் மே மாதத்தில் உச்சக்கட்டத்தை அடைந்தது. பாடத்திட்டத்தை வகுப்பதிலும் ஆசிரியர் நியமனத்திலும் மாணவர் பங்கேற்பு வேண்டும் என்பவை போன்ற முக்கியத்துவம் வாய்ந்த கோரிக்கைகளும் சேர, அரசின் எதிர்ப்பால் போராட்டம் கலகமாக உருவெடுத்தது. பிரபலமான சார்போன் உள்ளிட்ட சில பல்கலைக்கழகங்களை மாணவர்கள் கைப்பற்றினார்கள். வளாகங்களிலிருந்து அவர்களை வெளியேற்றும் முயற்சியில் போலீஸ் மாணவர்களைத் தாக்கியது. சாலைகளும் வளாகங்களும் இரு தரப்பினரின் போர்க்களங்களாக மாறின. மாணவர்கள்மீது அனுதாபம் கொண்டு தொழிலாளர்களும் சேர்ந்துகொள்ள போராட்டம் தேசியப் பொது வேலை நிறுத்தமாக மாறியது. சூழலைக் கையாள ஃப்ரெஞ்ச் ராஜாங்கம் திணறியது.

உலகப் பிரசித்தி பெற்ற மூக்கைக் கொண்ட டி கால் அப்போதைய ஃப்ரெஞ்ச் அதிபர். தலைமைச் செயலகத்தைக் கிளர்ச்சியாளர்கள் கைப்பற்றிவிடுவார்களோ என்று பயந்திருக் கிறார். பதவியிலிருந்து ஒருநாள் இல்லாமல் போயிருக்கிறார். எங்குள்ளார் என்று யாருக்கும் தெரியாத அசாதாரண சூழலில் ஜெர்மனிக்குப் போய் ஒரு சமரசத் திட்டத்தோடு திரும்பி வந்து ரேடியோவில் பேசினார். தொலைக்காட்சி நிலையம் கிளர்ச்சியாளர்களால் கைப்பற்றப்பட்டிருந்தது. முப்பத்தைந்து சதவீத ஊதிய உயர்வுடன் தொழிலாளர்கள் பணிக்குத் திரும்பினார்கள். கோடை விடுமுறை தொடங்கிய தால் மாணவர்களின் கட்டுக்கோப்பும் தளர்ந்தது.

ஏழே வாரங்கள் நீடித்த போராட்டம் என்றாலும் அதன் தாக்கம் பன்முகத் தன்மையோடு உலகெங்கும் பரவியது. பல அறிவுத் தளங்கள் மறுபரிசீலனைக்குள்ளாயின. பாலினச் சமத்துவம் பெருமளவில் நடைமுறைக்கு வந்தது. அதிகாரத்தை நோக்கி உண்மையைப் பேச முடிந்தது. சனாதன மார்க்சியக் கட்சிகளின் நடைமுறைகளிலிருந்தும் சோவியத் கொடுங்கோன்மை யிலிருந்தும் விலகிய நவ இடதுசாரியம் உருவானது. அதிகாரத்தின் செயல்முறை, ஒழுங்கு, சிறை ஆகியவற்றை ஆராய அந்த மாணவர் கலகம் என்ற 'அரசியல் திறப்பு' தனக்கு வாய்ப்பாக அமைந்தது என்று ஃபூக்கோ சொன்னார். மரபான பார்வைகளை

உதிர்த்தெழுந்த இளையோரின் செல்வாக்கு கலாச்சாரம், இலக்கியம், திரைப்படம், ஓவியம், இசை என்று பல துறைகளிலும் நிலவத் தொடங்கியது.

அந்தக் கிளர்ச்சி ஊறிக் கசிந்து இந்தியாவுக்குள்ளும் நுழைந்தது. குறிப்பாக, புரட்சிகர அரசியலுக்கு மாணவர்கள் சிலரிடையே தன்னெழுச்சியான ஆதரவு திரண்டது. கடும் அடக்குமுறைக்கு மத்தியிலும் அது இலைமறை காயாகவேனும் நீடிக்கவே செய்தது.

நெல்லிக்கனிப் பாடசாலையின் முன்னாள் மாணவர்கள் சிலரும் தீவிர அரசியல் இயக்கத்தில் ஈடுபட்ட கதைகளை இவன் கேட்டதுண்டு. அவர்களில் ஒருவர் பின்னாளைய நாயகனாகவே உருவெடுத்திருக்கிறார். சக நாயகனோடு நவீன நடுகல்லிலும் தோன்றுகிறார். அவருக்கிருந்த உயர் படிப்புக்கு ஆசானாக வேலை பெற்று சௌகரியமான வாழ்வை நடத்தியிருக்கலாம். எளியவர் நலனை உத்தேசித்து வரித்துக்கொண்ட சித்தாந்தம் அப்புறம் எப்படித் தியாகத்துயரத்தைத் தீட்டும்? அந்தப் பிரதேசத்தைக் குறுக்கும் நெடுக்குமாக நடந்து அதன் வாழ்வியலையும் நிலவியலையும் அளந்தவை அவர் கால்கள். தாக்குதலின் முதல் இலக்கு அவையே என்று கேள்வி.

உள்ளூரில் அறுபதுகளிலும் எழுபதுகளிலும் மாணவரிடையே இருந்த அரசியல் உணர்வு பின்னால் மங்கி மறைந்தது. மொழித் திணிப்புக்கான எதிர்ப்பு, பக்கத்துத் தேச விடுதலை ஆகியவை உண்டாக்கிய எழுச்சியில் இவன் காலத்தவர்கள் காட்டிய அரசியல் ஈடுபாடு காணாமல் போயிருந்தது. பொதுக் காரியம், சுதந்திரச் சிந்தனை, ஒடுக்கப்படுவோர் மீதான பரிவு போன்ற மதிப்பீடுகள் போன இடம் தெரியவில்லை.

ஈராக் ஆக்கிரமிப்பு, சதாம் உசேன் தூக்கிலிடப்பட்டது போன்ற மனித மாண்புக்கு எதிரான சம்பவங்கள் மாணவர் மத்தியில் எந்தவித எதிர்வினையையும் உண்டாக்காமல் சாதாரணமாகக் கடந்துபோயின. அந்தச் சம்பவங்களுக்குக் காரணமான அமெரிக்காவிலேயே மாணவர்களும் இளைஞர்களும் பெரிய அளவில் தங்கள் அரசுக்கு எதிர்ப்பு காட்டினார்கள். எல்லாப் பெரிய நகரங்களிலும் ஊர்வலங்களும் ஆர்ப்பாட்டங்களும் உணர்ச்சிபூர்வமாக நிகழ்ந்தன. இங்கே மயான அமைதி நிலவியது. தாங்கள் அடிக்கடி பாலூற்றும் நடிகனின் சுண்டுவிரல் சிராய்ப்புக்கு வருந்துவதில் ஆயிரத்தில் ஒரு பங்குகூட அந்த நிகழ்வுகளைக் கண்டு இளைஞர்

ஆர். சிவகுமார்

கூட்டம் கவலைப்படவில்லை. பலருக்கு அது தொலைக்காட்சியில் காண்பிக்கப்பட்ட ஒரு பொழுதுபோக்குக் காட்சி, அவ்வளவுதான்.

முன்னணி நடிகர்களின் திரைப்படங்கள் வெளியாகும் வேலைநாளில் ஏதோ அற்ப சாக்குச் சொல்லி வகுப்புகளைப் புறக்கணித்துக் கொட்டகைகளுக்குக் களிப்புடன் போகுமளவுக்கு மாணவர் சக்தி பாதாளத்துக்குள் இறங்கியது. இதை முன்னின்று செய்பவர்கள் சிலர் என்றாலும் வகுப்பை இழப்பவர்கள் பெருவாரியானவர்களே. எதிர்த்துக் கேள்வி கேட்டால் பிரச்சினை என்று அவர்கள் மௌனமாக வீடு திரும்புவார்கள். வகுப்பு கிடையாது என்பது அந்த வயதில் மகிழ்ச்சியையும் சிலருக்குத் தந்திருக்கும். சடங்குரீதியாகவும் சமயங்களில் விடுதியின் அவலங்களை முன்னிறுத்தியும் சில வேலை நிறுத்தங்கள் நடக்கும். அவ்வகை அவலங்கள் நிரந்தரம் என்பதால் அக்காரணங்கள் அடிக்கடி கைகொடுக்கும்.

கருத்தியல் துணை நிற்க, மாணவர்கள் சார்ந்த பிரச்சினைகளில் ஓரளவு ஈடுபாடு காட்டியவை இடதுசாரி மாணவர் அமைப்புகள். மற்றவற்றுக்குத் தாம் சார்ந்த கட்சிகளின் சுயநலம் முன் நிற்கும். தனிநபர் வழிபாட்டுக் கோஷங்களை எழுப்பி, எதற்கும் எதையும் பங்களிக்காமல், அதிகார விருந்தில் பங்கேற்க நடக்கும் பந்தயத்தில் ஓடும். அக்கட்சிகளின் அரசியல், பண்பாட்டுப் பாசாங்குகளை உணரும் சக்தி அவர்கள் புத்திக்கு இல்லை. பொது வாசிப்பும் இல்லை; நெறிசார்ந்த சாகச உணர்வும் இல்லை. அரசியல் கூருணர்வு ஏதும் தென்பட்டால்தான் ஆச்சரியம்.

ஆதர்சம் என்று அவர்களுக்குச் சுட்டிக்காட்ட நிஜ வாழ்வில் ஆளுமைகளும் இல்லை. ஊதிப் பெருக்கப்பட்ட பிம்பங்களின் நெரிசலில் சிக்கித் தவிக்கிறார்கள் இளையோர். கூசும் ஒளியில் அப்படி முன்னிறுத்தப்பட்டு அன்றாடம் கண்ணில் படுபவர்களிடமிருந்து தப்பிப்பதே அவர்களின் மன ஆரோக்கியத்துக்கு நல்லது.

23

மாலை ஏழு மணிபோல நடக்கத் தொடங்கினேன். அரை மணி நேரம் ஆகியிருக்கலாம். கால்சட்டை அணிவதை நிறுத்தி எட்டு வருடங்களாயிற்று. அது வசதிப்படாது. மேலும் வேற்று ஆள் என்று என்னை மக்கள் கருதும்படி அது செய்துவிடும். நான்கு முழ வேட்டி. வெள்ளை அரைக்கைச் சட்டை. பாக்கெட்டில் அல்ஸர் மாத்திரைகள். வேட்டியை மடித்துக் கட்டிவிட்டால் கால்கள் சீரான வேகமெடுக்கும். பழக்கப்பட்ட பாதைகள். ஒவ்வொரு மரமும் செடியும் கொடியும் அடையாளம் தெரியும்.

பிரதான பாதையிலிருந்து விலகி உள்ளடங்கிய கிராமங்களுக்குச் சில சமயம் போக வேண்டியிருக்கும். இந்த மொத்தப் பிரதேசத்தையுமே பிரிந்து பிரிந்து நிற்கும் ஒரு பெரிய கிராமம் என்று சொல்லலாம். பௌர்ணமியை ஒட்டி சின்னச் சின்னக் கரடுகள் பார்க்க அழகாக இருக்கும். நள்ளிரவுக்குப் பின் ஒற்றைக் குயில்கள் பாடும். விடிவதற்குள் நாற்பது மைல் தள்ளியிருக்கும் ஊரை அடைந்துவிட வேண்டும். அங்கு செய்ய வேண்டியவை காத்துக்கொண்டிருக்கும். மாதத்தில் இரண்டு, மூன்று தடவை அப்படிப் போக வேண்டியிருக்கும். பத்துப் பதினைந்து மைல் தாண்டி யாராவது ஒரு தோழர் வீட்டில் இரவு உணவாக சூடான ராகிக்களியும் கிடைக்கிற பருப்பும் கீரையும் சேர்த்துத் தயாரித்த சாறும் கிடைக்கும். சமைக்கப்படும் ஒரு நாளின் ஒரே உணவு அதுவாகத்தான் இருக்கும். தேவையானால் அதே களியை அடுத்த நாள் பகலில் கூழாகக் கரைத்துத் தருவார்கள். சோளக்களியை எப்பவாவதுதான் கிண்டுவார்கள். அது பலருக்கு அவ்வளவாகப் பிடிக்காது. தேவைக்கேற்ப வீடும் மாறும், ஊரும் மாறும். சிறிது நேர ஓய்வுக்குப் பிறகு திரும்பவும் நடக்கத் தொடங்குவேன்.

ஆர். சிவகுமார்

அபூர்வமாக சைக்கிள் பயணம் நேரும். பேருந்தில் ஏறுவது முடியாது. சில இடங்களுக்கு எப்படிப் போக வேண்டும் என்பது இறுதி நிமிடத்தில்தான் முடிவாகும். தகவல்கள் இரண்டு மூன்று கை மாறி கிடைக்கும்.

யார் நடக்கச் சொன்னது? யார் நலனை உத்தேசித்து? நானே மனமார விரும்பி ஏற்றுக்கொண்ட பணி. ஆயிரக்கணக்கான எளியவரின் நலனை உத்தேசித்து. இதில் நான் பெருமிதம் கொள்ள எதுவுமில்லை. இந்தச் சமூகத்தின் விடியலுக்கு நான் செய்ய வேண்டிய கடமை. அதை நிறைவேற்ற இதுதான் வாழ்முறை.

'நீ லெக்சரர் வேலைக்கு வரணும்' என்று துறைத் தலைவர் சொன்னார். 'காலியிடம் கணிசமா இருக்கு. விளம்பரம் வந்தா விண்ணப்பம் போடு. உனக்குக் கண்டிப்பா கிடைக்கும்' என்றார். ஊரில் பி.எஸ்சி. படித்துவிட்டு பாரம்பரியமான கல்லூரியில் எம்.எஸ்சி. சேர்ந்தேன். பாடங்களை நியதியுடன் கற்றதால் ஆசிரியர்களுக்கு என்மீது நல்ல மதிப்பு இருந்தது. இரண்டாமாண்டில் ஒரு நாள், வெப்பத்துக்கும் ஆற்றலுக்கும் உள்ள உறவைப் பற்றி தெர்மோடைனமிக்ஸ் விளக்கும் பகுதியைக் குறிப்பிட்டு 'நைட் படிச்சிட்டு நாளைக்கு ஃபஸ்ட் இயர் ஸ்டூடண்ஸுக்குப் பாடம் எடு' என்றார் அவர். கடைசி பெஞ்சில் அமர்ந்து கவனித்தார். அடுத்த நாள் கூப்பிட்டு அப்படிச் சொன்னார். அது மாதிரி ஒரு வேலையில் சேர்ந்தால் பெட்டிக்கடை வைத்திருக்கும் குடும்பத்தினர் அடையும் மகிழ்ச்சியைக் கற்பனை செய்தேன்.

அவர் சொன்ன நேரத்தில் மன ரீதியில் வேறொரு உலகத்துக்குள் நுழைந்திருந்தேன். அந்த உலகம்தான் உண்மைச் சமூகத்துக்கு நெருக்கமாக இருந்தது. அதன் பிரச்சினைகளுக்கு நிவாரணம் சொன்னது. அதற்கு ஒரு மாதத்துக்கு முன்பு நாங்கள் மூன்று பேர் சித்தாந்த ஆசானைச் சந்தித்திருந்தோம். வேறு பகுதியிலிருந்து வந்த நான்கு பேர் எங்களோடு சேர்ந்து கொண்டார்கள். வசந்தத்தின் இடிமுழக்கத்தைப் பற்றியும் அதன் தொடர்ச்சியாக இயக்கம் வலுவடையத் தொடங்கியிருந்ததை யும் முந்தைய கல்லூரிக் காலத்தில் அறிந்திருந்தேன். சுற்றி யிருந்த வாழ்க்கையைப் பார்த்த அனுபவமும் அந்த வயது கொளுத்திய லட்சியவாதமும் அப்படியான அறிதலுக்கு மனதைத் தயார்ப்படுத்தியிருந்தன.

ஐந்து நாட்கள் இரவு பகலாக அவர் வகுப்பெடுத்தார். வரலாறு, தத்துவம், பொருளாதாரம் சார்ந்த கற்பித்தலாக அது இருந்தது. பல ஆண்டுகள் மூத்தவர் என்றாலும் எங்களைச்

சகவயதினராகவே நடத்தினார். கேள்விகளை வரவேற்றார். சிறு சந்தேகங்களையும் மனம்விட்டுக் கேட்டு விடைகள் பெற்றோம். வழக்கமாக முன்னிறுத்தப்படும் கொள்கைகளும் நடைமுறை யும் போலியானவை மட்டுமல்ல வஞ்சகமானவையும்கூட என்பதை விளக்கினார். சிறு பிரசுரங்கள் எழுதும் பயிற்சியும் கொடுத்தார். இறுதியில் எங்களுக்கு உறுதி உண்டானது. குழப்பங்களும் தயக்கங்களும் உதிர்ந்தன. அவருக்கு அது தொடர் போதனையின் ஒரு பகுதி; எங்களுக்கு வாழ்க்கையின் திருப்புமுனை. இனி அடையப்போவது செயல்வழி அறிதல்தான். பிரியும்போது, அவசியம் படிக்க வேண்டுமென்று சில நூல்களைக் கொடுத்தார்.

முழுமனத்தோடு முடிவெடுத்து கல்லூரியைவிட்டு நீங்கினேன். இரண்டு மாதங்கள்போல யாருக்கும் எந்தத் தகவலும் கிடைக்கவில்லை. கொஞ்சம் கொஞ்சமாக ஊகித்து, தொடர்புகள் மூலம் கிடைத்த செய்தியின் மூலம் உறுதிப்படுத்திக்கொண்டு பெற்றோர் கலங்கியிருக்கிறார்கள். நான் தேர்ந்தெடுத்த வாழ்முறை சித்திரவதைக்கு ஆளாவது, ஒரு கட்டத்தில் உயிருக்கும் ஆபத்தானது என்பது புரிந்தபோது யாராலும் ஆறுதல் சொல்ல இயலாதத் துயரத்தை அவர்கள் அனுபவித்திருக்கிறார்கள். சில மாதங்கள் கழித்துப் போனேன். இரண்டே நாளில் கிளம்பியபோது கால்களைப் பிடித்துக் கெஞ்சினார்கள். சஞ்சலத்துக்குக் கொஞ்சமும் இடமில்லாத பணி. கிட்டத்தட்ட துறவியின் மனோபாவம் தேவைப்படுவது. ஒரு வருடத்துக்குப் பிறகு அடித்தடுத்த விசாரணை, மன உளைச்சல் என்று அவதிப்பட்டிருக்கிறார்கள். கடும் கண்காணிப்புக்கு மத்தியிலும் வழக்குகள் இல்லாத காலத்தில் ஓரிரு மணி நேரம் அவர்களைப் பார்க்கப் போவேன்.

எளியவர்களின் துயரத்தைப் போக்கும் என்று நம்பி யிருந்த கட்சிகள் துரோகமிழைத்ததால் விரக்தியடைந்திருந்த மாணவர்கள், இளைஞர்கள் சிலர் புதிய இயக்கத்தில் இணைந்தார்கள். அது அவர்களுக்குப் பெரும் நம்பிக்கையைக் கொடுத்தது. வறுமையான பின்னணி கொண்டவர்கள் மட்டுமல்ல, மத்தியதர வகுப்பினரும் அவர்களிடையே இருந்தார்கள். மாணவர்களில் சிலர் படிப்பைத் தொடர்ந்தார்கள். சிலர் விலகினார்கள். சாகச உணர்வு மட்டுமே இருந்தவர்களால் அடக்குமுறையைத் தாக்குப்பிடிக்க முடியவில்லை. சாகச உணர்வு ஓரளவுக்குத் தேவைப்பட்டதுதான். ஆனால், சித்தாந்தப் பின்புலமும் மன உறுதியுமே பிரதானத் தேவைகள். மக்களைச் சந்திக்கும் முன்னணியினர், செயல்திட்டங்களை நிறைவேற்றுபவர்கள் என்று தகுதியுடையவர்களைக் கண்டறிந்து இயக்கம் பணிகளை வழங்கியது.

வசதியான வாழ்க்கை வாழ்பவர்கள் மட்டுமல்ல, எளிய மக்கள் சிலரும் எங்களைக் கொலைகாரர்கள், கொள்ளைக்காரர்கள் என்று கருதுவதைக் கண்டு வருந்துவோம். நாளடைவில் புரிந்துகொள்வார்கள் என்ற நம்பிக்கையில் அதைக் கடப்போம். தொடக்கத்தில் அப்படிச் சில செயல்கள் நடந்தன. ஆனால், ஒரு நாளும் ஒரு ஏழைக்கும் துன்பம் விளைவித்ததில்லை. நானே சொல்லக்கூடாது என்றாலும் எங்களின் மனத்தூய்மையை யாராலும் சந்தேகிக்க முடியாது என்பது உண்மை. எங்கள் தொடர்புடைய வழக்கு ஒன்றில் அரசுத் தரப்பு வழக்கறிஞரைப் பார்த்து உச்ச நீதிமன்ற நீதியரசர் ஒருவர், 'உங்களுக்கு அவர்கள் ரத்த வெறி பிடித்த அரக்கர்களாகத் தெரிகிறார்கள். ஆனால், எளிய ஜனங்கள் பலருக்கு அவர்கள் ரட்சகர்களாகத் தெரிகிறார்கள்,' என்று எங்களைக் குறித்துச் சொன்னது ஆறுதலாக இருந்தது.

இந்த வாழ்முறையைத் தேர்வு செய்ததே ஏழைகளின், இருக்கும் சிறு துண்டு நிலத்தையும் கந்துவட்டிக்காக இழக்கும் விவசாயிகளின் விடுதலைக்காகத்தான். செய்த ஓரிரு தவறுகள் மக்களிடமிருந்து எங்களை அந்நியப்படுத்தின என்பதை உணர்ந்து அவற்றைக் கைவிட்டோம். அந்த நேரத்தில் கோட்பாட்டு முரண்பாடுகள் உண்டாக்கிய கடும் நெருக்கடிகளுக்கு ஆளானோம். வெகுமக்களின் பங்களிப்போடுதான் அமைப்பை அகற்ற முடியும் என்பதால் தொடர்ந்து அவர்களைச் சாத்தியமான வழிகளில் சந்திக்கிறோம். அவர்களின் துயரங்களுக்குக் காரணமானவற்றை விளக்குகிறோம். தேர்தல் பாதை திருடர்களின் பாதை என்பதை அவர்களுக்குப் புரிய வைக்கிறோம். பொதுவெளிப் போராட்டங்களில் அவர்களோடு இணைகிறோம். சிறைவாசத்திலும் தலைமறைவு வாழ்க்கையிலும் நாட்கள் கழிகின்றன. ஆனாலும், இலக்கை அடையும் நம்பிக்கையில் எள்ளளவும் தளர்வில்லை.

ராகிக்களியும் சிறுகீரைச் சாறும் பசியைப் போக்கி மனநிறைவளித்தன. அடுத்த வேளை உணவு எப்போது என்பதைச் சொல்ல முடியாது. நடக்கத் தொடங்கிவிட்டேன். சிறிது தூரம் கடந்ததும் மூன்று தோழர்கள் இணைந்துகொள்வார்கள்.

இன்று போய்க்கொண்டிருப்பது ஒரு கூட்டத்தில் பேசுவதற்காக. உழைத்துச் சோர்ந்தவர்கள் இரவு உணவுக்குப் பிறகு ஒன்பது மணி அளவில் கூடுவார்கள். கிராமத்தின் சிறு பொதுவெளியில் ஒன்றிரண்டு வீட்டு குண்டு பல்புகள் வெளியே

எரிய நூறு பேருக்குக் குறையாமல் அமர்ந்திருப்பார்கள். பக்கத்து கிராமங்களிலிருந்தும் சிலர் வருவார்கள். இயக்கத்துக்கு ஆதரவு இருக்கும் பகுதிகளைக் கண்டறிந்து கூட்டங்கள் போடுகிறோம். இது அன்றி தனிப்பட்ட சிலரைத் தொடர்ந்து சந்தித்துப் பேசுகிறோம். பக்கத்துப் பிரதேசத்து மக்களுக்கும் இதே வாழ்நிலைதான். பெரும்பாலும் படிப்பறிவற்றவர்கள், கூலித் தொழிலாளிகள், சிறு விவசாயிகள். சுரண்டலின் கொடூர முகத்தை அன்றாடம் பார்ப்பவர்கள். கையறுநிலையில் தவிப்பவர்கள். இவர்களுக்கு மீட்சி தராத கல்வியால் என்ன பயன்?

கூட்டங்களில் பேசுவதில் எனக்கு ஒரு பிரச்சினை உண்டு. என்னதான் பிறந்து வளர்ந்த பகுதியாக இருந்தாலும் அடிநிலை மக்களின் பேச்சுமொழி எனக்குச் சரியாகக் கைவரவில்லை. கூடவே எழுத்துமொழி குறுக்கிட்டு நினைப்பதைப் பகிர்ந்து கொள்வதில் சிரமம் உண்டாக்கிவிடுகிறது. ஆனால், வழக்கு மன்றங்களில் முழக்கங்களை எழுப்பும்போது எழுத்து மொழிதான் உண்மை உணர்ச்சியைக் கூட்டுகிறது. தோழர்கள் பலர் மக்களின் பேச்சு மொழியை எளிதாகக் கையாள்கிறார்கள். என் பலவீனம் குறித்து வெட்கமாக இருக்கிறது. இந்த மக்களின் மொழியை முழுதாகக் கற்று பிரயோகிக்க வேண்டும். நாளடைவில் கைகூடும். சமயத்தில் மிகைமதிப்பு, தரகு முதலாளித்துவம் என்று சித்தாந்த மொழி அறியாமல் வந்துவிடுகிறது. எளியவர்களுக்கு இந்த வார்த்தைகள் முக்கியமில்லை, தேவையும் இல்லை. அவற்றின் அன்றாட வாழ்நிலை அர்த்தம்தான் தேவை. அரைகுறையாக அவர்கள் உணர்ந்திருப்பதை முழுதாக அறியச் செய்துவிடுவதுதான் எங்கள் பணி.

இடத்தை அடையும்போது ஒரு தோழர் பாடிக் கொண்டிருக்கிறார். இன்னொரு தோழர் டோலக் வாசிக்கிறார். குரலும் துணை இசையும் இயக்கம் தரும் நம்பிக்கையை எளியவர்களின் மனங்களில் பதித்துக்கொண்டிருக்கின்றன. இரண்டு பாடல்களைக் கேட்டுவிட்டு பேசத் தொடங்குகிறேன். குரலும் பேசுபொருளும் மேலேறத் தொடங்கி பத்து நிமிடங்கள் ஆகியிருக்கும். எங்கிருந்தோ வந்த காவலர்கள் அமர்ந்தவர்களைச் சூழ்கிறார்கள். அவர்கள் வந்த சத்தம் யாருக்கும் கேட்கவில்லை. நாற்பது, ஐம்பது பேர் இருக்கலாம். எல்லாருடைய கைகளிலும் துப்பாக்கிகள். 'அந்த நாய வுட்றாதீங்கடா. புடிச்சி அமுக்குங்கடா,' என்கிறார் தலைமை அதிகாரி. அமர்ந்திருந்தவர்கள் திகிலில் எழுந்து அகல முயல்வதை அவர்கள் பொருட்படுத்தவில்லை. தோழர்களைத் துப்பாக்கி முனையில் நிறுத்துகிறார்கள். இந்த வாழ்முறையில் எதிர்பார்த்த கட்டம் வந்திருக்கிறது. இலக்கு நான் மட்டுமே என்பதை உணர்கிறேன். நான்கு பேர் என்னைப்

பிடித்துக்கொள்ள சிலர் தாக்கும் ஆவேசத்தில் முன்னால் நிற்கிறார்கள். அச்சம் ஒரு துளியும் எனக்கில்லை. 'பெர்மிஷன் வாங்கித்தான் கூட்டம் நடத்துகிறோம்.' அவர் கண்களைப் பார்த்துச் சொல்கிறேன். நேருக்கு நேரான சந்திப்பு. 'என்னடா மயிரு பெர்மிஷன்.' சொல்லியபடியே வயிற்றில் எட்டி உதைக்க, காவலர்கள் பிடியை விட மல்லாக்கச் சாய்கிறேன். கைகளில் இரண்டு பேர் ஏறி நிற்கிறார்கள். கால்களை உதறுகிறேன். 'காலை முறிங்கடா.' சிலர் பக்கவாட்டில் நின்று என் கால்களை மேல்நோக்கி உயர்த்த சிலர் துப்பாக்கிகளால் மாறி மாறி அடித்து முழங்கால்களை முறிக்கிறார்கள். வலி தாங்காமல் விலங்கைப்போல அலறுகிறேன். அடுத்த நொடி துப்பாக்கிக் கட்டைகளால் முகம், மார்பு என்று குத்துகிறார்கள். தலைக்குள் எல்லாம் கலங்குகிறது. மூச்சு அடைக்கிறது. முடிந்ததா... தோழர்களுக்கு என்ன ஆயிற்று... ஏன்... என்ன ஆகும்... எங்கே...

கற்றதால் 105

24

கல்லூரியில் என்ன பாடம் படிப்பது என்பதை முடிவு செய்வதில் படிக்கப்போகிறவனுக்கு அநேக மாக பங்கு இருக்காது. சில சிசுக்களை மூன்று மாத கருவிலிருந்தே மருத்துவப் படிப்புக்குத் தயார் செய்ய ஆரம்பிப்பார்கள். அந்தக் குழந்தை ஒரு கட்டத்தில், பதினைந்து வயதில் என்று கொள்வோம், வரலாற்றுப் படிப்பின்மீது தனக்கு ஆசை இருப்பதாகச் சொன்னால் பெற்றோர் உடனடியாகத் துறவறம் பூண்டு இமயமலைக்குப் போய்விடுவார்கள். இலக்கிய ஆர்வம் துளிர்த்து நான்கு இலைகள் விட்டவனை மின்னியல் படிக்கவைத்து ஃப்யூஸ் கட்டைகளின் இருப்பை மேஜை அகல பதிவேட்டில் சரிபார்ப்பவனாக ஆக்கிவிடுவார்கள். கணக்குப் பாடத்தில் விருப்பமுள்ளவனை உளவியலில் சேர்த்து மன அழுத்தத்துக்கு ஆளாக்குவார்கள்.

கௌரவமான மதிப்பெண் பெற்றவர்களைப் பொதுவாக அறிவியல் படிப்புகளில் பெற்றோர்கள் சேர்ப்பார்கள். மதிப்பெண் குறைந்தவர்கள் வரலாறு, பொருளாதாரம், இலக்கியம் என்று பெரும்பாலும் அவர்களாகவே முடிவுசெய்து சேர்வார்கள். முன்னவருக்குப் பின்னவர்மீது கொஞ்சம் இளக்காரம் இருக்கும். அவர்களும் “நாம் கொஞ்சம் தாழ்ச்சிதானோ” எனறு எண்ணுவார்கள். அதே சமயம், கல்லூரி வாழ்க்கையை ரசித்து, சாகசத்தை முழுக்க அனுபவித்துக் கடப்பவர்கள் அவர்களே. செய்முறை வகுப்புகள் இல்லாததால் கிடைக்கும் சுதந்திரத்தை உல்லாசமாக அனுபவிப்பார்கள். மாணவர் அமைப்புக்கான தேர்தலில் வேட்பாளர்கள் பெரும்பாலும் அவர்களே. பின்னாளில் பொதுச் சமூகத்தில் சில பொறுப்புகளை அவர்களில் சிலர் வகிப்பார்கள். கடைசியில் படிப்பு முடிந்து பலரும் அரசாங்க கிளார்க்குகளாகவோ பள்ளி ஆசிரியர்களாகவோ ஆவார்கள். கலைப் பாடங்களில்

ஆர்வம் உள்ளவர்களுக்குப் பெரிய எதிரிகளாக இருப்பவை கணிதமும் அறிவியலும். பள்ளிவரை அவற்றைத் தவிர்க்க முடியாது. அப்படியானவர்கள் கல்லூரிக்கு வந்ததும் அந்தப் பாடங்களிலிருந்து முதல் வாய்ப்பில் விடுதலை பெறுவார்கள். அத்தோடு அறிவியலுடன் அவர்களுக்கு இருக்கும் சங்காத்தமும் முடிவுக்கு வந்துவிடும்.

போன நூற்றாண்டின் மத்தியில் இன்ட்டர்மீடியட் வகுப்பிலும் பின்னர் வந்த பிரவேச வகுப்பிலும் அறிவியல் உள்ளிட்டு எல்லாப் பாடப்பிரிவுகளிலும் உலக வரலாறும் தத்துவத்தின் பகுதியான தர்க்கவியலும் கற்பிக்கப்பட்டன. ஒரு கட்டம்வரை பட்டப்படிப்பின் எல்லாப் பாடப் பிரிவுகளிலும் தத்துவத்தை துணை விருப்பப் பாடமாக பரிந்துரைத்திருக்கிறார்கள். பழங்காலக் கிரேக்க அறிவுலகத் தாக்கத்தால் ஐரோப்பியப் பல்கலைக்கழகங்களில் கணிதமும் தத்துவமும் இரட்டை முதன்மைப் பாடங்களாகக் கற்பிக்கப்பட்டிருக்கின்றன. சுருட்டை முடியோடும் தாடியோடும் தோன்றும் பழங்கால கிரேக்க அறிஞர்கள் பலரும் தத்துவத்திலும் கணிதத்திலும் சமமான ஞானம் கொண்டவர்கள். *முட்டாள்கள், தாம் எண்ணுவதில் உறுதியாக இருக்கிறார்கள். புத்திசாலிகளுக்குத்தான் மனம் நிறைய சந்தேகங்கள்* என்று சொன்ன பெர்ட்ரண்ட் ரஸ்ஸல் அந்த மரபின் பிரபல நவீனகால மாதிரி. ஓரளவுக்கு சமூகம், இயற்கை விதிகள் பற்றிய முழுமையான பார்வை இளையோர்க்குக் கிடைத்தது. பாடங்கள் குறித்து இருந்த அகல்விரிவான பார்வையின் விளைவாக, மருத்துவம் கற்பவர் கூடவே இலக்கியமும் படிக்க இயலும் என்ற நெகிழ்வான நிலை பின்னாளில் மேற்கே உண்டானது.

இங்கேயும் ஓரளவுக்கு இருந்த அந்த நெகிழ்வு மாறிக் கலைப் பாடங்களும் அறிவியல் பாடங்களும் இணையாத ரயில் தண்டவாளங்களாக இயங்கத் தொடங்கிவிட்டன. பாடத்திட்டம் அப்படி இறுகியிருப்பதால் வரலாறு படிப்பவர்கள், மரக்கிளை அசைவதால் காற்று உண்டாகிறது என்றும் அறிவியல் படிப்பவர்கள் அபுல் கலாம் ஆஸாத் ஒரு கிரிக்கெட் வீரர் என்றும் சொல்வார்கள். அன்ட்டார்க்டிகாவுக்கும் அரியலூருக்கும் என்ன உறவோ அதுதான் அவ்விரு பிரிவுகளுக்கும் தற்போதுள்ள உறவு. தன் வீட்டு விசேஷ நிகழ்ச்சிக்கு வந்த ஒரு இளம் உறவுக்கார மென்பொறியாளருக்குக் கக்கன் என்பவர் யாரென்று தெரியவில்லை என்பதை ஒரு உரையாடலில் கண்டு இவன் நொந்துவிட்டான். பொறியியல் படிப்புக்கான தகுதித் தேர்வில்

மாகாணத்தில் இரண்டாவதாகவோ மூன்றாவதாகவோ வந்த இளைஞர் அவர்.

பன்னிரண்டாம் நூற்றாண்டில் இருப்புக்கு வந்த ஆக்ஸ்ஃபோர்ட், கேம்பிரிட்ஜ் சர்வகலாசாலைகள் ஆனாலும் சரி, அவற்றுக்கு முந்தைய நாளந்தாவானாலும் சரி செவ்வியல் இலக்கியம், தத்துவம், மொழிகள் போன்றவையே ஆரம்பகாலப் பாடங்கள். கொஞ்சம் பின்னாளில் கணிதமும் அறிவியல் பாடங்களும் சேர்ந்துகொண்டன. நவீன மருத்துவம், பொறியியல் என்ற இரண்டு தொழில்முறைப் படிப்புகள் பரவலாகக் கவனம் பெறும்வரை பலரும் படித்தவை லிபரல் ஆர்ட்ஸ் என்ற பெயர்கொண்ட இலக்கியம், தத்துவம், வரலாறு, பொருளாதாரம், அரசியல் அறிவியல், அடிப்படை அறிவியல் போன்றவையே. இளம் வயதினருக்கு விமர்சனபூர்வ சிந்தனையையும் ஆய்வு மனப்பான்மையையும் சமூகத்தின் பொது முன்னேற்றத்துக்குப் பயன்படும் திறமையையும் வழங்குபவை அவை. பொதுப்பாங்கில் கிடைக்கக்கூடிய பலவித வேலைகளுக்குத் தகுதியானவர் களைத் தயாரிப்பவை. மாணவரின் தனிவாழ்க்கை தொடர்பான ஆலோசனை தரும் உண்மையான ஆசான்கள் சிலரையாவது அங்குதான் பார்க்க முடியும். மருத்துவமும் பொறியியலும் ஒரு குறிப்பிட்ட தொழிலுக்கான பயிற்சிகள். அவற்றின் அக்கறைகள் குறுகிய வட்டத்துக்குள் முடிந்துவிடும்.

கல்வி வியாபாரம் விருத்தியடைந்த கட்டத்தில் கல்விப் பரிபாலனத்தார்க்கு ஒரு அரிய சிந்தனை மலர்ந்தது. நூற்றாண்டு களின் மெய்யறிவு செறிந்த சரித்திரத்தைச் சவாலுக்கு இழுத்த மூடத்தனம். வேலைவாய்ப்பு தரும் பாடங்களுக்குத்தானே மவுசு இருக்கிறது. வேலை தராத, நடைமுறைப்பயன் அற்ற இலக்கியம், வரலாறு, பொருளாதாரம் போன்ற கலைப் பாடப் பிரிவுகளை மூடிப் புதைத்துவிட்டுக் ராஜாங்கக் கல்லூரிகளைத் தொழிற்பயிற்சிக் கூடங்களாக மாற்றிவிடலாம் என்று முடிவு செய்து அதற்கான ஆயத்தங்களில் இறங்கத் திட்டமிட்டார்கள். கலைப் பாடங்கள் படிக்கும் மாணவர்க்கு ஆபத்து, அவற்றைப் போதிக்கும் ஆசிரியர்க்கு வேலை போகும் அபாயம். விழித்துக் கொண்ட சங்கம் இந்த பாதகமான நடவடிக்கைக்குத் தன் எதிர்ப்பைப் பலவகைகளில் காட்டியது. கலைப் பாடங்களுக்கு என்று தனித்த வகை முக்கியத்துவம் அறிவுலகத்தில் இருக்கிறது என்பதையும் அவற்றைப் படிப்பவர்கள் பலரும் சமூகத்தின் எளிய பிரிவினர் என்பதையும் வலியுறுத்திச் சொன்னது. காலம் காலமாக இருக்கும் விவேகமான ஏற்பாட்டைக் குலைக்க

வேண்டாம் என்று கோரியது. பொதுச் சமூகத்தின் கவனத்தை ஈர்த்து அதன் ஆதரவைப் பெறவும் முயன்றது.

சட்டம் எல்லாரையும் பார்த்துத்தான் குரைக்கிறது; ஆனால், ஏழை எளியவரையும் கல்லாதவரையும் அறியாமையில் இருப்பவரையும் மட்டுமே கடிக்கிறது என்று மரண தண்டனைக்கு எதிரான தன் தீர்ப்பு ஒன்றில் சொன்ன சாமானியர்களின் நீதிபதியைச் சங்கத்தார் சந்தித்து ராஜாங்கத் திட்டத்தை எதிர்க்கும் அறிக்கை ஒன்றை வெளியிடுமாறு வேண்டினார்கள். மூன்று வாக்கியங்களுக்கு ஒரு முறை கவித்துவம் வழியும் தீர்ப்புகளை சமூகப் பிரக்ஞையோடு எழுதும் அவர் வழக்கமான குரலில் ஒரு அறிக்கையைக் கொடுத்தார். கலைப்பாடங்களின் அருமையை உணர்ந்தவர் அவர். பொதுவெளிக் கருத்துக்கு அவருடைய அறிக்கை வலு சேர்த்தது. பரிபாலனத்தாரும் பின்வாங்கினார்கள். கலைப்பாடங்களும் தப்பிப் பிழைத்தன.

25

'வாத்யாரே, வணக்கம் வாத்யாரே.

தலைவரே, வணக்கம்.

சார், வணக்கம்.

அய்யா, வணக்கம்.

வணக்கம், வணக்கம். எல்லாம் எப்டிப்பா இருக்கிங்க?'

'நாங்க நல்லா இருக்கறது இருக்கட்டும் தலைவரே. நீங்க எப்டி இருக்கிங்க? அய்யோ எவ்ளோ வருஷம் ஆச்சி ஒங்களப் பாத்து. அப்டியே இருக்கிங்க. தங்கம் மாதிரி மின்றிங்க. போட்டோவுலதான் ஒங்களப் பாக்க முடியுது. ஒரு செகண்டு ஒங்களத் தொட்டுக்கலாமா, தலைவரே?'

'தொட முடியாது. பாக்க மட்டுந்தான் முடியும்.'

'அய்யோ, இன்னா பண்றது? என்னோட சின்ன வயசுல ஒன்னையத் தொட்ருக்கன் வாத்யாரே. தொட்டக் கைய ஒரு நாள் பூரா மூமென்டே குடுக்காம வச்சிருந்தன் வாத்யாரே.'

'சரிப்பா. அதுக்கு என்னா பண்றது? நீங்கல்லாம் நல்லா இருந்தா அது போதும் எனக்கு.'

'நாங்க ஒண்ணும் அப்டி நல்லா இல்லைங்க சார். அத சொல்றதுக்குதான் உங்களைக் கஷ்டப் பட்டு வரவழைச்சோம்.'

'என்ன விஷயம்?'

'மத்தபடி எங்க வாழ்க்கை ஏதோ போய்க்கிட் டிருக்குங்க சார். எங்க பிள்ளைகள படிக்க வைக்கிறதலதான் நிறையா பிரச்சனை இருக்குங்க சார். ஒவ்வொரு குடும்பத்துலையும் ஒவ்வொரு மாதிரி பிரச்சனை. நீங்க நல்ல எண்ணத்தோடதான் தனியார் காலேஜ் வரட்டும்னு பெர்மிஷன் கொடுத்திங்க...'

ஆர். சிவகுமார்

‘ஆமா. பி.யு.சி. இருந்தவரைக்கும் அதை முடிச்சி பட்டப் படிப்பு சேர்ற பசங்களோட எண்ணிக்கை குறைவுதான். அதை நாம காலேஜிலிருந்து பிரிச்சி ஸ்கூலுக்குக் கொண்டு போய்ட்டோம். அதனால ஆயிரக்கணக்கான கிராமத்துப் பசங்க படிக்க முடிஞ்சது. அப்றம் அவங்க காலேஜுக்கு வந்தப்போ தேவையான அளவுக்கு கவர்ன்மெண்ட் காலேஜுங்க கிடையாது. புதுசா ஆரமிக்கப் பண வசதி நம்ம அரசாங்கத்துக்கு இல்லை.’

‘நல்ல விஷயந்தான் தலைவரே. பெர்மிஷன் குடுத்ததோட ஒரு கண்டிஷனும் போட்டிங்க. அம்பது பர்சன்ட் இடம் அரசாங்கம் மூலமா வர்றவங்களுக்குத் தரணும், அரசாங்கம் சொல்ற ஃபீஸ்தான் வாங்கணும் அப்டின்னு சொன்னிங்க. கொஞ்ச நாள்லியே அவங்க இஷ்டத்துக்கு பணம் வாங்க ஆரமிச்சிட்டாங்க. தெருவுக்குத் தெரு ஆர்ட்ஸ் காலேஜ் வந்தாச்சு.’

‘சார், இந்த எஞ்சினியரிங் காலேஜ் விஷயந்தான் ரொம்ப மோசம். நீங்க இருந்தப்போ கொஞ்ச பேருக்கு எவ்வளவோ சலுகை கொடுத்து ஆரம்பிக்க வச்சிங்க.’

‘அப்ப எஞ்சினியரிங் படிக்க பெங்களூருக்கும் மங்களூருக்கும் போய்க்கிட்டிருந்தாங்க. நம்ம ஸ்டேட்ல பத்து காலேஜ்கூட இல்லையே. அதனால ஆரம்பிக்க சொன்னேன்.’

‘வாத்யாரே, என்ன வளம் இல்லை இந்தத் திருநாட்டில், ஏன் கையை ஏந்த வேண்டும் வெளிநாட்டில் அப்டின்னு நீ பாடுனதுதான் எனக்கெல்லாம் அப்போ நாபகம் வந்திச்சி.’

‘எவ்ளோ நாளுக்கு அப்றம் இந்தப் பாட்டக் கேக்கிறேன். சந்தோஷமா இருக்குப்பா.’

‘சார், ஆரம்பத்துல ஓரளவுக்கு அந்தப் பசங்களுக்கு வேலை கிடைச்சுது. நாளாக ஆக நிறையா காலேஜுகளை ஓப்பன் பண்ணாங்க. கம்ப்யூட்டர் படிப்புக்கு கிராக்கி இருக்குண்ணு சந்து பொந்தெல்லாம் திறந்தாங்க. எக்கச்சக்கமா ஃபீஸ் வாங்க ஆரம்பிச்சாங்க. எவ்ளோ பேருக்கு வேலை கிடைச்சுதோ அதே அளவுக்கு வேலை கிடைக்காத பசங்களும் இருக்காங்க. தேவைக்கு அதிகமா பசங்க படிச்சி முடிக்கிறாங்க. எங்களுக்கும் மந்தை புத்திதான், சார். என்ன ஏதுன்னு யோசிக்காம புள்ளைகளைக் கொண்டுபோய்ச் சேத்தோம்.’

‘இப்டி ஆகும்னு நான் எதிர்பாக்கவே இல்லையே. கல்வின்ற புனிதமான செயல் வியாபாரமா போயிருக்கே.’

‘இஷ்டத்துக்கு கோர்ஸ் ஆரம்பிச்சாங்க அய்யா. ஒரே பாடத்துக்கு ஒம்பது விதமான பேர் வச்சு புதுசு புதுசா கோர்ஸ் களைத் தொடங்கினாங்க. வருஷா வருஷம் கண்டமேனிக்கு ஃபீஸ ஏத்துனாங்க பசங்க இன்ட்டர்வியூக்குப் போனா நீ ஏன்

இதப் படிச்ச, அதப் படிச்சன்னு குழப்பறாங்களாம். நீங்க நல்ல மனசோட ஆரம்பிச்சது இப்படி கந்தரகோளமா போச்சிங்க அய்யா. பெரிய பெரிய கட்டடங்களப் பாத்து ஏமாந்து போய்ட்டோம். அரசாங்கம் இதையெல்லாம் கவனிச்சி கட்டுக்குள்ள வைக்க வேணாமாங்க, அய்யா?'

'கண்டிப்பா செய்யணும். இந்த ஆளுங்களுக்குப் பேராசை பிடிச்சிருக்கு. கேக்க வேதனையா இருக்கே.'

'படிச்சிட்டு சரியான வேலை கிடைக்காத பசங்க சம்பந்தமே இல்லாத வேலையெல்லாம் பாக்கறாங்க, சார். இப்ப சட்டை பாக்கெட்லியே வச்சிக்கிற அளவுக்கு சின்னதா ஃபோன் வந்திருக்குங்க சார். அதுல டைப் பண்ணா சாப்பாடு, மளிகைல்லாம் வீட்டுக்கே வந்துருது. பைக்கில அதைக் கொண்டுவர்ற வேலைய பி.ஈ. படிச்ச பசங்க செய்றாங்க. வெய்யில்லியும் மழைலியும் அவங்க அலையறத பாத்தா பாவமா இருக்குது. காய்கறிக் கடைல கம்ப்யூட்டர்ல பில் போடறாங்க. டாக்சிகூட ஓட்றாங்க. எவ்ளோ பேரால சொந்தமா தொழில் தொடங்க முடியும், நீங்களே சொல்லுங்க சார். ஏதோ தனியார் கடைங்களும் அதும் இதும் நிறையா இருக்குறதனால இப்படி சின்னச் சின்ன வேலைங்க பெரிய ஊர்கள்ல கிடைக்குது. கிராமத்துப் பசங்க என்ன செய்வாங்க? அவங்க மனசு திசை மாற வாய்ப்பிருக்குங்க சார்.'

'நிலைமை ரொம்ப மோசமாத்தான் இருக்கும் போல இருக்கே.'

'வாத்யாரே. இன்னும் ஒரு கொடுமை இருக்குது. இவ்ளோ பீஸ் வாங்கறாங்களே. அங்க வாத்தியாருங்களுக்கு அவங்க தர்ற சம்பளம் ரொம்ப அநியாயம் தெரிமா. எம் மச்சான் அங்க வாத்தியாரா இருக்கான். அவனவிட ஆட்டோ ஓட்ற நான் எக்ஸ்ட்ராவா சம்பாதிக்கிறன். கேட்டா கவுரவம் அப்டின்றான் வாத்யாரே.'

'தலைவரே, இந்த காலேஜுகள்ல படிக்க வைக்க வாங்கற கடனுக்கு வட்டி கட்டி கட்டுப்படியாகல. சேமிப்புப் பூரா போச்சு. பொண்டாட்டியோட நெக்லஸும் போச்சு. சொந்தக்காரங்க வூட்ல, பக்கத்து வூட்ல பி.ஈ. படிக்க வைக்கிறாங்களேன்னு வீம்புக்கு நாங்களும் படிக்க வச்சோம். வேணாம்னு சொன்ன பசங்களைக்கூட சேத்துவுட்டோம். ஆர்ட்ஸ் காலேஜ் படிப்பும் இதுவும் ஒண்ணுதான்னு ஆயிடிச்சி. அந்த பசங்களாவது சர்வீஸ் கமிஷன் பரிச்சைல கொஞ்ச நாள்ல ஏதோ வேலை வாங்கிடுவாங்க போல இருக்குது.'

'சார், உங்க கிட்ட சொல்றதுல எனக்கு ஒண்ணும் வெக்கம் இல்ல. அதைக் கேக்க நீங்கதான் பொருத்தமானவர். பெரிய

மகளுக்கு முதல்லியே கல்யாணம் பண்ணிட்டேன். அதுல கொஞ்சம் கடன் ஆயிடிச்சு. ரெண்டாவது மகள் பி.எட். படிச்சிட்டு தனியார் ஸ்கூல்ல வேலை பாத்தா. பையன் மூணாவது. பி.ஈ. படிக்க வைக்க பாங்க் லோன் வாங்கினேன். வெளியூர்ல படிச்சதனால ஹாஸ்டல் செலவு எக்கச்சக்கமா ஆயிடிச்சு. வச்சிருந்த வீட்டு மனைய வித்தேன். காலேஜுக்கே வந்து கம்பெனி இன்ட்டர்வியூ நடத்தி வேலை தரும்னு சொல்லி சேத்தாங்க. அப்டி ஒண்ணும் நடக்கல. பெண்ணுக்கு வரன் பாத்தா அவங்க கேக்கற அளவுக்கு நகை போட முடியல. நாலஞ்சி இடம் பாத்தோம். ஒண்ணும் சரிவரல. அவளுக்கும் முப்பது வயசு ஆயிடிச்சி. எங்க லெவலுக்கு வந்த பையன் ஒருத்தனைப் பாத்து கல்யாணம் செஞ்சி வச்சோம். அவசரத்துல நாங்க சரியா விசாரிக்காம தப்பு பண்ணிட்டோம். பையன் குடிக்கிறான். ஃபேக்டரி வேலைக்கும் சரியா போறதில்ல. பக்கத்துல சரியா ஸ்கூல் இல்லாததனால மகளும் வேலைக்குப் போறதில்ல. அவளோட முகத்த எங்களால பாக்க முடியறதில்லைங்க சார்.'

'போதும், போதும். மேல சொல்லாதிங்க. எல்லாம் எனக்கு புரிஞ்சிருச்சு. சாதாரண ஜனங்க வீட்டு பிள்ளைங்க நிறைய பேர் படிக்கட்டும்னு அவங்க சொன்னதை நம்பி பெர்மிஷன் குடுத்தேன். இந்த நிலைமைக்கு அது கொண்டுபோகும்னு நான் நினைக்கவே இல்ல. மனசாட்சியே இல்லாத ஆளுங்களா இருக்காங்களே. என்னோட போட்டோ வச்சிக்கிறதுலியும் விழா கொண்டாடறதுலியும் ஒண்ணும் குறைச்சல் இல்ல. ரொம்ப வருத்தமா இருக்குது. இப்ப என்னால எதுவும் செய்ய முடியாதே. சாரிப்பா.'

'தலைவரே, நீங்க போய் எங்ககிட்ட சாரி கேக்கலாமா. ஏதோ எங்க கவலைய ஒங்ககிட்ட சொன்னா ஆறுதலா இருக்குமேன்னுதான் உங்கள வரவழச்சோம். நீங்க ஆரமிச்சது எங்க வந்து நிக்கிதுன்னு நீங்க தெரிஞ்சிக்குணும்னு இப்டி பண்ணோம். எங்கள மதிச்சி வந்திங்க. அது போதும் எங்குளுக்கு. ஒங்களோ! இவ்ளோ நேரம் இருந்ததுக்கு நாங்க குடுத்துவச்சிருக்கணும். எங்க பிரச்சனைய எப்டியோ சமாளிச்சிக்கிறோம். நீங்க சந்தோஷமா இருங்க தலைவரே.'

'நான் போகணும்பா. வர்றேன்.'

'போய் வாங்க தலைவரே.'

'சார், போய் வாங்க.'

'அய்யா, போய் வாங்க."

'போய் வா, வாத்யாரே.'

26

> விளையாடு ஆயமொடு வெண்மணல் அழுத்தி
> மறந்தனம் துறந்த காழ்முளை அகைய
> நெய்பெய் தீம்பால் பெய்து இனிது வளர்ப்ப
> நும்மினும் சிறந்தது நுவ்வை ஆகும் என்று
> அன்னை கூறினள் புன்னையது நலனே
> அம்ம நாணுதும் நும்மொடு நகையே...

இருக்குமிடத்துத் திணை எதுவாக இருந்தாலும் கல்விச்சாலைகள் பாலையாக மயங்கிப் பின் வசந்தத்தின் அழகைப் பெறும் மாதங்கள் மாசியும் பங்குனியும். முடிக்காத பாடங்களின் துரத்தலுக்கு ஈடுகொடுத்து ஓடி, தேர்வுக்கு உட்கார மாணவர் தகுதியை வருகைப் பதிவு வைத்துக் கணக்கிட்டு, கற்றலுக்கு முகம் கொடுக்காத மாணாக்கர்க்கு அகமதிப்பீட்டில் குறைந்த பட்ச மதிப்பெண் கொடுக்க அலைந்து அவர்களைக் கண்டுபிடித்து பின்னால் ஓடி எதையாவது எழுதி வாங்கி, அவர்கள் தோன்றாத பருவத் தேர்வைத் திரும்ப நடத்தி என்று பல திக்குகளிலும் ஆசான்கள் விரக்தியில் மூழ்கும் காலம் அது. மாணாக்கரோ தேர்வு பீதியில் சிக்கி, பாடக் குறிப்புகளைத் தேடி, தொலைத்த புத்தகங்களுக்கு அபராதம் செலுத்தப் பணம் திரட்டி, படிப்பை முடிப்பவர்கள் பிரிவாற்றாமையில் தத்தளித்து அலைக்கழியும் மாதங்கள் அவை. மாணாக்கர்க்குச் சில ஆண்டுகள், ஆசிரியருக்குச் சில பத்தாண்டுகள். பின்னவரையும் பிரிவுத் துயர் ஏதோ ஒரு வகையில் வருத்தும்.

கோடை, ஆட்களின் முகச் சாயலையே மாற்றிச் சோர்வடைய வைத்திருக்கும். ஆனாலும், அந்தச் சில வார காலத்தில், பார்க்க இயலுபவர்களுக்கு இயற்கை தரும் ஆறுதல் ரம்மியமானது. இலையுதிர்த்த காலத்துக்குப் பின் பூக்கும் மஞ்சள் கொன்றை மரங்களாலும் குல்மோஹர் மரங்களாலும் வேப்ப மரங்களாலும் வேனிற்காலம் வளாகத்தை நிறைக்கும். அவற்றின் கீழ் நிகழும் உணர்ச்சிபூர்வ சந்திப்பும்

ஆர். சிவகுமார்

பேச்சும் தொடர்புடையவர்களின் மனதில் மங்காத காட்சிகளாகத் தங்கிவிடப் போவதைத் தாண்டிச் செல்பவர், மென்மையான மனம் கொண்டவராக இருந்தால், உணர முடியும். சுற்றிலும் அலைபாயும் கண்களோடும் எச்சரிக்கையான வார்த்தை களோடும் படபடக்க நடந்த அந்தச் சந்திப்புகள் காலப்போக்கில் சகஜமான தொடுதலோடும் சூழலைக் கவனத்தில் கொள்ளாத இயல்பான பேச்சோடும் நிகழ்ந்தன. மரம் ஒன்றுக்குத் தலா நான்கு ஜோடிகள் இருப்பது கண்ணுக்குக் குளிர்ச்சியாக இருக்கும்.

இரண்டு பெரும் மஞ்சள் கொன்றை மரங்களைப் பார்க்க இவன் உயர்கல்வி பயின்ற கலாசாலைக்கு ஒவ்வொரு கோடையிலும் மானசீகமாகப் போவான். ஒவ்வொன்றின் கீழும் ஐம்பது, நூறு குழந்தைகள் கண்ணாமூச்சி விளையாடலாம். பிரம்மாண்ட நூலகத்தை ஒட்டி இருந்த அவற்றின் கீழ் இரவு முழுதும் சொரிந்த மலர்கள் தயாரித்த பூம்படுக்கையைக் காலை எழுந்தவுடன் போய்ப் பார்ப்பது மிகையில்லாமல் ஒரு சங்கக் கவிதையின் பின்புலத்தைக் கண்ணுறுவதற்கு ஒப்பானது.

ஒருநாள் மதியச் சாப்பாட்டுக்கு விடுதிக்குத் திரும்பிய போது ஒரு கனவான் அவற்றிலொரு மரத்துக்குக் கீழ் நின்று புகைபிடித்துக்கொண்டிருந்தார். திகைத்து விசாரிக்க, அவர் தலைமை நூலகர் என்று தெரிந்தது. நூலகத்துக்குள் இருக்கும் போது அவரைப் பார்க்கும் அவசியம் நேராது. புகைபிடிக்கத் தூண்டுதல் எழும்போது அவர் இப்படி வெளியே வந்துவிடுவார் என்று சொன்னார்கள். அவருடைய தனி அறையில் புகை பிடித்தால் யாரும் அவரைக் கேட்கப்போவதில்லை. ஆனாலும், இருக்குமிடத்தின் கண்ணியமும் பாதுகாப்பும் பேண இப்படி வந்துவிடுவார்போல.

இரவு எட்டு மணிவரை திறந்திருக்கும் நூலகத்தின் நோக்குநூல் பிரிவை வளாகத்தவர் யாரும் பயன்படுத்தலாம். அரிதான நூல்களும் கலைக்களஞ்சியங்களும் அங்கிருக்கும். வேறு பகுதியில் உள்ள புத்தகங்களைக் கடன் வாங்குவதையும் திருப்புவதையும் பகலில் செய்துகொள்ள வேண்டும். மாலைத்தீனி, காப்பிக்குப் பிறகு வாரத்தில் சில நாட்கள் இவன் நூலகத்துக்குச் சென்று குறிப்புகள் எடுப்பதுண்டு. அந்த நேரத்தில் நூலகத்துக்கு முன்னால் உள்ள சாலையில் நின்று தன் தள்ளுவண்டி அடுப்பில் அவ்வூர் மல்லாட்டையை வறுத்து விற்பவர் கரண்டியால் வாணலியின் விளிம்பை ‘டங்டங்’ என்ற சந்தத்தோடு அவ்வப்போது தட்டுவார். தள்ளிப் போய்த் தட்டுங்களேன் என்று சொல்ல நினைத்தும், வெளியே போய்வரும் எரிச்சலில், நடக்கவில்லை. அந்தச் சத்தத்தின் பின்னணியில் இவன் அதிகமும் படிப்பது

எஃப்.ஆர். லீவிஸ் நடத்திய ஸ்க்ரூட்டினி என்ற காலாண்டு இலக்கியப் பத்திரிகையின் தொகுப்புகளாக இருக்கும். கேம்பிரிட்ஜில் கற்று, கற்பித்து கிட்டத்தட்டத் தன் வாழ்நாளையே அங்குக் கழித்த மிகக் கறாரான விமர்சகர் அவர். இலக்கியம் அறநெறி சார்ந்ததாக இருக்க வேண்டும் என்று நம்பி இயங்கியவர். பிரிட்டிஷ் கவிதை, நாவல் இரண்டிலும் பேரிலக்கியங்கள் என நிறுவப்பட்டவற்றை மறுமதிப்பீட்டுக்கு உட்படுத்தியப் பத்திரிகை அது. ஆதரவு, எதிர்ப்பு என்று இரண்டையும் தன் விமர்சனத்துக்காகப் பெற்ற அதை இலக்கியப் படிப்பில் அந்தக் காலத்தில் அடிக்கடி குறிப்பிட்டுச் சொல்வார்கள். துணிப்பைத் தியாகியின் ஆதர்சங்களில் அந்தப் பத்திரிகையும் ஒன்று.

ஒருநாள் மாலை போனால் அவை வழக்கமாக இருக்கும் இடத்தில் காணப்படவில்லை. விசாரித்ததில், கடனாகப் பெறும் நூல் அடுக்குகளுக்கு அவை போய்விட்டதை இவன் அறிந்தான். அப்படி நிகழ்வது அசாத்தியமானது. யாரோ விவரம் தெரியாத உதவியாளர் செய்த குளறுபடியாக இருக்கலாம். அடுத்த நாள் மதிய உணவுக்குப் போகும்போது தலைமை நூலகரைச் சந்தித்து இவன் விஷயத்தைச் சொல்ல, எப்படி நடந்தது என்று புரியாமல் அவர் சற்றுக் குழம்பி வருந்தவும் செய்தார். உடனே மாற்ற ஏற்பாடு செய்வதாகச் சொன்னார். அடுத்த நாள் பழைய இடத்துக்கு அவை திரும்பியிருந்தன. இது சாதாரணச் செயலாகத் தோன்றலாம். நூலக நடைமுறையின் ஒழுங்கு தரும் திருப்தி அலாதியானது. லட்சிய நூலகர்களாக இவன் மனதில் தங்கிய சிலரில் ஒருவர் அவர்.

பொதுவாக நூலகர்கள் கண்டிப்பானப் பேர்வழிகளாகத்தான் இருப்பார்கள். நூலகப் பயனாளர்கள் குறித்த அவநம்பிக்கை அவர்களிடம் வெளிப்படையாகத் தெரியும். பயனாளர்களில் சிலரும் அப்படித்தான் நடந்துகொள்வார்கள். புத்தகத்தைக் கடனாகத் தரும்போது தன் கைக்குழந்தையை நாடகத்துக்கு இரவல் தரும் தாயின் மனப்பாங்கில் நடந்துகொள்ளும் நூலகரும் உண்டு. இன்ன நூல் வேண்டும் என்பதை வருபவரின் முகத்திலேயே படித்துவிடும் அனுபவம் கொண்டவரும் இருப்பார். புதுவரவுகளை உரியவர்களிடம் கவனப்படுத்தும் அக்கறை உடையவரும் காணக் கிடைப்பார். அச்சில் இல்லாத புத்தகத்தை விலையோடு அபராதமும் செலுத்திச் சொந்தமாக்கிக் கொள்ளும், அவ்வளவாகத் தீங்கில்லாத சதியில் தெரியாமலே துணை போனவரும் உண்டு. மாணவனாக, இவன் ஒரு நூலைப் பற்றி விசாரித்தபோது “அவர்தானே படிக்கச் சொன்னார்?” என்று ஒரு ஆசிரியரைக் குறித்துக் கேட்ட பிறிதொரு லட்சிய

நூலகரையும் கண்டிருக்கிறான். இட மாற்றத்தில் சிற்றூர்க் கல்லூரிக்கு ஒரு கட்டத்தில் வந்து, "புத்தகத்தைக் கனம் பண்ணுவாயாக" என்று கட்டளையிட்ட நாஞ்சில் நாட்டு நவீன மோசே அவர்.

நூலக வாசிப்புக் கூடத்தில் தென்படும் மாணவர் எண்ணிக்கை சொற்பமாகாத்தான் இருக்கும். ஓரிருவர் செய்தித்தாள் படிப்பதோடு நிறுத்திக்கொள்வார்கள். நூலகத்தில் இருக்கும் போது, யாரோ ஒரு மாணவன் பாடம் தாண்டிய ஒரு நூலைக் கடன் வாங்கும் காட்சியைக் காண்பது ஆசிரியருக்கு மகிழ்ச்சியைத் தரும். ஒரு கட்டத்தில் நூலகர்கள் என்ற குலம் தேவையில்லை என்று கணக்கிட்டு நூலகங்களை அரக்கு சீல் வைத்து வருடக்கணக்கில் அடைத்துவிட்டார்கள். இது கிட்டத்தட்ட நூலகங்களை அழித்தொழிப்பதற்கு ஒப்பானது. நூலகருக்குக் கொடுக்கும் ஊதியம் வீண் என்று கருதிய ராஜாங்கம் அதுகுறித்துக் கவலைப்படுமா?

காலப்போக்கில் சிறுகச்சிறுக நல்ல நூல்களை வாங்கிச் சேர்த்து உருவாக்கப்பட்டவை அவை. முதல்வர்கள் சிலர் புத்தகக் காதல்கொண்ட ஆசிரியர்களை அடையாளம் கண்டு நூல் கொள்முதலை அவர்களிடம் ஒப்படைப்பார்கள். தேடிப் படிக்கும் பயனாளர்களுக்கு உதவும் வகையில் அவர்கள் திரட்டிய நூல்களால் நிறைக்கப்பட்டவை அந்த நூலகங்கள். நலிந்த மாணவர்களுக்குப் பார்வை நூல்கள் அளித்தவை. 'ஆ, இவைகூட இங்கே உள்ளனவா!' என்று யாரையும் ஆச்சரியப்பட வைத்த பல அரிய நூல்கள் அந்த அலமாரிகளில் இடம்பெற்றிருந்தன. சிற்றூர்க் கல்விச்சாலைகளில்கூட டைம், ஸ்பான், கேரவன் போன்ற பத்திரிகைகள் வந்த காலம் இருந்தது என்பதைப் பின்னால் வந்தவர்களால் நம்ப முடியாது. மூடியிருந்த அவற்றை எப்போவதாவது – ஒரு குழு வானுலகுக்குப் போய் விசிட்டிங் கார்டு கொடுத்துக் காத்திருந்து கடவுளைச் சந்தித்துப் பேசி அனுமதி பெற்று – திறந்து, தரையைப் பெருக்கி, ஒட்டடை அடித்து, பூச்சி உருண்டைகள் போட்டு திரும்பவும் மூடி விடுவார்கள். சடங்கு முடிந்து உரிய படிவத்தில் திருப்தியான அறிக்கையும் சமர்ப்பிக்கப்படும். ஐந்து கிலோ கருங்கல் ஒன்று ஏதோ காரணம் தொட்டு இருப்புப் பதிவேட்டில் ஏறிவிட்டால் பல நூற்றாண்டுகளுக்கு அமைப்பு அக்கல்லைக் கர்மசிரத்தையுடன் ஆயுத பூஜையன்று குளிப்பாட்டி, பூச்சூட்டி, கற்பூரம் ஏற்றி வணங்கிப் பாதுகாக்கும். ஆனால், நூலின் மதிப்பென்பது பயன்பாட்டில்தான் என்பதைப் புரிந்துகொள்ளும் அறிவு அதற்கு இருக்காது.

27

நான்கு முழ வேட்டி. தலையில் மண்டிக் கிடக்கும் நரைத்த முடி. ரோமானிய மூக்கு. மெல்லிய கம்பி ஃப்ரேம் கண்ணாடி. வெற்றுடம்பைச் சுற்றிப் போர்த்திய வெள்ளைத் துண்டு. இந்த உருவில் மாலை வேளைகளில் வீட்டுக்கு எதிரே இருந்த வடக்கு வாசல் வழியாக சிற்றம்பலத்தில் நுழைந்து தெற்கு வாசல் ஊடே வெளியே வருவார் அவர். கொத்து விளக்குகள் எரிந்துகொண்டிருக்கும் அதன் பிரகாரத்தில் நடமாடும் பக்தர்களுக்கும் அவர்கள் நிழலுக்கும் வித்தியாசம் காணக் கூடாதத் திகைப்பைக் கொடுக்கும் அச்சந்நிதானம், எந்த உண்மையை உணர்த்த ஏற்பட்டது? நாம் சாயைகள்தானா...? எவற்றின் நடமாடும் நிழல்கள் நாம்? என்று கேட்குமளவு சில நாள் பிரகாரத்துக்குள்ளும் நுழைவாராயிருக்கும். தெற்கு வாசலை ஒட்டி இருந்த தொலைபேசி நிலையத்தின் பொறியாளரோடு அன்றாடம் அளவளாவும் வழக்கமுடையவர் அவர் என்பதையும் இவன் அறிந்தான். மாணவனாக அவ்வூரில் இருந்தபோது அந்தப் பொறியாளரோடு அறிமுகம் உண்டு. தேடிப்படிக்கும் வாசகர் அவர். "இன்னிக்கு சாய்ந்தரம் வர்றிங்களா? மௌனியப் பாக்கலாம்" என்று விடுதியிலிருந்த தொலைபேசி மூலம் பொறியாளர் ஒருநாள் கூப்பிட்டார். தொலைபேசி நிலையத்தில் காத்திருந்தபோது மௌனி குறித்து மனதில் திரண்டிருந்த பிம்பம் மரியாதையும் பயமும் கலந்த உணர்வை இவனுக்குக் கொடுத்திருந்தது. முதன்முறையாக அறுபத்து நான்கு வயது டாக்டர் ஜான்சனைப் பார்க்க ஒரு புத்தகக் கடையில் பதற்றத்துடன் காத்திருந்த இருபத்து மூன்று வயது பாஸ்வெல்லுக்கு இப்படித்தான் இருந்திருக்கும். பாஸ்வெல் எங்கே, நாம் எங்கே என்று தோன்றி உறுத்த அந்த நினைப்பை உடனே அகற்றிவிட்டான்.

சிறிது நேரத்தில் வந்தவர் அறிமுக வார்த்தைகளுக்குப் பிறகு சகஜமாக உரையாடினார். சொந்த ஊர் பற்றியும் படிப்பு பற்றியும் விசாரித்தார். சொன்னதும், டி.எஸ். எலியட்டின் *ப்ரூஃப்ராக்கின் காதல் பாடல்* என்ற கவிதையிலிருந்து ***In the room women come and go/Talking of Michelangelo*** என்ற வரிகளைச் சொல்லி, 'நவீன கால அசட்டையை இதைவிடச் சிறப்பா வேற யாரும் சொல்ல முடியுமா? உங்களுக்கு இந்த போயம் பாடமா இருக்கா? முன்ன காலத்துல க.நா.சு. உங்க யுனிவர்சிட்டி லைப்ரரியிலிருந்து நிறையா புஸ்தகங்கள எடுத்துக்கிட்டு வந்து படிப்பார். நல்லா இருக்கும்னு சொல்லி அப்பப்போ எனக்கும் ஒண்ணு ரெண்டு குடுப்பார். நான் படிச்சது கும்பகோணத்துல' என்று அவராகவே தொடர்ந்து பேசினார். கனவு மாதிரி இருந்தது. எழுத்து பத்திரிகைத் தொகுப்புகளைத் தரமுடியுமா என்று அவரைப் பொறியாளர் கேட்டார். தன்னிடம் உள்ளதைச் சொல்லியிருப்பார்போல. 'வீட்டுக்கு ஒரு முறை வரலாங்களா சார்?' என்று இவன் கேட்டதற்கு மகிழ்ச்சியுடன் ஒப்பினார். வசதியான நேரத்தைச் சொன்னார்.

பொறியாளர் சொல்லிய அடையாளத்தால் வீட்டை எளிதாகக் கண்டடைய முடிந்தது. முன்பே நிகழ்ந்த அறிமுகத்தால் உரையாடல் இயல்பாக இருந்தது.

'என்னோட கதைங்கள பெரும்பாலும் புதுமைப்பித்தனே முதல்ல படிப்பார். மணிக்கொடில நிறைய எழுதியிருக்கேன். கதைகளோட தலைப்புகளை அந்தந்த பத்திரிகை ஆசிரியர்கள்தான் வச்சாங்க. கதைங்கள மனசுக்குள்ளே ரொம்ப நாள் எழுதிக்கிட்டிருப்பேன்.'

'சார், உங்க வாக்கிய அமைப்பு புது மாதிரியா இருக்குதே.'

'நான் நெனச்சதை சொல்ற மாதிரி தமிழ் மொழி போதுமான அளவுக்கு இல்ல. கஷடப்பட்டுத்தான் எழுதினேன்... இங்கிருக்கிற லிங்விஸ்ட்ஸ் ஆக்கபூர்வமா ரிசர்ச் பண்ணி எழுதுறதில்ல.'

சொல்லிவிட்டு எழுந்து அலமாரியிலிருந்து ஒரு புத்தகத்தை எடுத்து ஒரு குறிப்பிட்ட பக்கத்தைக் காட்டிப் படித்துப் பார்க்கச் சொன்னார். அமெரிக்க மொழியியலாளர் ஒருவர் எழுதிய நூல். ஒரு மொழிக்கூட்டத்தின் சிந்தனைகளையும் புலன்கள் சார்ந்த பார்வைகளையும் அவர்கள் பேசும் மொழி பாதிக்கும் என்று அந்தப் பகுதி குறிப்பிட்டிருந்தது. படித்துவிட்டு நிமிர்ந்தவனிடம்,

‘இது பிரகாரம் தமிழனால் ஒரு மாரலிஸ்ட்டா மட்டுந்தான் இருக்க முடியும்,’ என்றார்.

அவர் சொன்னது இவனுக்குத் திகைப்பைத் தந்தது. அந்த வயதில் அந்தக் கூற்றை முழுதாக உள்வாங்க முடியவில்லை. அது கொஞ்சம் மகிழ்ச்சியைக் கொடுத்த மாதிரியும் இருந்தது. நவீனத்தோடு உண்டான ஆரம்பகட்ட உற்சாகம் அதற்குக் காரணமாக இருந்திருக்கலாம். மொழியிலும் அதைக் கையாள்வதிலும் தனக்கிருந்த போதாமையை மௌனி மொழியின்மீது ஏற்றிச் சொல்லியிருக்கிறார் என்பது பின்னாளில் சிலர் எழுதியதிலிருந்தும் தன் வாசிப்பிலிருந்தும் இவனுக்குத் தெரியவந்தது. எப்படியிருந்தாலும், அவருடைய சில கதைகள் செவ்வியல் அந்தஸ்து கொண்டவை.

சற்றுப் பொறுத்து, ‘ஒரு தடவை ஒரு ரைட்டர் கட்டுரை ஒண்ணுல ஏதோ சொல்லி என்ன எரிச்சல்படுத்திட்டான். அதுக்கு நான் எதிர்ப்பு எழுதி அந்தப் பத்திரிகைக்கு அனுப்பி னேன். நான் எழுதினது தமிழ்ப் பண்பாடு, இலக்கியம் பத்தியெல்லாம் பெரிய விவாதத்தக் கௌப்பிடும்னு சொல்லி அந்தப் பத்திரிகை அதைப் போட மறுத்திடிச்சி.’

என்ன எழுதியிருப்பார் என்று ஓரளவு ஊகிக்க முடிந்ததே தவிர என்ன ஏது என்று கேட்கும் துணிச்சலும் வயதும் இவனுக்கில்லை.

‘பொதுவா நீங்க அப்படியெல்லாம் எழுதறவரா நான் கேள்விப்பட்டதில்லைங்க சார்.’

‘அப்டியா? வேற ஒரு ரைட்டர் ஒரு சந்தர்ப்பத்துல, தற்கால வாசகர்கள் எளிதான கம்பராமாயணத்தைத்தான் படிக்கிறாங்க, கடினமான மௌனியைப் படிக்கிறதில்ல அப்டின்னு எழுதிட்டான். கம்பன் எவ்ளோ பெரிய பொயட். அவனோட என்ன தொடர்புபடுத்திப் பேசுனது என்னக் கூச்சப்பட வச்சது. எளிய கவிஞனா அவன்?’ குரலில் கோபம் தொனித்தது.

அறுபத்தேழு வயதில் இருபத்தேழு வயது இளைஞனுக்குரிய உற்சாகமும் உணரச்சிக் கொந்தளிப்பும் அவரிடம் இருந்தன.

இதே வீட்டில் 1937இல் ஒரு நாள் க.நா.சு. அவரைச் சந்தித்து காஃப்காவின் *The Great Wall of China* என்ற கதைத் தொகுப்பைக் கொடுத்துப் படிக்கச் சொல்லியிருக்கிறார். காஃப்காவைக் க.நா.சு.வுக்கு அறிமுகப்படுத்தியவர் புதுமைப்பித்தனாம்.

படித்துவிட்டு அடுத்த நாள் திருப்பிக் கொடுத்தபோது, இந்த நூல்களை நீங்களும் மற்றவர்களும் எதற்காகப் படிக்கிறீர்களோ, எனக்குத் தெரியவில்லை. இந்தக் காஃப்கா எனக்காகவே எழுதியிருக்கிறான்" என்றாராம் மௌனி. அப்போது க.நா.சு.வுக்கு இருபத்தைந்து வயது, மௌனிக்கு முப்பது. அவ்விரண்டு எழுத்தாளர்களுக்கிடையே உரையாடல் நடந்த அந்தக் கணத்தின் ஒரு பிசிர் அந்த வீட்டில் எங்கோ தங்கியிருந்து அன்று இவன்மீது பட்டிருக்குமோ? காஃப்காவின் குறுநாவலான உருமாற்றத்தைச் சில ஆண்டுகள் கழித்து மொழிபெயர்த்தான். அந்நூலை வெளியிட்ட அசோகமித்திரன், "இந்த மொழிபெயர்ப்பு ஒரு நல்ல முயற்சி. அப்பா – மகன் முரண்பாடு சார்ந்த ஒரு ஃபேன்டஸி. காஃப்கா மாதிரியான ஒரு மகனை எந்த அப்பாவுக்குத்தான் பிடிக்கும்?" என்று கேட்டுவிட்டு நூலைப் பற்றி மேலும் இரண்டொரு வாக்கியங்கள் பேசினார். ஒரு கண இடைவெளிக்குப் பிறகு "பாக்கப் போனா, காஃப்காவைவிட இந்த மொழிபெயர்ப்பாளரை எனக்கு அதிகம் தெரியும்" என்று சொல்லிக் கூடியிருந்தோரை நகைக்கவைத்தார். அப்படிப் பேசுவது அவருடைய முத்திரை என்பது காலப்போக்கில் புரிந்தது.

மௌனியின் குடும்பத்தைத் தனிப்பட்ட முறையில் அறிந்த ஒரு பெண்மணி இவனுக்கு ஒரு கட்டத்தில் ஆசிரியரானார். அவ்விரண்டு குடும்பங்களும் வடக்கு வீதியின் எதிரெதிர் வாசிகள். எழுத்தாளருக்கு நேர்ந்த புத்திரசோகம் ஒன்றுக்கு சாட்சியாக இருந்தவர்.

பத்தாண்டு ஆசிரிய வாழ்க்கைக்குப் பிறகு திரும்பவும் மாணவனாகும் சந்தர்ப்பம் இவனுக்கு வாய்த்தது. ஆய்வு வாசத்தை வாத்தியார்கள் கொஞ்சம் நுகரட்டும் என்று ஒரு ஏற்பாட்டைச் சர்வகலாசாலை மானிய அமைப்பு முன்வைத்தது. ஒரு வருட விடுப்பில் சென்று – சம்பளத்துடன்தான் – விரும்பிய கலாசாலையில் படித்து, தேர்வெழுதி, ஆய்வேடு சமர்ப்பித்துக் கூடுதல் பட்டத்துடன் திரும்பி வரலாம். கவிதை சார்ந்த வகுப்புகளை அந்தப் பெண்மணி கையாண்டார். இது எப்படிச் சாத்தியம் என்று மலைக்கும் அளவுக்கு அருவியாகப் பொழிவார். இன்னும் கொஞ்ச நேரம் நீடிக்காதா என்ற ஏக்கத்தைக் கொடுத்த பாடவேளைகள் அவை. ஆசிரியன் என்ற முறையில் தன்னுடைய போதாமைகளையும் போக வேண்டிய தொலைவையும் இவன் உணர்ந்தத் தருணங்கள்.

தனது ஹார்வர்டு பல்கலைக்கழக ஆய்வுப் பிராயத்தில் ஆஸ்டின் வாரனை அவருடைய அந்திமக் காலத்தில் சந்தித்துப் பேசியதைப் பூரிப்புடன் வளாகக் கேஃபடேரியாவில் வைத்து அவர் ஒருநாள் சொன்னார். இன்னொருவரோடு இணைந்து வாரன் எழுதிய இலக்கியக் கொள்கை என்னும் நூல் இலக்கிய மாணவர்களுக்கும் ஆசிரியர்களுக்கும் சுவிசேஷம் போன்றது. அந்நூலை இருபது ஆண்டுகளுக்கு முன்பு ஓர் ஆராய்ச்சி மாணவி தமிழில் மொழிபெயர்த்தார் என்ற செய்தியைச் சொன்னபோது வியந்துபோனார். இன்னொரு முறை சொல்லச் சொல்லி உறுதிப்படுத்திக்கொண்டார். அவ்வரிய நிகழ்வு நிகழ்ந்தது சேரநாட்டுச் சர்வகலாசாலைத் தமிழ்த் துறையில். தன் கோட்பாட்டு வகுப்பில் கையேடுபோலப் பயன்படுத்த அம்மொழிபெயர்ப்பைப் பணித்து மேற்பார்வையிட்டவர் ஆராய்ச்சியில் புதுக் களங்களையும் கடுமையான ஆய்வு நெறிமுறையையும், நிர்வாகத்தில் நேர்மையையும் கடைப்பிடித்த நாஞ்சில் நாட்டவர். புதியது எதையும் ஏற்கும மன அமைப்பில்லாத மூடுண்ட மரபில் துணிச்சலுடன் குறுக்கீடு செய்தவர். தமிழோடு மொழியியலையும் கற்றதால் மட்டுமல்ல, அபத்தமான மொழிவெறி இல்லாததால்தான் இப்படி ஒரு கடிதத்தை சிறுபத்திரிகை ஒன்றுக்கு 1971இல் அவரால் எழுத முடிந்திருக்கிறது. *விமர்சனத்துக்குப் பலமொழி அறிவும், பரிச்சயமும் தேவை. பழைய இலக்கியமாயினும் சரி, புதியதாயினும் சரி, மரபும், அயல் மொழிப் போக்கும், உலக மொழிகளின் எண்ணப் போக்கும் அறிந்தாலல்லாமல் இலக்கியத்தை எடைபோடமுடியாது. தமிழனுக்கு அயல்மொழியின் மீது அவ்வளவு தாத்பரியம் இல்லை. அறிந்த ஆங்கில மொழி நூற்களையும் அநேகமாகப் படிப்பதில்லை. இதனால் தன்னைச் சுற்றிப் பல சுவர்களை எழுப்பிக்கொண்டு புதுக்காற்று வீசவிடாமல் இளைஞர்களையும் 'தனது கௌரவ மாயை'யில் வாழச் செய்து அதனால் லாபமும் அடைந்து வருகிறான். கல்வியும், பரந்த மன நோக்கும் வளர்ந்தால் விடிவு ஏற்படும். அதற்குப் பல ஆண்டுகள் ஆகலாம்.* இதை எழுதியதற்கு ஐந்து ஆண்டுகள் முன்பு அந்த மொழிபெயர்ப்பு வெளியானது.

பின்னாளில் நடிக முதலமைச்சரிடம் தன் சுயமரியாதையை நிறுவ தான் வகித்த உள்ளூர் மொழிப் பல்கலைக்கழகத் தலைமை ஸ்தானத்தைத் துறந்தார் அவர். தீர்மானித்திருந்த நேரத்துக்கு முதலமைச்சர் வரவில்லை என்பதால் தன்னுடைய அடுத்த கூட்டத்துக்கு நேரமாகிவிட்டது என்று அறிவித்து விட்டுக் கூடத்தைவிட்டு நீங்கியிருக்கிறார். சீண்டப்பட்ட அதிகாரம், நிர்வாகத்தில் தடங்கல் உண்டாக்கியிருக்கிறது.

நேர்மைச் செருக்குடன் பதவியிலிருந்து விலகியிருக்கிறார். மாகாண அளவில் அந்தப் பதவிக்குக் கௌரவம் சேர்த்த, ஓரிருவர் தவிர, அநேகமாகக் கடைசித் தலைமையர். யார் மூலமோ அவர் திறனறிந்து அந்தப் பதவிக்கு அவரை அழைத்தவரும் அந்த முதல்வர்தான் என்பது ஓர் அபூர்வத் தமிழ்க் கலாச்சார விபத்து. மெய்யான அக்கல்வியாளருக்கு நினைவுச் சின்னம் அமைக்க வேண்டியிருந்தால், நிச்சயம் அவர் கடுமையாக ஆட்சேபிக்கும் செயலாக அது இருக்கும், ஓர் அழகான பளிங்குச் சதுரத்தில் 'கறார்' – தோன்றியது 1926 மறைந்தது 2009 என்று பொறித்து மொழிப் பல்கலைக்கழக மனையின் மையத்தில் வைத்துவிடலாம். பெயர் தேவைப்படாது. அதைப் பார்த்து சிலர் வணங்கி நிற்பார்கள்; சிலர் முகம் சுளித்து விலகிப் போவார்கள்.

28

இடதுசாரி, திராவிட அரசியலின் வீரியம் இருந்த அளவுக்குக் கலாசாலை அமைந்திருந்த சிற்றூரில் திருப்தியான கலாச்சார வாழ்க்கை இல்லை. அப்படியும் அபூர்வமாக ஓரிரு நிகழ்வுகள் நேர்ந்து மன வெறுமையை ஓரளவு அகற்றின. குடியிருப்புக்குப் பக்கத்திலிருந்த கிராமத்து மாரியம்மன் திருவிழாவின்போது ஒரு தடவை ‘கர்ணமோட்சம்’ கூத்து நடந்தது. அதற்கான நோட்டீஸில், “கலகம் செய்பவர்கள் போலீஸ் வசம் ஒப்படைக்கப்படும்” என்ற சுவாரசியமான வாசகம் இருந்தது. இலக்கண வழுவில் அழகியல் நிறைந்திருக்கலாம் என்ற சாத்தியத்துக்கு அது சான்று. கலகக்காரர்களுக்கு என்ன மனக்குறை இருக்க முடியும் என்பதை அறிந்துகொள்ளும் ஆர்வத்தை அது தூண்டியது. கட்டியங்காரனுக்கும் அவர்களுக்கும் நடக்கும் கைகலப்பைக் கற்பனை செய்வது பெரும் கேளிக்கையாக இருந்தது. அவர்களின் யுத்த மொழி மதுவெறியில் தோய்ந்த தாக இருந்திருக்கும் என்பது மட்டும் நிச்சயம். கர்ணனுக்கோ துரியோதனனுக்கோ போலீஸ் அறிவுரை சொல்வது வேண்டுமானால் கால வழுவாக ஆகியிருக்கும். கூத்தை முழுதாகப் பார்க்க முடியாதபடி தூக்கம் தடுத்துவிட்டது.

‘அடுத்த வாரம் புதன்கிழமை க.நா.சு. இங்க வர்றாராம். மூணு நாள் இருப்பார்னு தியாகராஜன் சொன்னார். ஊர்ல இருப்பீங்கதானே ... நீங்க அவர எப்பவாவது சந்திச்சிருக்கீங்களா?’

‘வெளியூர் போகணுந்தான். ஒரு நாள் தள்ளிப் போடப் பாக்கிறேன். ரெண்டு தடவ அவரோட வீட்ல சந்திச்சிருக்கேன். என் முதல் தொகுப்புக்கு மதிப்புரை எழுதினாரே.’

'ஆமா. ஞாபகமிருக்கு. நான் ஒரு தடவ புத்தகக் கண்காட்சில பாத்தேன். கொஞ்சந்தான் பேச முடிஞ்சது. மொழிபெயர்ப்பு, மொழிபெயர்ப்பு மாதிரி இருக்கணும்னு சொன்னார். அன்னியச் சூழலை அன்னியச் சூழலாவே பராமரிச்சி மொழி பெயர்க்கணும்னு அவர் சொன்னதாப் புரிஞ்சிக்கிட்டேன். அப்புறம் ஒரு தடவ ஒரு கூட்டம் முடிஞ்சதும் ஆட்டோவுல அவரோட மைலாப்பூர் வீட்ல கொண்டுபோய் விடச் சொன்னாங்க. பக்கத்திலிருந்த ஒரு தெருவுலதான் அப்ப நான் தங்கி படிச்சிக்கிட்ருந்தேன். என்னோட பொதுவான வாசிப்புப் பத்தி விசாரிச்சிக்கிட்டே வந்தார். செல்வ விநாயகர் தெருவுல அவர் இருந்தது டிப்பிக்கல் ஓட்டு வீடு. இப்ப என்னை ஞாபகம் இருக்குமான்றது சந்தேகந்தான்.'

'மொழிபெயர்ப்பைக் கொஞ்சம் சுதந்திரமாவும் செய்வார்தானே. புதுப் பிரதேசத்து டெக்ஸ்ட்ட எடுத்துக்குவார். மத்தவங்களப்போல பிரிட்டிஷ், அமெரிக்க எழுத்தாளர் களை மொழிபெயர்த்ததோட நிக்காம ஸ்காண்டிநேவிய எழுத்தாளர்களையும் பண்ணினாரே.'

'தன் காலத்திலேருந்து கொறஞ்சது முப்பது, நாற்பது வருஷத்த முன்கூட்டியே பாத்த அவர இந்த ஊர்ல சந்திக்கறது நம்மோட அதிர்ஷ்டந்தான். நாம இப்ப லத்தீன் அமெரிக்க எழுத்தாளர்களோட சிறுகதைகளை மொழிபெயர்க்கிறோம். அதுக்கும் அவர்தான் முன்னோடி. 1963லேயே போர்ஹெஸோட பாபிலோனில் லாட்டரி சிறுகதையை குருட்டாம்போக்குன்ற தலைப்புல மொழிபெயர்த்தார். அவரோட இலக்கிய வட்டம் பத்திரிகையில வந்திருக்கு.'

'உண்மைதான். அதேபோல காஃப்காவ மொதல்ல தமிழ்ல அறிமுகப்படுத்தினவர் செல்லப்பாதான். ஹங்கர் ஆர்ட்டிஸ்ட் கதைய அவரே மொழிபெயர்த்து 1961இல் எழுத்துல பிரசுரிச்சார்.'

'இந்த விஷயத்தைப் பொறுத்த மட்டில் நாம செய்றத மிகைப்படுத்தியெல்லாம் சொல்ல முடியாது.'

நண்பர் கவிஞர். சில மாதங்களாக இவனுடைய பக்கத்து வீட்டில் வசிக்கிறார். வேலை தொடர்பாக அடிக்கடி வெளியூர் போகவேண்டியிருக்கும். தியாகராஜன் இருவருக்கும் தெரிந்த மத்திய ராஜாங்க அதிகாரி. இலக்கிய ஆர்வம் கொண்டவர். கதைகளும் எழுதியிருக்கிறார். பொதுஜனத் தொடர்பு உள்ள துறையில் பணி. ஏதோ ஒரு விதியின் கீழ் இப்படி ஒரு எழுத்தாளரை அழைத்துப்பேச வைக்க முடியும் என்று சொன்னார். அவருடைய வீட்டில்தான் க.நா.சு. தங்கியிருப்பாராம். வீட்டுக்கு

வரச்சொல்லி அவர்களை அழைத்தார். ஓரிரு கூட்டங்களுக்கு ஏற்பாடு செய்திருப்பதையும் தெரிவித்தார்.

முதல் நாள் காலை தியாகராஜன் வீட்டுக்குப் போனார்கள். க.நா.சு.வின் மனைவியும் வந்திருந்தார். நண்பரை அடையாளம் கண்டுகொண்டார். இவனைத் தியாகராஜன் அறிமுகப் படுத்தினார். கல்லூரிப் பாடப்புத்தகங்கள் பற்றிக் கேட்டார். தான் படித்த காலத்தில் இருந்த பாடங்களை நினைவுகூர்ந்தார். அப்போது அவர் கௌரவ ஆசிரியராக இருந்த இலக்கியப் பத்திரிகை தொடர்பாகத் தனக்கிருந்த அதிருப்தியை வெளிப்படுத்தினார். அந்த வீட்டின் சூழலில் அவர் சகஜமாக உணர்வது பேச்சில் தெரிந்தது. ஒரு கை விரல் நகத்தைக் கொண்டு இன்னொரு கை விரல் நகத்தை அழுத்திச் சுரண்டிக்கொண்டோ ஒரு நகக்கண்ணுக்குள் இன்னொரு கை நகத்தை லேசாக நுழைத்துக்கொண்டோ இருந்தார். வாயில் சீவல் இருந்தது. சீவலுக்கு ஏற்பாடு செய்தவர் தற்கொலை முயற்சியிலிருந்து தப்பியவர்.

‘சார், ஸ்டீவன் ஸ்பெண்டர் மெட்ராஸுக்கும் சிதம்பரத்துக்கும் வந்ததைப் பத்தி நீங்க எழுதின கட்டுரையப் படிச்சேன். நான் அண்ணாமலை ஸ்டூடண்ட். அவர் வந்தபோது எடுத்த ஃபோட்டோவை இங்லிஷ் டிபார்ட்மெண்ட் ஹெச்.ஓ.டி. ரூம்ல பாத்திருக்கன்.’

‘அது தொளாயிரத்து அம்பத்தோராம் வருஷத்து சங்கதி. காங்ரஸ் ஃபார் கல்சுரல் ஃப்ரீடம்ன்ற அமைப்பு ஏற்பாடு செஞ்ச பம்பாய் மாநாட்டுக்கு அவரும் ஆடனும் வந்திருந்தாங்க. நானும் போயிருந்தேன். அங்க அவங்களோட என்னால சரியா பேச முடியலை. ஆடன் லிட்ரேச்சர் செஷன்லையும் ஸ்பெண்டர் அரசியல் செஷன்லையும் அதிகம் கலந்துக்கிட்டாங்க. அப்புறம் ஸ்பெண்டர் மெட்ராஸுக்கு வந்து ஒரு வாரம் இருந்தார். பிரிட்டிஷ் கவுன்ஸில் ஏற்பாட்டுல சில இடங்கள்ல பேசினார். செட்டிநாட்டு ராஜா தன்னோட அரண்மனைல அவருக்கு ஒரு பிரமாதமான விருந்து குடுத்தார். சிதம்பரத்துக்குப் போக கார் ஏற்பாடு பணணித்தர கேட்ட போது ரோடு சரியா இருக்காது என்று சொல்லி, ஃபர்ஸ்ட் க்ளாஸ் ரயில் பயணம் ஏற்பாடு பண்ணினார் ராஜா. ஹெச்.ஓ.டி.யா இருந்தவர் ஸ்பெண்டரைப் பேசவைக்க என்னைக் கேட்டிருந்தார். சமகால இலக்கியப் போக்குகள் பத்தி சாஸ்திரி ஹால்ல பேசினார். அப்புறமா தாம்பரம் காலேஜுல தன்னோட சில கவிதைகளையும் யேட்ஸோட ரெண்டு பைஸாண்ட்டியம்

கவிதைகளையும் செகண்ட் கமிங் கவிதையையும் ரொம்ப ஈடுபாட்டோட வாசிச்சிக் காமிச்சார். இன்னோரு விருந்துல ஜானகிராமன், ச.து.சு.யோகி, சிட்டி, சிதம்பர சுப்ரமணியம் போன்றவங்களையும் சந்திச்சிப் பேசினார்.'

1930களில் ஆடனும் ஸ்பெண்டரும் டி.எஸ். எலியட் தாக்கத் தால் நவீனத்துவக் கவிதை எழுதியவர்கள். எலியட் போலன்றி மார்க்சிஸ பாதிப்பு கொண்டிருந்து ஸ்டாலினின் செயல்பாடு களால் அதிருப்தியுற்று அதிலிருந்து விலகியவர்கள். என்கவுன்ட்டர் என்ற உலக அளவில் மிகச் செல்வாக்கான பண்பாட்டு, இலக்கியப் பத்திரிகையின் தொடக்க கால ஆசிரியராக இருந்தவர் ஸ்பெண்டர். அந்தப் பத்திரிகைக்கு சி.ஐ.ஏ.வின் நிதி உதவி வருகிறது என்று தெரிந்ததால் விலகியிருக்கிறார். அந்தப் பத்திரிகை ஆரம்பிப்பது பற்றியும் சென்னையில் இருந்தபோது தமிழ் எழுத்தாளர்கள் சிலரோடு அவர் விவாதித்ததைப் பற்றி க.நா.சு. எழுதியிருக்கிறார்.

ஸ்பெண்டருடைய சேரியிலிருக்கும் தொடக்கப்பள்ளி வகுப்பறை கவிதை எப்படித் தமிழ்நாட்டு மார்க்சிஸ்ட் கவிஞர்களுக்கும் மொழிபெயர்ப்பாளர்களுக்கும் தெரியாமல் போனது என்ற கேள்வி இவன் மனதில் எழுந்தது.

சுய தொழில் செய்பவர்கள் வைத்திருந்த ஒரு அமைப்பு ஒழுங்கு செய்திருந்த கூட்டத்தில் அன்று மாலை பேசினார். நண்பரும் மாணவர் ஒருவரும் இவனும் போனார்கள். கூட்டத்தி லிருந்த மற்றவர்கள் யாருக்கும் அவரைத் தெரிய வாய்ப்பில்லை. தியாகராஜன் அவரை முறையாக, முழுப் பெயரையும் சொல்லி, அவருடைய சாதனைகளைக் குறிப்பிட்டு அறிமுகப்படுத்தினார். சுருக்கப்பட்ட அவர் பெயர் இலக்கிய உலகில் தெரிந்திருந் தாலும் பழக்கத்தின் காரணமாக அந்தச் சுருக்கத்தை மட்டும் சொல்லி அறிமுகப்படுத்திவிடுவாரோ என்று இவன் கொஞ்சம் பதற்றப்பட்டான். முழுப் பெயரையும் சொல்லிவிட்டுச் சுருக்கத்தின் பிரபலத்தையும் சொன்னார். மத்திய ராஜாங்க இலாகா, தொழில்முனைவோர் மத்தியில் ஏற்பாடு செய்த கூட்டம் என்பதால் காந்தி, நேரு தொடர்பாகப் பேசும்படி தியாகராஜன் கேட்டிருந்தார் போலிருக்கிறது. முன்னவரை யதார்த்தவாதியென்றும் பின்னவரைக் கனவுலகவாதி யென்றும் க.நா.சு. வர்ணித்தார். எளிய மக்களுடைய அன்றாட வாழ்க்கையின் நிம்மதிக்கு யதார்த்தவாதப் பார்வையே

மேலானதென்று காந்தி உணர்ந்ததைத் தொட்டுக் காட்டினார். கூட்டத்தினரின் ஆர்வம் எந்த அளவுக்கு இருக்கும் என்பதைப் புரிந்துகொண்ட அவர் அவ்வை, அதியமான் பற்றியும் கொஞ்சம் பேசினார். கோயம்புத்தூர் ராஜாங்கக் கல்லூரியில் அவர் இன்ட்டர்மீடியட் படித்த காலத்தில் இந்தப் பக்கம் ஒரு சுற்றுலா போகலாம் என்று சிலர் முடிவு செய்தார்களாம். அப்போது இந்தப் பிரதேசத்து ஊர்களின் குடி தண்ணீரில் இருந்த ஏதோ ஒரு கிருமி, நரம்புச் சிலந்தியை உண்டாக்குவதாகப் பரவிய செய்தியைக் கேள்விப்பட்டுப் பயணத்தை ரத்து செய்து விட்டதைச் சொன்னார். அந்தக் கூட்டத்துக்கு அவர் பேசியது போதுமானதாக இருந்தது. கிளம்பும்போது உறையில் வைத்து ஒரு தொகையைக் கொடுத்தார்கள்.

அடுத்த நாள் மாலை பெண்கள் பள்ளி வளாகத்தில் நடந்த கூட்டத்தில் நண்பரால் கலந்துகொள்ள முடியவில்லை. முப்பது பேர்போலக் கூடியிருந்தார்கள். மரங்களுக்கிடையே பெஞ்சுகளில் உட்கார்ந்து காற்றாட, இனிமையான சூழலில் அவர் பேசியதைக் கேட்டார்கள். கூடியிருந்த சிலர் அவரை மொழிபெயர்ப்பாளராகவும் விமர்சகராகவும் ஓரளவு அறிவார்கள். பள்ளி, கல்லூரி ஆசிரியர்கள் ஓரிருவரும் இவன் சொன்னதைக் கேட்டு வந்திருந்தார்கள். தனக்கு விமர்சனத்தில், அதுவும் அலசல் விமர்சனத்தில், நம்பிக்கையில்லை என்று வழக்கம்போலச் சொன்னார். வாசகர் குழுக்கள் அமைத்து நூல்களைப் படித்து, பேசி ரசனையை வளர்த்துக்கொள்ளலாம் என்றார். தனக்கிருந்த சுதந்திரம் தன் தலைமுறையில் வேறு யாருக்கும் இருந்திருக்குமா என்பது சந்தேகம் என்றார். தான் சம்பாதித்திருப்பது தனக்குப் போதும் என்றும் பணத்தைப் பற்றிக் கவலைப்படாமல் அவர் எழுதலாம் என்று அவருடைய அப்பா சொன்னதையும் நினைவுகூர்ந்தார். தான் ஆங்கிலத்தில் எழுத வேண்டும் என்று தன் அப்பா விரும்பியபடி தொடக்கத்தில் சில வருடங்கள் ஆங்கிலத்தில் எழுதியதாகச் சொன்னார் பிறகு தமிழில் அதிகம் எழுதியதாகவும் சொன்னார். டில்லியில் இருந்த காலத்தில் திரும்பவும் ஆங்கிலத்தில் எழுதியதைக் குறிப்பிட்டார்.

அநேகமாக யாரும் அறியாத சங்கரராம் என்ற எழுத்தாளரைப் பற்றிப் பிரத்யேகமாகக் குறிப்பிட்டுப் பேசினார். *மண்ணாசை* என்ற சங்கரராமின் நூல் தமிழ் நாவலின் மறுமலர்ச்சியைத் தோற்றுவித்தது என்றும் பிரதேச வாழ்க்கையைச் சித்தரித்த தமிழ்ப் புனைவின் முன்னோடிப் படைப்பு அது என்றும் சொன்னார். 1938இல் ஆங்கிலத்தில் எழுதி 1941இல்

ஆசிரியரே அதைத் தமிழில் மொழிபெயர்த்தார் என்ற தகவலையும் சொன்னார். நாவலின் பிரதானப் பாத்திரமான ஒரு விவசாயி, தன் உயிரைவிட நிலத்தை மேலானதாக நேசிப்பதால் அவன் படும் துயரங்களைச் சொல்லும் கதை என்றார். "மண்ணாசையின் கூத்து" என்று அந்த நாவலை சங்கரராம் வர்ணித்தார் என்பதையும் குறிப்பிட்டார். கிளாஸிக் அந்தஸ்து கொண்ட அதைப் படிக்காத எவரும் தமிழ் நாவலைப் பற்றிப் பேச லாயக்கில்லாதவர் என்றும் சொன்னார். அந்த எழுத்தாளரின் பெயரைத் தன் கிராமத்தின் ஒற்றை பீரோ நூலகத்திலிருந்த புத்தகம் ஒன்றில் ஏழாம் வகுப்புப் பையனாகப் பார்த்தது இவன் நினைவுக்கு வந்தது. முப்பது வயதுக்கு மேலாகியும் அதைப் படிக்காததற்காக வெட்கப்பட்டான்.

சங்கரராம் போலவே கொங்குப் பிரதேச வாழ்க்கையைத் தன் நாவல்களில் முதன்முதலாகச் சித்தரித்த ஆர். சண்முக சுந்தரத்தையும் வேறு எழுத்தாளர்கள் சிலரையும் பற்றித் தமிழிலும் ஆங்கிலத்திலும் தான் எழுதிய கட்டுரைகளிலும் பங்கேற்ற கருத்தரங்குகளிலும் திரும்பத் திரும்பச் சொல்லித் தரமான எழுத்தை க.நா.சு. நிலைநாட்டினார். சங்கரராமைத் தொடர்ந்தே சண்முகசுந்தரமும் தானும் நாவல் எழுதியதாகச் சொல்லும் புறவயப் பார்வையின் நேர்மையையும் தன்னம்பிக்கையையும் கொண்டிருந்தார்.

தன்னுடைய நாற்பது வயதை ஒட்டிய காலம் தொட்டே தேசிய, சர்வதேசக் கருத்தரங்குகளில் செல்வாக்கு மிக்க பங்கேற்பாளராக இருந்திருக்கிறார். கருத்தரங்கு ஜீவிகளான பேராசான்கள் மத்தியில் அந்நியராக நுழைந்து வெற்றிகரமாக வெளியே வந்ததற்கு அவருடைய விரிவான உலக இலக்கிய வாசிப்பும் இலக்கியச் செயல்பாடுகளுமே காரணங்களாக இருந்திருக்கும். வணிகப் பத்திரிகைகள் ஊட்டமூட்டிய ஜனரஞ்சக எழுத்துக்கு எதிரான சமரை வாழ்நாள் முழுக்கத் தணியாமல் புரிந்தார். துணிப்பையில் நவீன இலக்கியத்தைச் சுமந்து திரிந்த சக முன்னோடியோடு உடன்பட்டும் முரணபட்டும் நல்ல எழுத்து எதுவென்று நிறுவினார்.

அந்தக் கூட்டம் முடிந்தவுடனும் முன்கூட்டியே திரட்டப்பட்ட ஒரு தொகையை அவருக்குக் கொடுத்தார்கள். பெரிதாக இருக்க வாய்ப்பில்லை. அதை அவர் தன் ஜிப்பா பாக்கெட்டில் வைத்த விதம் இவனுக்கு வேதனையைத் தந்தது. வைத்த விதத்திலேயே வெளிப்பட்ட அந்த ஜாக்கிரதை மனதைத் தைத்தது. இரவல் சூட் அணிந்து பாரீஸ் கருத்தரங்குக்குப் போய், ஃபாக்னரையும் ஆல்பர் காமுவையும் சந்தித்து இலக்கியம் பேசி, வாலாஜா ரோடு வீட்டுக்கு வாடகை கொடுக்க

சிரமப்பட்டாலும் சிறுபத்திரிகைகள் நடத்தி இலக்கியம் வளர்த்த அவர் இருந்த அதே சூழலில் கண்டதையும் கூச்சல் போட்டு உளறி, ஒரே விஷயத்தை அறுபது ஆண்டுகளாகத் திருப்பித் திருப்பிச் சொல்லிப் பெரும் திரவியம் சேர்த்த அறிஞர் கும்பல் நினைவுக்கு வந்து துன்புறுத்தியது.

மூன்றாம் நாள் அருவியைக் காட்டிவிட்டு அவரை ரயிலேற்றிவிட்டதாக தியாகராஜன் பிறகு சொன்னார். க.நா.சு. வந்ததை வெளியூர் நண்பர்களிடம் இவன் சொன்னபோது அவர்கள் பொறாமையோடு ஆச்சரியப்பட்டார்கள். அவர் மறைந்த பிறகு அவருடைய எழுத்து மேஜை கவிஞரிடம் வந்து சேர்ந்ததை இவன் பிறகு கேள்விப்பட்டான்.

வணிகக் காசில் பாடசாலைகள் தொடங்கிக் கல்வித் தந்தைகளாக உருமாறி உலவியவர்கள் மத்தியில் பள்ளி நடத்தினாலும் இலக்கிய உணர்வோடு இருந்த ஒரு எளியவரின் தோழமை இவனுக்குக் கிடைத்தது. நல்ல நூல்களைத் தேடி வாசிக்கும் அவருடைய ரசனை வியப்பளித்தது. இலக்கிய நண்பர்கள் சிலரோடு சேர்ந்து ஓரிரு கூட்டங்களை அவருடைய இடத்தில் ஒருங்கிணைத்தான். தான் ஈட்டும் செல்வம் பிரதானமாக இம்மாதிரி விஷயங்களுக்குத்தான் என்பதுபோல அவர் செலவு செய்தார். அவருக்குச் செலவு வைக்கிறோமே என்று இவர்களுக்குக் குற்ற உணர்வு வரத் தொடங்கிவிட்டது. ஆனால் அவரோ நாளடைவில் செல்விருந்து ஓம்பி வருவிருந்து பார்க்கத் தொடங்கினார். இவர்களும் கொஞ்சம் செலவைப் பகிர்ந்துகொண்டு நூல் அறிமுகம், விவாத அரங்கு, பள்ளிக் குழந்தைகளோடு எழுத்தாளர் சந்திப்பு என்று பலதும் நடத்தினார்கள்.

ஓரிருவர் தவிர குறிப்பிடத்தக்க எழுத்தாளர்கள் அனைவரும் வெவ்வேறு சந்தர்ப்பங்களில் அங்குவந்து பேசினார்கள். அவரையும் சூழலையும் பார்த்துத் திகைத்துப்போனார்கள். அவ்வப்போது அங்கும் பிற இடங்களிலும் மற்றவர்கள் நடத்திய சில கூட்டங்களிலும் பங்குபெற இவனுக்கு வாய்த்தது. அந்தப் பரோபகாரியும் நல்விருந்து வானத்தவர்க்கு என்று அகாலத்தில் போய்ச் சேர்ந்தார்.

ஒரு சந்தர்ப்பத்தில் அண்டை மாவட்ட ஊர் ஒன்றில் மருத்துவர் ஒருவர் செவ்வியல், நவ அலைத் திரைப்படங்களைத் திரையிடும் அமைப்பொன்றைத் தொடங்கினார். பொது

நண்பர் ஒருவர் அந்த அமைப்பை இவனுக்கும் இன்னொரு நண்பருக்கும் அறிமுகப்படுத்தினார். மாதம் ஒருமுறை காலை ஆறு மணிப் பேருந்தைப் பிடித்து அங்கு சில தடவை போய், பிரபலமான ஏழெட்டு கிளாஸிக்குகளைப் பார்த்தார்கள். அந்த நாட்களில் மதியம்தான் சாப்பிட முடியும். அதையெல்லாம் பொருட்படுத்தாத வயது. படம் முடிந்து வாட்டிக் கருக்கும் அவ்வூர் வெயிலில் நண்பர்களோடு படத்தைப் பற்றிப் பேசிக்கொண்டே நடப்பார்கள்.

இவனும் வெளி சகாக்கள் சிலரும் இணைந்து கலாசாலைச் சிற்றூரிலும் திரைப்படச் சங்கம் ஒன்று தொடங்கி ஆறு கிளாஸிக்குகளைத் திரையிட்டார்கள். செய்தி கேட்டு சிலர் தாமாகவே வந்தார்கள். சிலரை வற்புறுத்திப் பார்க்க வைத்தார்கள். சிலர் வழியிலேயே தப்பித்து ஓடிவிட்டார்கள். என்ன முயன்றும் சிலரைக் கொண்டுவந்து சேர்க்கவே முடியவில்லை. ரயிலடியிலிருந்து பெட்டி தூக்குவது ஒருவர், ஆபரேட்டரைக் கூட்டி வருவது ஒருவர், பள்ளி அறையையும் ப்ரஜெக்ட்டரையும் கொடுத்து உதவுபவர் ஒருவர் என மாறாமல் செய்து காலப்போக்கில் சலிப்படைந்ததில் சங்கம் இயற்கை மரணம் எய்தியது. கல்விமனை தாண்டிய அவ்வூர் வாழ்க்கைக்கு ஏதோ அர்த்தம் இருப்பதாக இவனை உணரவைத்த சந்தர்ப்பங்கள் அவை. அவற்றை நேரச் செய்த இயற்கையின் விதிகள் ஓரளவுக்குக் கருணைகொண்டவைதாம் போல.

கற்றதால்

29

‘சார், வணக்கம்.’

‘வணக்கம். வாப்பா, உக்காரு. உன்னை நான் ஒருமையில கூப்பிடறதுல உனக்கு ஒண்ணும் ஆட்சேபணை இல்லியே?’

‘தாராளமா கூப்பிடுங்க சார். நீங்க எவ்ளோ சீனியர்.’

‘எவ்ளவோ தமிழ்ப் பேரு கேட்டிருக்கன். இதுவரை மோசிகீரன்னு பேர் வச்ச யாரையும் பாத்ததில்ல. உனக்கு அதை யாரு வச்சா?’

‘எங்க சித்தப்பா தமிழாசிரியர். அவர்தான் வச்சார்.’

‘நல்லாயிருக்குப்பா. ஊர் எது?’

‘கபிலர்க்குடி.’

‘ஆகா. ஊரும் அதே மாதிரி எப்டி அமைஞ்சது?’

‘தற்செயல்தான், சார். நாம அதைத் தேர்ந்தெடுக்க முடியாதே.’

‘ப்ரில்லியன்ட். இவ்ளோ தமிழுக்கு மத்தியில எப்டி இங்லிஷ் லிட்ரேச்சர் படிச்ச?’

‘ஃபிசிக்ஸ்தான் படிக்க ஆசைப்பட்டன். இடம் கிடைக்கல. அடுத்து என்னான்னு யோசிச்சன். இங்லிஷ் லிட்ரேச்சர் படிச்சா சீக்கிரம் வேலை கிடைக்கும்னாங்க. அதான் சார்.’

‘குட். வேலைதான் முக்கியம். நீ வேலைக்கு சேந்து பதினெட்டு வருஷம் ஆயிருக்கு. அடுத்த லெவல் போறதுக்கு உனக்குத் தகுதி இருக்கான்னு சோதிக்க என்னை அரசாங்கம் அனுப்ச்சிருக்கு. உன்னைப் பத்தின தகவலெல்லாம் சொல்லியிருக்க. இதோ இருக்கு. இவ்ளோ நாள்ல உனக்கு நிறைய

அனுபவம் கிடைச்சிருக்கும். வேலையும் கத்துக்கிட்டிருப்ப. ஆனாலும் நான் சோதிக்கணும்னு சம்பிரதாயம் இருக்கு.'

'அரசாங்க வேலைல சேந்துட்டா புரமோஷன்லாம் அதுபாட்டுக்கு வந்துரும்னு சொன்னாங்க. இப்ப இதெல்லாம் புதுசா வந்திருக்குங்க சார்... நான் ஏதும் தப்பாப் பேசிட்டனாங்க சார்?'

'இல்லப்பா. அமெரிக்காவுல காலேஜ் வாத்தியாருங்கள ரெண்டு, மூணு வருஷத்துக்கு ஒரு தடவை சோதிச்சு பாத்துட்டு கான்ட்ராக்ட்ட ரின்யூ பண்ணலாமா வேணாமான்னு முடிவு பண்றாங்களாம். வேற சில கன்ட்ரீஸ்லயும் அப்டி இருக்கறதா பேசிக்கிறாங்க. இங்க அப்டி இல்லையேன்னு சந்தோஷப்பட்டுக்க. அதுவுமில்லாம அங்கெல்லாம் நம்மள மாதிரி ஒரே இடத்துல அம்பது வருஷம், நூறு வருஷம்னு வேலை பாக்குறது வாத்தியாருங்களுக்கு புடிக்காது. இடம் மாறிக்கிட்டே இருப்பாங்க.'

'அம்பது, நூறு வருஷங்களா சார்?'

'அட, ஒரு இதுக்கு சொன்னம்பா. கற்பனைய வளத்துக்கிட்டு எஞ்சாய் பண்ணுப்பா.'

'சரிங்க சார். உங்களுக்கெல்லாம் இந்த மாதிரி நடந்ததுங்களா சார்?'

'இல்லப்பா. இருந்திருந்தாலும் உன்னைய மாதிரி பயப்பட்டிருக்க மாட்டேன். சரி, நேர்காணலை ஆரமிக்கலாமா?'

'ஆரமிக்கலாம் சார்.'

'இந்தியா எந்த வருஷம் குடியரசு நாடாச்சு?'

'சாரி சார், ரொம்ப இன்சல்ட்டிங்கா இருக்கு.'

'அப்டி இல்லப்பா. இது பொது அறிவுக் கேள்வி. சரி, விடு. ஷேக்ஸ்பியருக்கு ஸ்பெல்லிங் சொல்லு.'

'சார், அதைவிட இது இன்னும் இன்சல்ட்டிங்கான கேள்வி.'

'அப்டி சொல்றியா. முழு மார்க் குடுக்குணும்பா. நீ படிச்சு முடிச்சு இருவத்தியோரு வருஷம் ஆயிருக்கு. இவ்ளோ வருஷம் டீச் பண்ணியிருக்க. நீ எழுதியிருக்கறதைப் பத்தி சொல்லு?'

'ஹாஸ்டல்ல இருந்தப்போ வீட்டுக்கு நிறையா லெட்டர் எழுதுவேன் சார். அதுல கிடைச்ச பயிற்சில பி.ஏ. படிக்கும்போது காலேஜ் மேகஸின்ல மகாத்மா காந்தியைப் பத்தி ஒரு கவிதை

எழுதினன். முப்பத்தஞ்சி வரி. அதோட காப்பி வச்சிருக்கேன். பாருங்க சார். இப்பக்கூட அதை ஒப்பிக்க முடியும் சார்.'

'வேணாம். நான் பாத்துக்கிறன். அப்றம் ஏதோ ஆர்டிக்கிள் இருக்குற மாதிரி தெரியுது.

'ஆமாம் சார். தமிழ்லையும் எனக்கு ஆர்வம் உண்டு. தூக்கநாய்க்கம்பாளையத்திலிருந்து வர்ற ஒரு பன்னாட்டு ஆய்விதழ்ல போன வருஷம் என்னோட பேராசிரியர் சந்திரகுப்தன் சாரின் பதினெட்டு நாவல்கள் பத்தி பதினெட்டு பக்கக் கட்டுரை ஒண்ணு எழுதினன்.'

'வெரி குட். பிஹெச்.டி. ரெஜிஸ்டர் பண்ணி ரெண்டு வருஷம் ஆயிருக்கு. எப்ப முடிக்க போற?

'இன்னும் ஒரு வருஷத்துல முடிச்சிருவன் சார். பேராசிரியரை தாமஸ் ஹார்டியோட கம்பேர் பண்றதா இல்ல ஸ்டைன்பெக்கோட கம்பேர் பண்றதான்னு இன்னும் முடிவு பண்ணல.'

'ரிசர்ச்சுக்கு அவரோட நாவல்களையே எடுத்திருக்க. நல்லது. அவர் ஆங்கிலப் பேராசிரியரா இருந்தும் தமிழ்ல நிறையா எழுதினவர். அவரோட நாலு நாவல்களை நான் படிச்சிருக்கேன். நல்லாருக்கும். உன்னோட ரெண்டு வெளியீடுகளையும் குறிச்சிக்கிறன் ... உனக்குப் பக்கத்துல குடியிருக்கிற சாதாரண ஜனங்களோட புள்ளைகளுக்கு, உன்கிட்ட படிக்கிறவங் களுக்கு படிப்பு சம்பந்தமா எதாவது உதவி செஞ்சிருக்கியா? கொறஞ்சது இன்னது படிக்கலாம்னு அறிவுரை சொல்ற மாதிரி எதாவது? சமூகப் பங்களிப்பு என்னான்னு கேக்கறாங்கப்பா.'

'அது எதுக்குங்க சார். அவங்க அவங்க அப்பா அம்மாவுக்கு அதைவிட வேற என்னா வேலை?'

'சரி. உன்னோட குழந்தைங்க என்ன படிக்கிறாங்க?'

'பையன் ஒருத்தன் மட்டுந்தான் சார். இப்பதான் மெடிக்கல் காலேஜ்ல சேந்திருக்கான்.'

'குட். அவ்ளோதாம்பா.'

'தேங்க்ஸ் சார். ஹெல்ப் பண்ணுங்க.'

'பாக்கலாம்பா.'

30

குடந்தைநகர்க் கலைஞர் கோவே!
பொதியமலைப் பிறந்த மொழி வாழ்வுஅறியும்
காலம்எலாம் புலவோர் வாயில்
துதிஅறிவாய், அவர்நெஞ்சின் வாழ்த்துஅறிவாய்;
இறப்பின்றித் துலங்குவாயே.

கடல் பார்த்த கலாசாலையின் வாயிலில் சிலையாக நிற்பவர் 'மகாமகோபாத்யாய' பட்டம் பெற்றதைப் பாராட்டக் கல்லூரி மாணவர் தமிழ்ச் சங்கம் ஒரு கூட்டம் நடத்தியிருக்கிறது. அதில் கலந்துகொண்ட இருபத்து நான்கு வயது கவி அவ்வறிஞரைப் பாராட்டி அரங்கில் வைத்து பென்சிலில் மூன்று பாடல்கள் எழுதினான். மூன்றாவது பாடலின் இறுதி ஐந்து வரிகள் அவை. தன் தந்தை வயதுள்ள சாமிநாதப் புலவனை இளம் கவிஞன் பாடல்களை நூதனமாக இயற்றி வாழ்த்தியிருக்கிறான். மனிதர் மிகவும் இனியர்/ஆண் நன்று/பெண் இனிது/குழந்தை இன்பம்/இளமை இனிது/முதுமை நன்று/உயிர் நன்று/சாதல் இனிது என்று பின்னாளில் எழுதப்போகிறவனுக்கு அந்தத் தகுதி ஆச்சரியத்துக்குரியதல்ல. பாடம் சொல்ல நதிதீரக் காலேஜிலிருந்து கடலோர ராஜதானிக் காலேஜுக்கு வந்தவர் அவ்வறிஞர். முன்பு கொஞ்சம் இலக்கியம் போதித்தவர் இங்கு வியாசத்தோடு நிறுத்திக்கொள்ள வேண்டிய நிலை. பேரிலக்கியப் பதிப்புகளின் ஆசிரியராகப் பல ஆண்டுகள் உழைத்த அந்தப் பேருயிரின், விஜயம் செய்த கவிதைத் தலைமகனின் சுவாசம் எப்போதும் காற்றில் கலந்திருக்கும் செங்காவிப் பரப்பு. முன்னவரின் சாதனைகள் என்னவென்றே அறியாத அதிகாரப் பிரதிநிதி ஒருவர் யாரோ வருடா வருடம் சிலைக்கு மாலையிட்டுப் பேசிப் போவார். அடையாளம் அதைப் பொறுத்துக்கொள்ள வேண்டியதுதான். பிரபஞ்ச விதிகளின் புதிர்களை விளக்கி உலகப்

பெரும்பரிசை வென்ற சிற்றப்பனும் அவர் அண்ணன் மகனும் மாணாக்கராக நுழைந்து நுழைந்து வெளியேறிய ஏறுவரிசை இருக்கைகள் கொண்ட போதனைக் கூடம் அக்கலாசாலையின் பிரத்யேகப் படிமம்.

தமிழ்ச் சிறுகதைக்குப் புதுமைப்பாங்கு உருவாக்கிய மேதையின் முதல் தொகுப்புக்கு முன்னுரை எழுதிய, பெயரிலேயே ஆசான் என்று அர்த்தம் கொண்ட தேசிகன் போதிப்பவராக இருந்த இலாகாவுக்கு இவன் மாறினான். கேரளத்து மொழியின் முதல் நவீனத்துவ முன்மாதிரி நாவலை இதிகாசம் என்று பெயர் வருமாறு தலைப்பிட்டு எழுதிய கேலி ஓவிய விஜயனும் தமிழ் நவீன கவிதைக்குப் புதுவழி இட்ட, வேட்டி கட்டி வகுப்புக்குப் போன மணியான பழனிசாமியும் கற்பவர்களாக இருந்த பெருமையுடைய துறை அது. என்ன சோகம் என்றால், இலாகாவில், முன்பே பழக்கம் இருந்த ஒருவரிடம் மட்டுமே இந்த மாதிரி விஷயங்களைப் பேச முடியும்.

சம்பிரதாயங்கள் முடிந்த பிறகு அவர் வந்தார். பல வருடங்களுக்கு முன்பு இவன் படித்த உள்ளூர்க் கலாசாலையில் இருந்தவர். பணிக்குப் புதியவர். அப்போதே கசடதபறவில் இரண்டு கதைகள் எழுதியிருந்தார். பிறகு அதிகமும் கவிதைகளே எழுதினார். அந்தப் பத்திரிகையின் சிறப்பைத் தன் கிராமத்தில் ஒருவரிடம் எடுத்துச் சொல்லி அவரைக் கூட்டாளியாக்கியே அதற்கான மூன்று ரூபாய் ஆண்டுச் சந்தாவை இவனால் மணி ஆர்டர் செய்ய முடிந்தது. அதுவரை படித்திராத போக்கில் கதை, கவிதை, கட்டுரைகள் அதில் பிரசுரமாயின. புரிந்தும் புரியாமலும் படித்த அவை அப்போது ஒரு புது உலகைக் காட்டின. அதை நடத்திய, அதில் எழுதிய எழுத்தாளர்கள் பலரைப் பற்றி அவர் சொல்வார். அவர்களோடு அவர் நேர்ப்பழக்கம் கொண்டிருந்தார். கேட்க பிரமிப்பாக இருக்கும். இதன் காரணமாக அவர்மீது இருந்த மதிப்பு கூடியது. மெட்ராஸ் போகாத வார இறுதிகள் ஓரிரண்டில் இவனுக்குப் பிடித்த தமிழாசிரியரையும் உள்ளூர்ச் சிறுபத்திரிகை ஆசிரியரையும் பார்த்துப் பேசக் கூடவே வந்திருக்கிறார். தமிழாசிரியர் காத்திரமான கவிஞரும்கூட. போய்ப் பார்ப்பது அதன் காரணமாகவே. வளாகங்களில் இவை போன்ற விஷயங்களைப் பகிர்ந்துகொள்ள ஆட்கள் கிடைப்பது மிக அரிது. அதனாலேயே கிடைப்பவர்களைத் தொடர்புடையவர்கள் லேசில் விட மாட்டார்கள். அவர்கள் பேசிக்கொள்வது பக்கத்தில் இருந்து கேட்கும் சக சொல்லாடிகளுக்கு எபிரேயம் போல ஒலிக்கும்.

‘ரொம்ப நாளா எதிர்பாத்துக்கிட்டிருந்தோம்.’

கூட இருந்த சக ஆசிரியரை அறிமுகப்படுத்தினார்.

‘இவரோட குரூப்னு சொன்னார்,’ என்றார் அவர் சிரித்தபடியே கவிஞரைக் காட்டி.

‘எவ்ளோ சீனியாரிட்டி இருந்தும் ரூல்ஸ் மாறி மாறி பாதகமாவே இருந்தது. ஒரு கட்டத்துல முயற்சியைக் கைவிட்ரலாம்னுகூட தோணுச்சு.’

‘எப்டியோ நல்லபடியா முடிஞ்சிது. எனக்கு இன்னும் ரெண்டு வருஷம் சர்வீஸ் இருக்குது. பேசிக்கிட்டிருக்க முடியுமே.’

‘எனக்கு சிலரோட பேருங்க மட்டுந்தான் தெரியும். செவென்டீஸ்ல கலாப்ரியா கவிதை சிலது படிச்சிருக்கன். ஒண்ணு, ரெண்டு எழுத்தாளருங்க இவர சந்திக்க வரும்போது பாத்திருக்கன். பேசினதில்ல. படிக்காம என்ன பேசறது,’ என்றார் கூட இருந்த நண்பர். இவனுக்கு அவர் சொன்னது மகிழ்ச்சியாகவும் இருந்தது. எதிர்பாராததால் ஆச்சரியமாகவும் இருந்தது. தமிழிலும் நவீன இலக்கியம் இருக்கும் என்ற வரலாற்றுச் சாத்தியம் குறித்து ஆங்கில ஆசிரியர்கள் பலருக்குத் தெரியாது. தெரிந்த சிலர் மதிக்கும் பெயர்கள் அதிர்ச்சியைத் தரும்.

‘சரி, ஒங்க ரெண்டு பேருக்கும் பேசிக்க நிறைய விஷயம் இருக்கும். நான் வர்றன். எனக்கு வகுப்பு இருக்குது,’ என்று சொல்லிவிட்டு அந்த நண்பர் போய்விட்டார்.

‘வாங்க. கேம்பஸப் பாத்துட்டு வரலாம்.’ ஒருமையிலேயே அவர் இவனைக் கூப்பிடலாம். தொடக்கத்திலிருந்தே அப்படிப் பழக்கமாகவில்லை.

சில ஆண்டுகளுக்கு முன்பு அங்கு வந்தபோது பார்த்தவை என்றாலும் எதிரெதிர்ச் சுவர்கள் இரண்டிலுமிலுமிருந்த ஓரிரண்டு ஓவியங்களை நின்று கவனித்தார்கள். பெரும்பாலும் மறுமலர்ச்சிக்கால ஓவியங்கள்.

‘க்விட் இண்டியா மூவ்மென்ட்ல கலந்துகிட்ட மாணவர்கள் மேல ஃபைன் போட்டு கெடச்ச பணத்துல இந்தப் படங்கள வாங்கி மாட்டினாராம் அப்ப இருந்த பிரின்ஸிபால் சார்ல்ஸ் பேப்வர்த். அன்றாடம் அந்த ஓவியங்களைப் பாத்தா மாணவர்களுக்கு அழகியல் உணர்வும் சரித்திரப் பிரக்ஞையும் வரும்னு அவர் நினைச்சிருக்கார்.’

‘பெரிய விஷயம் சார்.’

மணிக்கூண்டு விதானத்துக்குக் கீழே இருந்தது தலை முதல்வர் பர்ட்டன் பாவெல்லின் பளிங்குச் சிலை. ஆளுயர கம்பீரம். மைக்கலாஞ்சலோ காலத்து கிரேக்கச் சிலைகளை ஒத்த நுணுக்கமும் எழிலும் துலங்கும் படைப்பு. 1840இலிருந்து 1862 வரை அவர் முதல்வராக இருந்ததாகச் சிலையின் காலடிக் கல்லில் பொறிக்கப்பட்டிருந்தது. அவர் ஓய்வுபெற்றுச் சில வருடங்களுக்குப் பிறகு முன்னாள் மாணவர் குழு ஒன்று நிதி திரட்டி லண்டனில் செய்யப்பட்ட அந்தச் சிலையை வரவழைத்து நிறுவியிருக்கிறது. "103, Marylebone Road, London NW என்ற முகவரியிலிருந்த John Adams – Acton என்ற சிற்பியால் 1878இல் வடிக்கப்பட்டது" என்று பீடத்தின் பின்புறக் கல்லில் செதுக்கப்பட்டிருந்தது. சிலையைச் சுற்றிவந்து முன்னால் நின்று அண்ணாந்து பார்த்தபோது, "பெரும் பாரம்பரியத்தின் ஒரு புள்ளியில் வந்து நிற்கிறாய். இங்கு உன் இருப்பை நியாயப்படுத்தும் காரியம் ஏதாவது செய்," என்று ஒரு குரல் சொல்வதுபோலக் கேட்டது.

பேசிக்கொண்டே தமிழ்த் துறையின் வழியாகப் பிரதான கட்டடத்தின் பின்பகுதிக்கு வந்தார்கள்.

'நான் சில வருஷம் நம்ம டிபார்ட்மென்ட் லைப்ரரிய பாத்துக்கிட்டேன். மருமகளுக்கு புக்ஸ் வேணும்னு கேட்டு அசோகமித்திரன் வருவார். அந்தப் பொண்ணு கரஸ்பாண்டன்ஸுல எம்.ஏ. லிட்ரேச்சர் படிச்சாங்க. எங்க பசங்ககிட்ட பேசுங்களேன்னு கேக்கலாம்னு தோணும். ஆனா, அவரப் படிக்காதவங்க அவர் பேசறத எப்டி ரிசீவ் பண்ணிக்குவாங்கன்ற சந்தேகம் வரும். சம்பந்தமில்லாம எதையாவது கேட்டு நெருடலை உண்டாக்கிடுவாங்களோன்னு பயமும் வரும். அதனால அவர்கிட்ட கேக்கவே இல்ல.'

'அந்த ரிஸ்க்க எடுத்து அவர பேச வச்சிருக்கலாம். இந்தப் பசங்களுக்கு அது எவ்ளோ பெரிய வாய்ப்பு. பதினஞ்சி வருஷத்துக்கு முன்ன ஒரு டிசம்பர்ல டெல்லில சாகித்ய அகாடெமி மூணு வாரத்துக்கு ஒரு ட்ரேன்ஸ்லேஷன் வர்க் ஷாப் நடத்துச்சு. அதுல கலந்துக்கிட்டன். தமிழ் குரூப்புக்குக் கோஆர்டினேட்டர் அசோகமித்திரன்தான். எல்லா மொழி களுக்கும் சேர்த்து ஒவ்வொரு நாளும் நடந்த லெக்சர் சீரீஸ்ல நல்லா இருந்த ரெண்டு மூணுல அவரோடதும் ஒண்ணு. என்னா இன்சைட், என்னா ஹ்யூமர். மத்த பெரும்பாலான ஒருங்கிணைப்பாளர்கள் அகடமிக்ஸ். டீ பிரேக்குல லான்ல கெடைக்கிற சுகமான வெயில்ல உக்காந்து, நாங்க செஞ்ச மொழிபெயர்ப்புகள இம்ப்ரூவ் பண்ண டிப்ஸ் குடுப்பார்.

ஜோக்குகள் பாட்டுக்கு கொட்டிக்கிட்டே இருக்கும். உங்களுக்குத் தெரியாதது இல்ல. ராமச்சந்திர ஷர்மா தெரியுந்தானே. அவர் கன்னடக் குருப்புக்கு கோஆர்டினேட்டர். 'அஷோக்,' 'அஷோக்,'னு கூப்டுக்கிட்டு அசோகமித்திரன் பின்னாடி அவர் சுத்தினார். ஒரு பெங்காலிக் கவிஞர் ஷர்மாவோட அதிகம் தென்படுவார். அங்க ஒரு யுனிவர்சிட்டில இங்லிஷ் டீச் பண்ணினவர். ஒரு நாள் டின்னரின்போது போதை கொஞ்சம் அதிகமாகி அசோகமித்திரனிடம் கிட்ட வந்து ஏதேதோ பேசினார். தன்னோட கவிதை வரிகளை இடையிடையே ஒப்பிச்சார். அவரோட குழறலையும் உடல் மொழியையும் சமாளிக்கத் தெரியாம அசோகமித்திரன் தடுமாறினார். பாக்க சங்கடமா இருந்தது.'

'என்னால கற்பனை செய்ய முடியுது.'

'சாய்ந்தரத்துல கொஞ்ச நேரம் டி.வி. பாப்போம். உல்ட்டா – புல்ட்டா தொடரை ரெகுலரா பாப்பார். அனுபவிச்சு சிரிப்பார். சாதாரண இந்தியப் பிரஜையின் அன்றாடச் சிக்கல்களை ரொம்ப வேடிக்கையா சொல்ற சீரியல்னு பேசிக்கிட்டாங்க. நீங்க பாத்திருக்கலாம். ஒண்ணு ரெண்டு தடவை அவரிடம் அர்த்தம் கேட்டுக்கிட்டன். அப்றமா அவர் ரசிக்கிறதைத் தள்ளி உக்காந்து கவனிப்பன். ஒண்ணு ரெண்டு தடவை லேசா கைதட்டிக்கூட சிரிப்பார். ஹ்யூமர்ல கைதேர்ந்த அவரையே அப்டி சிரிக்க வச்ச ஜஸ்பாலுக்கு எவ்ளோ சென்ஸ் ஆஃப் ஹ்யூமர் இருந்துருக்கும்... சாகித்ய அகாடமி விருது அறிவிக்கற சமயம் அது. "சார், உங்குளுக்கு இந்த வருஷம் வாய்ப்பிருக்கா?"ன்னு கேட்டதுக்கு, "வருஷா வருஷம் எனக்குதான்னு சொல்றாங்க"ன்னு சொல்லிட்டு லேசா சிரிச்சார். அந்த சிரிப்புல கொஞ்சம் கசப்பு தெரிஞ்ச மாதிரி தோணுச்சி. இல்லாமலுமிருக்கலாம். அப்றம் எட்டு வருஷம் கழிச்சிதானே கெடச்சுது.'

'ஆமா. அகாடமி விருது தொடர்பா வருத்தம் இருந்திருக்க லாம். ஆனாலும், எல்லாத்தையும் அதன் போக்குலியே எடுத்துக்குவார்... வீட்டுக்கு வருவார். பிரிட்டிஷ் கவுன்சில் கூட்டங்கள்லியும் சில சமயம் பாத்துக்குவோம். ஒரு தடவை வி.எஸ். நைபாலோட மூணு நாவல்களை ஏதோ ஒரு செமினார்ல கட்டுரை படிக்க லைப்ரரியிலிருந்து வாங்கிட்டுப் போனார். புஸ்தகங்கள குறிப்பிட்ட தேதியில திருப்பிக் குடுத்துருவார். ஆரம்பத்துல மீட்டிங் ஏதாவது இருந்தா டி. நகர்லேர்ந்து ட்ரிப்ளிகேன் வரைக்கும் சைக்கிள்லியே வருவார். அப்றம் பஸ்ல வர ஆரமிச்சார்.'

‘சைக்கிளுக்கும் மொபெடுக்கும் இடைப்பட்ட ஒரு வண்டி கொஞ்ச நாள் மார்க்கெட்ல இருந்துச்சு. மோஃபான்னு பேரு. நெறைய பேர் அதப் பாத்திருக்க மாட்டாங்க. டெல்லி வர்க்ஷாப்புக்கு அப்றம் பேப்பர் வேல்யுவேஷனுக்கு இங்க வந்து யுனிவர்சிட்டி சென்ட்டர்ல தங்கிருந்த என்னப் பாக்க அந்த வண்டில ஒரு நாள் சாய்ந்தரமா வந்தார். அவரோட உடல் வாகுக்கு ஏத்த வண்டி. அங்க இருந்த சின்ன லான்ல உக்காந்து பேசிக்கிட்டிருந்தோம். பக்கத்து ரோடுகள்லாம் முன்ன காலத்துல எப்டி இருந்துச்சின்னு சொன்னார். அந்தக் காலத்து மெட்ராஸப் பத்தி அவர் இன்னும் விரிவா எழுதினா நல்லாயிருக்கும்னு சொன்னன். அதிகம் பேர் குறிப்பிடாத குதூகலம் கதையப் பத்திக் கேட்டன். அவரோட வழக்கமான கதையா இல்லாம வித்தியாசமா, ஃபேன்டஸியோட இருக்குமே. நான்கு வேலைகள் பாத்த, ஒரு தடவை ரிக்ஷாக்காரன் ஒருத்தன்கிட்ட அடிபட்ட, அப்பாவைக் கொளுத்திய சுடுகாட்டுலியே குழந்தை ஒண்ணையும் பொதைச்ச, சீட்டுக் கம்பெனி தவணைகளை ஒழுங்கா கட்ட முடியாம கோர்ட் படிக்கட்டுகளை ஐந்தாறு முறை மிதிச்ச ஒரு ஆள் இறந்துபோறான். இதுவரை அவரோட பாணி கததான். அப்றந்தான் மாறுது. அந்த உடம்பிலிருந்து வெளியேறிய ஒருத்தனுக்கு சிறு பையனாகத் தான் அனுபவித்த சின்னச் சின்ன துயரங்கள் நினைவுக்கு வருது. அவன் அங்கியும் இங்கியும் தாவி ஓடி அனுபவிக்கிற குதூகலம் பத்தி கதை நெறையா சொல்லும். அவனைக் கட்டிப்பிடிச்சு ஆகாயம் முத்தம் குடுக்கும். இயற்கை திணித்த நிர்ப்பந்தங்களத் தூக்கி எறிஞ்சிட்டு நைட் ஷோ சினிமாவுக்கு வந்து அழுக்கோடும் நாத்தத்தோடும் தூங்கி வழியும் பெண்கள் கிட்ட போய் உக்காந்துக்குவான். ஒருத்தியைக் கட்டிப்பிடிக்கவும் செய்வான். பிரதான பாத்திரத்துக்குப் பேர் குடுக்காம அவன் அப்டின்னு குறிப்பிடற கதை... சிறுபத்திரிகைலதான் அப்படிப்பட்ட கதைய பிரசுரிக்க முடியும்னார். கசடதபறலதானே வந்தது.’

இவருக்கு இந்தக் கதை தெரியாமல் இருக்குமா? ஏதோ ஆர்வத்தில் அதிகம் பேசிவிட்டோம் என்று இவனுக்குத் தோன்றியது.

‘அந்தக் கதை வந்து முப்பத்தஞ்சு வருஷத்துக்கு மேல ஆச்சு. அதுக்கு ப்ரூஃப்ரீட் பண்ணினது ஞாபகம் வருது. பிரயாணம் அவரோட இன்னொரு அமானுஷ்யக் கதை. பி.ஏ. முடிச்சிட்டு ஒரு வருஷம் ராமகிருஷ்ணனோட சேந்து ஹிந்துஸ்தான் தாம்ஸன் கம்பெனிக்காக மார்க்கெட் ரிசர்ச் பண்ணிக்கிட்டிருந்தேன். அசோகமித்திரனும் அங்க வேலை செஞ்சார். ஐ.டி.சி. பிராண்ட் சிகரெட்டுகளப் பிடிக்கிற ஸ்மோக்கர்ஸப் பாத்து

நெறையா கேள்வி கேட்டுக் குறிப்பெடுக்கணும். ஒரு ஆள பாத்தா எட்டு ரூபா கெடைக்கும். ஒரு நாளைக்கு ரெண்டு, மூணு பேரத்தான் பாக்க முடியும். சைதாப்பேட்டை, மைலாப்பூர், சிந்தாதிரிப்பேட்டைன்னு சுத்துவோம். நான் பஸ்ஸுல, அவர் சைக்கிள்ல. அவர் எனக்கு பதினஞ்சி வருஷம் மூத்தவர். சாய்ந்தரத்துல ஆஃபீஸ்ல பாத்துக்குவோம். ஹெமிங்வே, ஃபாக்னர் பத்தியெல்லாம் பேசுவார். எனக்கு அவ்ளவா தெரியாது. ரெண்டு வருஷத்துக்கு அப்றந்தான் எம்.ஏ. சேந்தேன். செகண்ட் இயர் படிக்கும்போது ஒரு கதை எழுதினேன். கசடதபறல போட செலக்ட் பண்ணாங்க. அசோகமித்திரன் வீட்டுக்குப் போய் கதையக் காமிச்சேன். படிச்சிட்டு "உனக்கு நல்லா கதை எழுத வருது"ன்னு சொன்னவர், "படிச்சி முடிக்கிற வரைக்கும் கதை எழுத மாட்டேன்னு எனக்கு பிராமிஸ் பண்ணு. படிச்சிட்டு ஒரு வேலை தேடிக்கிட்டு அப்பறமா எழுதலாம்"னார். சின்னச் சின்ன வேலைகள் தாண்டி எழுதறதல வந்த பணத்தை நம்பி இருந்து ரொம்ப கஷ்டப்பட்டவர் இல்லியா ... அவன் அப்டின்னு பிரதான பாத்திரத்த கதைல குறிப்பிடறது அந்த பீரியட்லதான் ஆரம்பிச்சதுன்னு நெனைக்கிறேன். மௌனியோட இன்ஃப்ளூயென்ஸா இருக்கலாம். தவிர, இதுல வர்ற அவன் தன்னோட சடலத்துலேர்ந்து வெளியேறின ஆள். அவனுக்குப் பேர் தேவையில்லங்கிறத அசோகமித்திரன் அப்டி உணர்த்தியிருக்கலாம். மற்றபடி அவர் கேரக்டர்ஸுக்குப் பேர் குடுத்துருவாரே.'

'ஆமாம்... காப்பி குடிச்ச பிறகு என்னோட சேந்து சிகரெட் பிடிச்சார். டெல்லிலையும் சில தடவ பிடிச்சார். ஆச்சரியமாத்தான் இருந்தது. தனியால்லாம் அவர் பிடிச்சிருக்க வாய்ப்பே இல்ல. ஃப்ரண்ஸோட மட்டும் எப்பவாவது ஸ்மோக் பண்ணுவாரா இருக்கும். கிளம்பும்போது வண்டிகிட்ட நானும் போனேன். சாவித் துவாரத்துல விளக்கு வெளிச்சம் படற மாதிரி வண்டிய நிறுத்தி வச்சிருந்ததக் காட்டினார். அவர் வந்தபோது லேசா வெயில் இருந்தது. முன்யோசனையோட செஞ்சிருந்திருக்கார். நாமா இருந்தா இருட்டுல தடுமாறிக்கிட்டிருப்போம். சாதாரண விஷயந்தான். இப்டிலலாம் செய்ற நுணுக்கம் அவரோட எழுத்துக்கும் வந்திருக்கும்போல இருக்குது... அதுக்கும் முன்னாடி அவர் சைக்கிள்ல வந்ததையும் பாத்திருக்கேன். மண்ணெண்ண விளக்குதான் அதுல இருந்தது. கசடதபற மகாகணபதியோட ரூமுக்கு வெளீல சைக்கிள நிறுத்திட்டு விளக்கக் கழட்டிக் கையில எடுத்துக்கிட்டு உள்ள வந்தார். எங்கப்பாவும் அப்டி செய்வார். இல்லேன்னா ஈஸியாத் திருடிக்கிட்டுப் போய்டுவாங்க. தன்னோட குழந்தை ஒண்ணு காணாமல் போய் ரெண்டு மணிநேரம் கழிச்சி கெடச்சதப் பத்தி ஏதோ ஜோக் சொன்னார். ஜோக் இப்போ ஞாபகம் இல்ல. நாம எல்லாரும் சிரிச்சது

மட்டும் நினைவிருக்கு. ஜோக் சொல்லிட்டு லேசா சிரிச்சி நிறுத்திட்டு முக பாவத்தை மாத்திருவாரில்லியா. ராமகிருஷ்ணன், கந்தசாமி, ஞானக்கூத்தன்லாம் அங்க இருந்தாங்க. நீங்கதான என்னை அங்க கூட்டிக்கிட்டு போனீங்க.'

'ஆமா, நினைவிருக்கு. கந்தசாமி அடிக்கடி காலேஜுக்கு வருவார். அசோகமித்திரனப் பத்தி டாக்குமென்ட்ரி ஒண்ணு எடுத்துட்டிருந்தார். அதிகமும் அசோகமித்திரனோட பழகின ரைட்டர்ஸப் பேசச் சொல்லி எடுத்த படம் அது. கந்தசாமியோட மகனே காமிரா ஹேண்டில் பண்ணினார்... இதோ இந்த மரத்துக்குக் கீழதான் ஞானக்கூத்தனும் நானும் அசோகமித்திரனோட எங்களுக்கு உண்டான அனுபவங்கள் பத்தி பேசினோம். "மனசில இருக்குறது எல்லாத்தையும் ஃப்ரீயா பேசுங்க. அப்றம் எடிட் பண்ணிக்கலாம்"னு கந்தசாமி சொல்லிருந்தார்.'

பிரதானக் கட்டடத்தின் இந்தக் கோணம் அதன் பிரம்மாண்டத்துக்கு அழகு சேர்த்தது. 'காலேஜோட கிளாக் சத்தம் ஒரு காலத்தில் ட்ரிப்ளிகேன் முழுக்கக் கேட்டதாச் சொல்வாங்க' என்றார். கட்டடத்தில் அங்கங்கே செடிகள் முளைத்திருந்தன. அவற்றை அகற்றும் எண்ணம் யாருக்கும் இருக்காது. அப்படியே இருந்தாலும் அந்த இடங்களை எப்படி அடைவார்கள்? அந்த அளவுக்குச் செலவு செய்வார்களா? யோசிக்க வருத்தமாக இருந்தது.

பாரம்பரியத்தின் பெருவெள்ளம் வடிந்து சில சிறு நீர்த்தாரைகள் மட்டும் அங்கே நெளிந்துகொண்டிருந்தன. பெரும் மரபுத் தொடரில் தாம் ஒரு சிறு துணுக்கு என்னும் உணர்ச்சி, சிலருக்கு இலக்கிய – மொழி நாட்டமாகவும் சிலருக்கு அறிவியல் ஆய்வாகவும் இருந்தது. சிலருக்கு அங்கிருப்பது வெற்று கௌரவம் என்ற அளவில் இருந்ததையும் சில நாட்களில் கண்டான். கலாசாலையின் பாரம்பரியத்துக்குத் தம்மைத் தகுதிப்படுத்திக்கொள்ளும் முனைப்பு சொற்ப நபர்களிடம் மட்டுமே தெரிந்தது. கற்பிப்பவர், கற்பவர் என்று இரு சாராரிடமும் ஒரே நிலைதான். தன் தகுதி குறித்த சந்தேகமும் இவனுக்குத் தொடக்கத்தில் இருந்தது. துண்டு துண்டான சில சம்பவங்கள் நிகழ்ந்து மனச்சான்றைச் சாந்தப்படுத்தின.

தலை முதல்வரின் பிரம்மாண்டப் பளிங்குச் சிலைக்கு இருபுற நடைக்கூட எதிரெதிர்ச் சுவர்கள் ஒருகாலத்தில் உன்னத

ஓவியங்களின் நகல்களை வடிவான சட்டங்களில் தாங்கி நின்றன. மனிதப் படைப்பாற்றலை இள வயதினர்க்கு அன்றாடம் நினைவூட்டக் கலாசாலையை மேம்படுத்திய உயர்ந்தோர் செய்த ஏற்பாட்டைக் கண்ணுள்ள சிலர் அவ்வப்போதாவது நின்று பார்த்தார்கள். ஆங்கில இலாகா போதகர்களின் அறைகளும் வகுப்பறைகள் சிலவும் அதே பகுதியில் அமைந்திருந்தன. டாவின்சியும் ரஃபேலும் ரூபன்ஸூம் – 'வீனஸ் விருந்'தின் வனதேவதைகளும் மன்மதச் சிறுவன்களும் உச்ச எழிலுருக்கள் – தீட்டிய சித்திரங்களின் வரிசை அது.

ஒருநாள் கண்ணாடிச் சில்லுகள் தரையில் தெறித்து விழும் சத்தம் கேட்டு தம் அறைகளிலிருந்து ஓடிவந்து இவனும் பிறரும் பார்க்கக் கலைக் கொலையாளிகளால் சில அழித்தொழிக்கப்பட்டிருந்தன. அந்தக் கலைப் படைப்பு களின் பெறுமதி அறியாத சிறு மூடர் கூட்டம் அது. எதையோ கோரப்போய் எதிலோ தன் கோபத்தைக் காட்டும் அறிவிலிக் கும்பல். மேலும் சிலவற்றைக் காலம் தின்றது. உயிர் தப்பிய ஓரிரண்டைத் தவிர இரு சுவர்களும் பெரும்பாலும் பாழ்பரப்பாக நின்றன.

31

‘வாப்பா. எப்டி இருக்க? போன வாரம் பாத்தது. ஆனா ரொம்ப நாள் ஆன மாதிரி இருக்குது.’

‘நல்லா இருக்கன். பாக்கும்போதெல்லாம் புதுசு புதுசா யோசிச்சி பேசிக்கிறம்ல. அதான் ஒரு வாரமே ரொம்ப நாள் மாதிரி தோணுதாட்டம்.’

‘நீ சொல்றது சரிதாம்போல இருக்குது. புதுசு புதுசா யோசிக்கிறவங்களோட மூளை சுறுசுறுப்பா இருக்கும்னு பேசிக்கிறாங்க. ஆனா என்ன பிரயோஜனம். நெறையாத்தாம் யோசிக்கிறம். திட்டம் போடுறம். எல்லாத்தையும் செய்ய முடியறதில்லயே. சிலதத்தான செய்ய முடியிது... அவ்ளவா திருப்தி இல்லப்பா.’

‘அவசரப்படாதிங்க. இப்ப இப்பத்தான சில விஷயம் நாம நெனச்ச மாதிரி நடக்க ஆரமிச்சிருக்கு. கொஞ்சம் பொறுங்க. நாம நெனைக்கிறது முழுசா நடக்கற நாள் வரத்தாம் போவுது.’

‘அந்த நம்பிக்கைலதாம்ப்பா நாள கடத்தறன்.’

‘என்னா அவ்ளோ சலிப்பு? நல்லாத்தான இருக்கிங்க. வர்றிங்க, போறிங்க. இருக்றிங்க. அப்றம் என்னா? கன்டின்யூவா ஜாலியா இருக்க வேண்டியதுதான.’

‘கண்ணு வைக்காத. அதுக்கெல்லாம் அதிர்ஷ்டம்தான் காரணம். உன்ன மாதிரி ஆளுங்க இருக்குற வரைக்கும் எங்குளுக்குப் பிரச்சினை இல்ல.’

‘உங்கள மாதிரி ஆளுங்க இருக்குற வரைக்கும் எங்குளுக்கும் பிரச்சினை இல்ல.’

‘அதனாலதான் வண்டி ஜோரா ஓடுது. என்னா பார்ட்னர்ஷிப்.’

‘நமக்குள்ள பிரிவே வராது. நம்மோட சிந்தனை, செயல், லட்சியம் எல்லாம் ஒரே பாதைல போய்க்கிட்டு இருக்குது. அதான் அப்டி.’

‘என்னா புது வார்த்தைலாம் பேசற. எங்க கத்துக்கிட்ட. ஒனக்கு இதெல்லாம் தெரிய வாய்ப்பே இல்லியே.’

‘இப்டி எதாவது பேசினாத்தான் மதிக்கிறாங்க. நம்ம வேலையும் ஈஸியா முடியுது.’

‘இப்பப்ப ஒரு விஷயம் கேள்விப்படறன். மத்தவங்க எங்க மேல கொறை சொல்றாங்களாமே.’

‘எந்த மத்தவங்க?’

‘அந்த மத்தவங்கதாம்பா. அவங்குளுக்கு பெரிய இவங்கன்னு நெனப்பு. எதோ இந்த மாளிகைய தோள்ல தூக்கிவச்சி காப்பாத்தற மாதிரி. சும்மா வந்துட்டுப் போனாவே எல்லாம் நல்லபடியா நடக்கும். அவங்கவுங்களுக்கு வேண்டியது தாராளமா கெடைக்கும்.’

‘கவலப்படாதிங்க... கவலப்பட மாட்டிங்கன்னு எனக்குத் தெரியும். சும்மா ஒரு இதுக்கு சொன்னன். இந்த மாளிகை மட்டுமில்ல, மொத்த அரண்மனை நிர்வாகமே சீக்கிரம் நம்ம கைக்கு வரப்போவுது... ஆமா, கேக்குணும்னு நெனச்சேன். போன வாரம் மேற்படி எடத்துல எப்டி அப்டி கூச்ச நாச்சம் இல்லாம பேசுனிங்க. ஒரே பாராட்டா இருந்தது. எனக்கே ஒரு மாதிரி ஆயிடிச்சி. ஒங்க அந்தஸ்துக்குக் கொஞ்சமாவது சுய மரியாதை வேணாமா?’

‘ஏம்ப்பா சுயமரியாதைல்லாம் பாத்தா வேலைக்கு ஆவுமா? இப்ப உதாரணத்துக்கு ஒண்ணு சொல்றன். இந்தியாவோட தலைநகரம் டெல்லின்னு மேற்படி சொல்றாங்கன்னு வையி. நாம உடனே அபாரம்னு சொல்லணும். மேற்படியும் அதக் கேட்டு ரொம்ப சந்தோஷப்படுவாங்க. நமக்கு எவ்ளோ திட்டம் இருக்குது. அவங்களோட அனுக்கிரகம் நமக்கு வேணுமில்லையா?’

‘அனுக்கிரகம்னா என்னா?’

‘சப்போர்ட்னு வச்சிக்கியேன்.’

‘நானெல்லாம் அப்டி பேச முடியறதில்ல. வயசு கம்மி இல்லியா? வேற வழியிலதான் மேற்படிய திருப்திப்படுத்த வேண்டியிருக்கு. அதுக்கெல்லாம் சூப்பர் ஐடியாலாம் வச்சிருக்கன்.’

‘உன்னோட ஐடியாவுக்குக் கேக்குணுமா. ஒனக்கு எவ்ளோ கான்டாக்ட் இருக்குது.’

'நண்பர்களே! ஒரு நிமிடம் இங்கே பாருங்கள்!

'யாரோ கூப்ட்ட மாதிரி இருக்குது.'

'கொஞ்சம் கவனியுங்கள்.'

'ஏதோ பேச்சுக்குரல் கேக்குது.'

'கொஞ்ச நாள் முன்புகூட நாங்கள் அன்றாடம் உங்கள் கண்ணில் பட்டோம். பட்டோம் என்றுதான் சொல்லமுடியும். பார்த்தும் பார்க்காமல் எங்களைக் கடந்தீர்கள். ஒரு நாளும் உங்களில் சிலர் ஒன்றிரண்டு வினாடிகள்கூட நின்று எங்களைப் பார்த்ததில்லை. சிலர் அவ்வப்போது நின்று எங்களைப் பார்த்து வியந்து, தனியாக இருந்தால் மனதுக்குள்ளும் நண்பர்கள் கூட இருந்தால் அவர்களோடும் ஓரிரண்டு வார்த்தைகள் பரிமாறிக்கொள்வார்கள். நாங்கள் இருப்பதைக் கேள்விப்பட்டு வெளியாட்கள்கூட சிலர் விடுமுறை நாளில் வந்து எங்கள் முன் நின்று நோக்குவார்கள். முன்னாளில் படித்தவர்கள் எங்களைத் திரும்பவும் பார்க்கப் பயணம் செய்து வருவார்கள்.

வீனஸ் விருந்து ஓவியத்தில், தெய்வீக வனப்பும் சிறகுகளும் கொண்ட காதல் தெய்வச் சிறுவர்களும் வனதேவதைகளும் காதலுக்கும் அழகுக்கும் தேவதையான வீனஸைப் போற்றிக் கொண்டாடுகிறார்கள். மனித உருவின் பேரழகை வண்ணங்களில் வசப்படுத்தும் மாயம் அதில் நிகழ்ந்திருக்கிறது. ஒரு பெண்மணியோடு வந்த குழந்தை அந்தச் சிறுவர்களுக்கு முத்தம் கொடுப்பேன் என்று அடம் பிடித்தது. இடுப்பில் அதைத் தூக்கிவைத்து முத்தம் கொடுக்கவைத்தபோது அக்கம்பக்கம் பார்த்துவிட்டு அப்பெண்மணியும் முத்தம் கொடுத்தார். சிலிர்த்துவிட்டோம்.

மைக்கலாஞ்சலோ வடித்த மரித்த ஏசுவின் உடலை மடியில் கிடத்தி இரங்கும் மரியன்னையின் பளிங்குச் சிலை நகலுக்கு முன்னும் டா வின்ஸியின் கடைசி விருந்து ஓவியத்தின் முன்னும் நின்று சிலர் தன்னெழுச்சியாக சத்திய வசனங்களை உச்சரித்தார்கள். சிலர் தூரிகையின் அபாரமான தீட்டலை ரசித்தார்கள்.

இயற்கைக் காட்சி ஓவிய உச்சங்களில் ஒன்று என்று பெயர்பெற்ற கான்ஸ்டபிளின் நண்பகல் நிலக்காட்சி ஓவியத்தின் எழில் கண்கொள்ளாதது. தவழும் மேகங்கள் மேய்ச்சல் நிலங்களின்மீது எறியும் துண்டு நிழல்கள், குதிரைகள் இழுக்கும் காலி வைக்கோல் வண்டி கடக்கும் ஓடை என்று நேர்த்தியான சித்தரிப்புகள். அப்புறம் அந்தக் குதிரைகளைப் பார்க்கும் ஒற்றை நாய். அந்த ஓவியத்தின் நுண்கூறுகள் அசாதாரணமானவை.

இப்படி முப்பத்திரண்டு கலைப் படைப்புகள். பெரும் கலைஞர்களின் சாகாவரம் பெற்ற சிருஷ்டிகள்.

நடைக்கூடத்தின் இருபுறங்களிலுமிருந்த எங்களை முழுதாகப் பார்த்து முடிக்க அரை நாளாவது வேண்டும்...'

'அட, கேலண்டர் படங்கள பிரேம் போட்டு இந்த ரெண்டு சைடுலியும் மாட்டிருந்தாங்களே. அதப் பத்தி ஏதோ சொல்ற மாதிரி தெரியிது.'

'ஆமா. அப்டித்தான் தெரியிது.'

'நண்பர்களே, அப்படியில்லை. அங்கிருந்த ஓவியங்கள்தான் பேசுகிறோம். உலக அளவில் எங்களைப் பலருக்கும் தெரியும். பெரும் புகழ் பெற்றிருந்த மறுமலர்ச்சிக் கால ஐரோப்பிய ஓவியர்களும் சிற்பிகளும் தங்கள் திறமையாலும் கலைஞானத் தாலும் எங்களின் மூலங்களை உருவாக்கினார்கள். மன்னர்களும் போப்பாண்டவர்களும் கோமகன்களும் பெரும் செலவில் கலைஞர்களை ஒப்பந்தம் செய்து அவற்றைச் செய்வித்தார்கள். அக்கலைஞர்கள் பலர் கட்டிடக்கலையும் அறிந்தவர்கள். பிரம்மாண்டமான தேவாலயங்களையும் ராஜ சபைகளையும் நிர்மாணித்தார்கள்; சிற்பங்களையும் ஓவியங்களையும் கொண்டு அவற்றின் கூடங்களுக்கும் விதானங்களுக்கும் இணையற்ற கலைநிறைவை அளித்தார்கள்.

இந்த மாளிகையின் பிரபு ஒருவர் லண்டனிலிருந்து எங்களை வருவித்தார். கற்பவருக்குக் கலைப் பிரக்ஞையை ஊட்டும் முயற்சி என்று சொன்னாராம். மூலப் படைப்புகளின் நகல்கள்தான் நாங்கள். உயர்தர மரச் சட்டங்களிட்ட கண்ணாடிப் பலகைக்குள் வைக்கப்பட்டோம். எங்களை நகல் செய்தவர்கள் பெரும் நிபுணர்கள். மூலத்துக்கு ஒருபோதும் நாங்கள் நிகரில்லை. மூலத்தைக் காண நீங்கள் ஆயிரக்கணக்கான மைல்கள் பிரயாணம் போக வேண்டும். எங்களைக் கண்ணுறுபவரை மூலத்தின் அழகையும் மதிப்பையும் ஓரளவாவது உணரச் செய்வோம். பார்ப்பவருக்குக் கொஞ்சம் கலாரசனை வேண்டும். அவ்வளவுதான்.

கப்பலில் நாங்கள் ஒன்றாகப் பயணம் செய்தபோது இந்தக் கலாசாலை பற்றிச் சொன்னார்கள். யுவ, யுவதிகள் கற்கும் இடம் என்றார்கள். அளவற்ற மகிழ்ச்சியோடு வந்தோம். எங்கள் மதிப்பை அறிந்தவர்கள் உரிய வரிசையில் எங்களை இருத்தினார்கள். உலோகத் தகடுகளில் சிறு குறிப்புகளை இணைத்தார்கள். எங்களைப் பார்ப்பவர்களின் கண்களை நாங்கள் பார்த்தோம். அவற்றில் எங்கள் இருப்புக்கு நியாயம் தெரிந்தது...

கற்றதால்

'என்னப்பா, என்னென்னவோ சொல்றாங்க. ஆனா, நான் ஒண்ணு ரெண்டு தடவ நின்னுட்டுப் போயிருக்கம்பா.'

'எனக்கு நேரமே கெடையாது.'

'எங்கள் மகிழ்ச்சியும் அனுபவித்த பெருமிதமும் காலப்போக்கில் கரையத் தொடங்கின. நின்று பார்ப்பவர்கள் குறைந்தார்கள். பராமரிப்பு சிறிதும் இல்லை. சுவர்களுக்கு வெள்ளை அடிப்பவர்கள் ஊனப்படுத்தினார்கள். குறிப்புகள் பெயர்க்கப்பட்டன. கற்போர் உடைத்தனர். கற்பித்தோர் அலட்சியம் காட்டினார். ஒட்டடை படிந்தது. வெளி உலகம் எங்கள் பார்வையிலிருந்து மங்கி அகன்றது. ஒவ்வொரு சகக் கலைஞனின் மரணத்தின்போதும் அடுத்து நாம்தான் என்பது உறுதியானது. பாடசாலை, கலையழிவின் களம் ஆனது. இன்னும் நூறு ஆண்டுகளாவது இருந்திருக்க வேண்டிய நாங்கள் அறுபது ஆண்டுகளுக்குள் பெருநகரக் குப்பைக் கிடங்குக்குள் தூக்கியெறியப்பட்டோம் ... ரோமிலும் ஃப்ளாரென்ஸி லும் பாரீஸிலும் இருந்த எங்கள் மூதாதையர் துக்கம் காத்திருப்பார்கள் ...

'சரி, சரி. நாம போயிறலாம். வேல நெறையா இருக்குது.'

ஆர். சிவகுமார்

32

இருபத்தைந்து அடி உயரக் கூரையிலிருந்து தொங்கும் பதினைந்து அடி தண்டுகளில் பொருத்தப் பட்டு, காலத்தின் பளு ஏறியதால் மந்த கதியில் சுழலும் ஒரு ஜோடி மின்விசிறிகள். நான்கு திசை களிலும் கூரையின் பாதி உயரம் கொண்ட ஈட்டிமரப் புத்தக அலமாரிகள். குறுக்கும் நெடுக்குமாக மரச் சட்டங்கள் ஓடும் மங்கலேறிய கண்ணாடிக் கதவுகள். கூடத்தின் நடுவில் நீளுருண்டை வடிவில் மேஜை. சுற்றியும் இருபது நாற்காலிகள். முப்பதுக்கு முப்பது என்ற அளவில் தரைக் கம்பளம். நுழைவாயிலின் இரட்டைக் கதவுகளைப் பரக்கத் திறந்துவைத்தால் மூன்று அராபியக் குதிரைகள் ஒருசேர தாராள மாக நுழைந்து கனைத்துவிட்டு வெளியேறலாம். இருக்கைகள், பழமையின் களிம்பும் மணமும் ஏறி நின்றன. கூடவே, அவை தரும் சௌகரியம் அலாதியானது. பகலிலேயே மின் விளக்குகள் எரிந்தால்தான் பார்வை கிட்டும். மின்சாரம் நின்றால் கூட்டன்பர்க் காலத்தின் இரவுக்குப் போய்விடலாம்.

என்னென்ன நூல்கள் உள்ளன என்பதைப் பார்க்கவே சில நாள்கள் பிடிக்கிற துறை நூலகம். அண்மைக்காலச் சேர்ப்புகளுக்குத் தனி அலமாரிகள் உண்டு. பெற்றுக்கொள்ளத் தயாராக உள்ளவர் களுக்கு ஆர்வமுடன் வழங்க லட்சக் கணக்கான பக்கங்களில் உறைந்து, ஆனால், விரலும் கண்ணும் பட்டதும் சட்டென உயிர்பெற உயர் ஆன்மாக்கள் காத்துக்கிடந்தன. இவன் நீண்ட நாட்களாகக் காணக் காத்திருந்த சில நூல்கள் புழுங்கி, மூச்சுத் திணறி, கடற்காற்றின் நைப்பேறி நெரிசலில் மறைந்திருந்தன. உயர் வகுப்பு மாணவர்களுக்குக் கட்டாய நூலக வாசிப்புப் பிரிவேளை உண்டு. வகுப்பு இல்லாத நேரத்தில் இளையவரோடு இணைந்து, பகிர்ந்து, வாசித்துக் கற்றல் ஆசிரியருக்கு உண்மையில் ஒரு பேறு. அந்தக் கூடத்தில் ஒரு

விசித்திரம் அனுபவிக்கக் கிடைக்கும். வளாகத்தின் மற்ற இடங்களில் வம்புப் பேச்சில் சுகம் காணுபவர்கள்கூட நூலகத்தில் சில்லறை அறிவுசார் உரசல்களிலாவது ஈடுபடுவார்கள்.

பெருமழையொன்றில் கூரை விரிசல் வழி தாரையாக வழிந்த நீர் சுவரோர அலமாரிகளுக்குள்ளும் நுழைந்ததால் சிலநூறு நூல்கள் நனைந்து பாழ்பட்டன. நூலகப் பொறுப்பாசிரியரும் இவனும் மாணவர் சிலர் உதவியோடு அவற்றைக் கலாசாலை யின் மொட்டைமாடிக்குக் கொண்டுபோய் இரண்டு நாள் சில மணி நேரம் வெயிலில் காயவைத்தனர். அங்கிருந்து பார்த்த போது நகரம் வினோதமாகக் காட்சியளித்தது. கடல் பரப்பு அடிவானத்தைத் தொடுவதைப் புதுக்கோணத்தில் காண முடிந்தது. கலாசாலையின் பரந்தகன்ற அழகு வான்பார்வையில் மேலும் துலங்கியது. ஒன்றரை நூற்றாண்டு இயற்கை மாறுபாடு களின் தாக்கமும் பராமரிப்பில் காட்டப்பட்ட பிரதான ராஜாங்க, ஸ்தல ராஜாங்க அலட்சியமும் கட்டடத்தைக் காவுகொள்ளக் காத்திருந்ததைப் பார்க்க முடிந்தது. இந்த அவலத்தை யாரிடம் முறையிடுவது?

தன் இருபதுகளில் இருந்த வெள்ளைக்காரக் கட்டடக் கலைஞன், வடிவமைப்புப் போட்டியில் வென்று உருவாக்கிய கல்வி இல்லம் அது. நவீன இந்திய சரித்திரத்தின் முதல் ராஜாங்கக் கட்டடக் கலைஞன் அவன். அண்டைக் கட்டடங்களான நவாப் அரண்மனையின் ஒரு பகுதியும் சர்வகலாசாலையின் பேரவையும் அவனுடைய சிருஷ்டிகள். இந்திய, இஸ்லாமிய, இந்துக் கோயில் சார்ந்த கட்டடக் கலைகளின் கூட்டுப் பாணியில் உருவாக்கப்பட்டவை அவை. அவற்றின் அருமை தெரிந்தவர்கள் சொற்பம். கலாசாலை, ராஜாங்க நிர்வாகத்திலும் அதன் கட்டடங்கள் ராஜாங்க அங்கமான மராமத்து இலாகாவின் உடைமையிலும் அதிகாரத்திலும் அடிமைப்பட்டிருந்தன. அந்த இலாகாவுக்கும் வரலாற்று, கலாச்சார, அழகியல் உணர்வுக்கும் காத தூரம். அதன் அக்கறைகள் வேறெங்கோ குவிந்திருக்கும். பெரும் அறிஞர்கள், இவ்வாசகத்தின் உண்மை யான அர்த்தத்தில், போதித்த செம்மொழித் தமிழ்த் துறைக்கும் இயற்பியல் துறைக்கும் இடையே இருந்த வெளியில் தற்காலக் கேவல பாணியில் ஒரு கக்கூஸ் கட்டி, அதன் ஒரு முனையைப் பாரம்பரியக் கட்டடத்தோடு இணைத்த பாதகர்கள் கோலோச்சும் இலாகா அது. அகில உலகில் வேறெங்கும் நிகழ வாய்ப்பில்லாத கொடுமை. அந்த இடைவெளியை விட்ட யுவ கலைஞன் கற்பனையற்ற மூடனல்ல. பாரம்பரியம் என்பதன் பொருளறியாத, அரசாங்க ஆபீஸுக்கும் கல்விக்கூடத்துக்கும் வேறுபாடு தெரியாத பிரகிருதிகள் அந்த அதிகார இனத்தவர். கல்விச்

சாலைகளுக்கும் ராஜாங்க அலுவலகங்களுக்கும் ஒரே மாதிரி ஆறு அடி அகலத்தில் அறுபது அடி உயரத்துக்கு நுழைவாயில் கட்டிக் கட்டடக் கலையின் அடிப்படைகளையே கேலிசெய்து, நிர்மாண அழகியலைக் குலைத்தவர்கள். அன்றாடம் அங்கே புழங்கும் அறிவியக்கத்தார் பழியில் பங்காளிகள்.

விதிவிலக்காக, அந்தக் கடற்கரைப் பாடசாலையின் வாயிலை வனப்புடன் அமைத்ததால் எரியும் எண்ணெய்க் கொப்பரைக்குள் எறியப்படுவதிலிருந்து கடைசி நொடியில் தப்பித்தார்கள் அந்த இனத்தில் சிலர்.

பத்தொன்பதாம் நூற்றாண்டு நூல்கள் சிலவும் இருபதாம் நூற்றாண்டு ஆரம்பகாலப் பதிப்புகள் சிலவும் காலத்தின் பழுப்பேறி நூலகத்தில் தென்பட்டன. ஷேக்ஸ்பியரும் மில்டனும் கார்லைலும் ரஸ்கினும் புராதனப் பதிப்புகளில் மங்கலாகத் தோன்றினார்கள். பரிணாமக் கொள்கை சார்ந்து, "தகுதியுடையவை தப்பிப் பிழைக்கும்" என்ற சொற்றொடரை உருவாக்கி அதை சமூகவியலுக்கும் விஸ்தரித்த அறிஞரின் மாணவரும் முதல்வராக இருந்தார். சில ஆண்டுகள் கழித்து அவர் மகனும் முதல்வராக இருந்தார். அப்பா – மகன் முதல்வர்கள் என்ற அரிதான உலக நிகழ்வு. தன் ஆசிரியரின் நினைவாக மகன் டங்கனுக்கு ஹெர்பர்ட் ஸ்பென்ஸர் என்ற பெயரையும் சேர்த்து வைத்தார் தந்தை. மகன் முதல்வராக வந்து குடந்தை நகர்க் கோவின் வீட்டுப் 'புஸ்தக சாலை'யைப் போய் ஆர்வத்துடன் பார்த்திருக்கிறார். வேறு வெள்ளைக்கார முதல்வர்கள் சிலரும் அவருடைய நூல்களையும் ஏட்டுச்சுவடிகளையும் பார்க்க அவர் வீட்டுக்குப் போயிருக்கிறார்கள். அந்த வெள்ளைக்கார ஆசான்களின் கரங்கள் பட்டிருக்குமா இந்தத் தொல்பழ நூல்களிலும்?

ராஜாங்கப் பணியிலிருந்து ஓய்வுபெறும் வயோதிகர்களுக்குத் தத்துவ, சமத்துவ, ஆன்மீக அமைதியுடன் ஓய்வூதியம் அளிக்கும் ஏற்பாட்டில் இடையீடு செய்ய முயன்றிருக்கிறார் ஒரு வெள்ளைக்காரக் கல்வியாளர். உலக ராஜாங்க வேலை சரித்திரத்திலேயே கேள்விப்படாத ஒரு பரிந்துரை அய்யர் விஷயத்தில் அவரால் செய்யப்பட்டதை அவருடைய பிரபல மாணவர் குறிப்பிடுகிறார்: *[என்] ஆசிரியர் வேலையிலிருந்து விலகிய சமயத்தில் 'மெட்ராஸ் மெயில்' பத்திரிகையில் 9.1.1920 ஒரு கடிதம் வந்தது. அதைக் கும்பகோணம் காலேஜில் முதல்வராக இருந்த ஜே.எம். ஹென்ஸ்மென் எழுதியிருந்தார். அவர் இந்த நாட்டில் வேலை பார்த்துவிட்டுத் தம் ஊராகிய யாழ்ப்பாணம்*

சென்றுவிட்டார். அங்கிருந்துதான் மெட்ராஸ் மெயிலுக்கு அந்தக் கடிதத்தை அவர் எழுதியிருந்தார்.

"சென்னை அரசாங்காத்தார் ஐயர் அவர்களுடைய ஒப்பற்றத் தமிழ்த்தொண்டை நன்கு தெரிந்து பாராட்ட வேண்டும். அவர் வேலையிலிருந்து விலகிவிட்டதால் எல்லோருக்கும் கொடுப்பதுபோல ஓய்வூதியம் அளிக்காமல், அவரது ஒப்பிலாத் தமிழ்த் தொண்டிற்கு ஈடாக முழுச் சம்பளத்தையே ஓய்வூதியமாகத் தர வேண்டுமென்று" வற்புறுத்தி எழுதியிருந்தார். இதனால் அரசாங்கத்திற்குக் கௌரவம் ஏற்படும் என்றும் குறிப்பிட்டிருந்தார்.

33

பெரும்பாலும் புது ஆடை அணிந்து, முகங்களில் கவனத்தையும் ஆர்வத்தையும் கொஞ்சம் பதற்றத்தையும் தேக்கியிருக்கும் முதலாண்டு மாணவர்கள். இலக்கியத்தை முதன்மைப் பாட மாகப் பயில வந்திருப்பவர்கள். அநேகரின் பாடப் புத்தகங்கள் டெஸ்க்கில் விரிந்திருக்கின்றன. இவனுக்கு மகிழ்ச்சி தரும் காட்சி அது. ஒழுங்கை வெளிப்படுத்தும் நடத்தை. புத்தகம் இல்லாத ஓரிருவர் பக்கத்திலிருந்ததை இழுத்து நடுவில் வைத்துப் பார்க்கிறார்கள். நேரு – சில நினைவுகள் என்ற தலைப்பு கொண்ட ஆர்னல்ட் டாயின்பியின் கட்டுரை அன்றைய பாடம். ஒரு வகுப்பில் முடியுமா என்பது தெரியவில்லை. டாயின்பி எழுதிய பன்னிரண்டு தொகுதிகள் கொண்ட வரலாறு குறித்த ஆய்வு என்ற நூல் உலகப் புகழ் பெற்றது. வரலாறு அல்ல, வரலாறு உணர்த்தும் தத்துவமே அவருடைய அக்கறை. சர்வதேச கவனம் பெற்ற பிரிட்டிஷ் அறிஞர். நேருவோடு அவ்வளவாக நெருங்கிய பழக்கம் இல்லையென்றாலும் அவருடைய செயல்பாடுகளைக் கூர்ந்து கவனித்துவந்தவர்.

நேருவை மூன்று சந்தர்ப்பங்களில் சந்தித்ததைக் கட்டுரையில் நினைவுகூர்கிறார். இந்திய சுதந்திரப் போராட்டக் காலத்தில் லண்டனில் இருவருக்கும் பொது நண்பரான ஒரு ஆங்கிலேயப் பெண்மணி தன் வீட்டில் அளித்த விருந்தில் முதல் சந்திப்பு நடக்கிறது. எல்லாருக்கும் கடைசியாக ஒரு ஆங்கிலேயே ஜெனரல் சீருடையில் கூடத்துக்குள் நுழைகிறார். அவரும் அப்பெண்மணியால் அழைக்கப்பட்ட விருந்தினர்தான். அவரை டாயின்பியோ நேருவோ எதிர்பார்க்கவில்லை. டாயின்பியும் நேருவைப் பார்த்த ஜெனரலும் சூழலை நெருடலாக உணர்கிறார்கள். காரணம், சில வாரங்களுக்கு முன்பு

முடிவுக்கு வந்த நேருவின் சிறைவாசத்துக்கு அந்த ஜெனரல்தான் காரணம் என்ற சந்தேகம் பரவலாக நிலவியிருக்கிறது. நேரு இந்தச் சூழ்நிலையை எப்படிக் கையாளப்போகிறார் என்று பார்க்க டாயின்பி காத்திருக்கிறார். ஜெனரலோ சங்கடத்துடன் நெளிகிறார். ஆனால், நேரு கொஞ்சமும் பதற்றமில்லாமல் அந்த ஜெனரலிடம் மிக சகஜமாகவும் குறும்பாகவும் பேசி சூழலைக் கலகலப்பாக்குகிறார். எதிரி என்று கருதப்படுபவரை வெறுக்காமல் அவரோடு போரிடுவது என்ற காந்தியப் பண்பாட்டுக் கூறு இது என்கிறார் டாயின்பி.

சில ஆண்டுகளுக்குப் பிறகு தில்லிப் பல்கலைக்கழகம் டாயின்பிக்கு கௌரவ டாக்டர் பட்டம் வழங்கும் நிகழ்வில் இரண்டாவது சந்திப்பு நடக்கிறது. அசோகா ஹோட்டலிலிருந்து கிளம்பிய டாயின்பியின் கார், ஷாஜஹானாபாத்தின் நெரிசலான தெருக்களின் போக்குவரத்தில் சிக்கி, குறித்த காலம் தாண்டி முக்கால் மணிநேரம் தாமதமாக வந்துகொண்டிருக்கிறது. பல்கலைக்கழகத்தின் நுழைவாயிலுக்கு இன்னும் கால்மைல்தான். திடீரென்று டாயின்பியின் காருக்கு எதிரே நேரு சாலைக்கே ஓடிவருகிறார். பின்னாலேயே பயத்துடன் அவருடைய பாதுகாவலர்கள் ஓடிவருகிறார்கள். டாயின்பியின் தாமதம் நேருவைப் பதற்றத்துக்குள்ளாக்கியதால் என்ன ஆயிற்று என்று பார்க்க அவரே வெளியே வந்திருக்கிறார். பிரதமரின் பொன்னான நேரத்தை ஏற்கனவே வீணடித்துவிட்டதால் டாயின்பி வருந்துகிறார். இது ஒரு கல்விசார் நிகழ்வுதானே. பிரதமர் ஏன் அதற்கு வர வேண்டுமென்று எண்ணுகிறார்.

சீனா இந்தியாமீது போர் தொடுத்ததால் நேரு மனம் வாடியிருந்த தருணத்தில் மூன்றாவது சந்திப்பு நிகழ்கிறது. நாட்டின் முதல் கல்வி அமைச்சரான அபுல் கலாம் ஆஸாத்தின் நினைவாக நிறுவப்பட்ட சொற்பொழிவுத் தொடரின் முதல் உரையை நேரு நிகழ்த்தியிருக்க இரண்டாவது உரை நிகழ்த்த டாயின்பி தில்லிக்கு வருகிறார். அதுவும் ஒரு கல்விசார் நிகழ்வு. பிரதமர் வர வேண்டுமென்ற அவசியமில்லை. ஆனாலும், பெரும் அறிஞரான விருந்தினரைக் கௌரவிக்க வேண்டுமென்ற விருப்பத்தோடு நிகழ்விடத்துக்கு வருகிறார். டாயின்பி பேச எழுந்த நேரத்தில் கூடத்துக்குள் நேரு நுழைகிறார். டாயின்பி இதைக் கொஞ்சமும் எதிர்பார்க்கவில்லை. கூடுதல் தகவல் ஒன்றையும் டாயின்பி தருகிறார். அதே நாளில்தான் நேருவின் நெருங்கிய தோழியான லேடி மவுண்ட்பேட்டன் இறந்து போயிருந்தார். ஓர் அரசியல் ஞானியாக நேருவின் ஆளுமை மலர்வதை மூன்று சந்தர்ப்பங்களிலும் டாயின்பி உணர்கிறார்.

கற்றாரைக் கற்றாரே காமுறுவர் என்ற மூதுரையின் தெரிந்த, நினைவுக்கு வந்த ஒரு வரியை மட்டும் சொல்லி இவன் பாடத்தை முடித்தான். உணர்ச்சிவசப்பட்டிருந்தான். மாணவர்களின் நெகிழ்ச்சியும் வெளிப்படையாகத் தெரிந்தது. ஆனாலும், மனது ஆறவில்லை. சமகால அரசியல்வாதிகளின் அதி உன்னதப் பண்புகள் ஓரிரண்டைச் சொல்லிக்காட்டிய பிறகே இதயத் துடிப்பு சீரானது. வகுப்பு முடிந்த கணத்தில் முதல் பெஞ்சு மாணவன் ஒருவனுடைய டெஸ்க்கில் தற்செயலாகக் கண்ணில் பட்ட நூல் இவனுக்குத் திகைப்பை உண்டாக்கியது. காப்ரியேல் கார்சியா மார்க்கேஸின் *One Hundred Years of Solitude.* இலக்கியச் சூழலில் பரபரப்பாகப் பேசப்பட்ட நூல். ஸ்பானிஷ் மொழியின் நவீன காவியம். நூலாசிரியர் நோபல் பரிசு பெற்றவர். இருபது வருடங்களுக்கும் மேலாகச் சூழலில் பரபரப்பாகப் பேசப்படுபவர். ஆனாலும், பேராசான்கள் பலரும் அப்போது அறியாத பெயர். இந்தச் சிறுவனின் வாசிப்பில் இந்த நூல் எப்படி? இவனுடைய வியப்பை அந்தப் பையன் உணர்ந்திருக்கக்கூடும். தோற்றம் அவனை உள்ளூர்ப் பையனாகக் காட்டவில்லை.

‘பேர் என்ன?’

‘முகுந்தன்’

‘நல்லது. லஞ்ச் பிரேக்கில் வந்து பாரு.’

சொன்னது போலவே வந்தான்.

‘முகுந்தன், ஒனக்கு எந்த ஊர்?’

‘கோட்டயம் சார்.’

‘இங்க எப்டி சேந்த?’

‘காலேஜ் பத்தி எங்க பெரியப்பா சொன்னார். அவரோட மூத்த ஃப்ரண்டு ஒருத்தர் ரொம்ப வருஷத்துக்கு முன்னாடி இங்க எம்.ஏ. படிச்சிட்டு காலேஜுல டீச் பண்ணினாராம்.’

‘ஓ, ஃபைன். வருஷா வருஷம் ஒரு ஸ்டூடண்டாவது கேரளாவிலிர்ந்து வர்றாங்க முகுந்தன்... அப்பா என்ன பண்றார்?’

‘ஃபர்னிச்சர் கடை வச்சிருக்கார்.’

‘ஹாஸ்டல்ல இருக்கியா?’

‘இல்ல சார். புரசவாக்கத்துல சொந்தக்காரங்க வீட்ல தங்கிருக்கேன்.’

‘குட். மார்க்கேஸ் புக் பத்தி ஒனக்கு யாரு சொன்னா?’

‘ஊர்ல ஒரு அண்ணா கதை எழுதுவார். நெறையா படிப்பார். அவர்தான் இந்த புக்க படிக்கச் சொன்னார். மலையாளத்திலும் டிரேன்ஸ்லேட் ஆகியிருக்காம். ஓரளவு இங்லிஷ் தெரியறதனால இந்த ட்ரேன்ஸ்லேஷனையே படிக்கலாமேன்னு வாங்கிட்டேன். எதாவது ஃப்ரீ பீரியட் கெடச்சா படிக்கலாம்னு எடுத்துட்டு வந்தேன். கொஞ்சம் கஷ்டமாவும் இருக்குது, சுவாரசியமாவும் இருக்குது. நூத்துப் பத்துப் பக்கம் முடிச்சிருக்கேன்.’

‘வெரி குட். இவ்ளோ நல்ல நாவல நீ வாசிக்கிறதப் பாக்க சந்தோஷமா இருக்குது. மார்க்கேஸ் 82ல நோபல் பரிசு வாங்கின அப்புறம்தான் மேஜிக்கல் ரியலிசம்னா என்னான்னு எனக்குத் தெரிஞ்சது. மார்க்கேஸோட *Tuesday Siesta*ன்ற கதைய தமிழ்ல ட்ரேன்ஸ்லேட் பண்ணிருக்கேன்.’

‘அப்டிங்களா சார்! என்னால படிக்க முடியாதே.’

‘அது ஒண்ணும் பெரிய விஷயமில்ல. இங்லிஷ்ல படிச்சிக்கோ. மலையாளத்திலும் கண்டிப்பா வந்திருக்கும். தனக்கே ரொம்ப பிடிச்ச கதைன்னு அதைப் பத்தி மார்க்கேஸ் சொல்லிருக்கார்... கசாக்கின் இதிகாசம் கேள்விப்பட்டிருக்கியா?’

‘கேள்விப்பட்டிருக்கேன் சார். படிச்சதில்ல.’

‘மேஜிக்கல் ரியலிச எலிமெண்ட்ஸ் அதுல இருக்கு. அத எழுதின ஓ.வி.விஜயன் நம்ம டிபார்ட்மென்ட்லதான் ஃபிஃப்டீஸ்ல படிச்சிருக்கார்.’

‘ஓ, இன்ட்ரஸ்ட்டிங்கான தகவலா இருக்கே. அந்த நாவல படிக்கிறேன் சார்.’

‘விஜயனே பண்ணின இங்லிஷ் டிரேன்ஸ்லேஷன் இருக்குது. ஆனா, நீ மலையாளத்திலேயே படி.’

முகுந்தனின் இலக்கிய நுண்ணுணர்வு பல வகையிலும் ஆசிரியர்கள் சிலருக்கு நாளடைவில் தெரியவந்தது. பத்திரிகைத் துறைப் படிப்புக்காக டெல்லிக்குப் போனவனோடு பிறகு தொடர்பு இல்லை. அந்தப் பதினெட்டு வயது முகமும் அவன் உட்கார்ந்திருந்த டெஸ்க்கும் வைத்திருந்த பிரதியும் இவன் மனதில் நிரந்தரமாகத் தங்கிவிட்டன.

34

அடுத்த வகுப்புக்கு இன்னும் அரை மணி நேரம் இருந்தது. ஏதோ வேலையாக அலுவலகம் போக இவன் தன் அறையிலிருந்து வெளியே வந்தான். தப்பிப் பிழைத்த ஒரு ஓவியத்துக்கு முன்பு ஒருவர் நின்றுகொண்டிருந்தார். உயர்பதவியிலிருந்து ஓய்வு பெற்றவருக்கான தோற்றம். எழுபது வயது மதிக்கத்தக்க உடல்வாகு. இருவரும் பரஸ்பரம் பார்த்துவிட்டுத் தயங்க அவரே பேச்சைத் தொடங்கினார்.

'நீங்க இங்லிஷ் டிபார்ட்மென்ட்டா?'

'ஆமா.... நீங்க?'

'நான் இங்கதான் 60–62ல எம்.ஏ. படிச்சேன். முடிச்சதும் யு.பி.எஸ்.சி. பரீட்சை எழுதி சென்ட்ரல்ல வேலைக்குப் போயிட்டேன் . . . டிஃபென்ஸ் மினிஸ்ட்ரில வேலை பாத்தேன். கடைசியா டெபுடி செக்ரட்டரியா இருந்து ரிடையர் ஆனேன் . . . டெல்லியிலேயே செட்டில் ஆகியிருக்கேன்.'

அறிமுகமில்லாதவரிடம் முதன் முதலாகப் பேசும் நிதானமான தொனி.

'ரொம்ப மகிழ்ச்சி. சொந்த ஊர் எது?'

'மதுரை. விக்டோரியா ஹாஸ்டல்லதான் தங்கிப் படிச்சேன்.'

'அதுக்குப் பிறகு இப்பதான் காலேஜுக்கு வர்றீங்களா?'

'வேலைக்கு சேந்த புதுசுல வேற வேலைகள் காரணமா ஊருக்குப் போனப்ப ரெண்டு தடவை வந்திருக்கேன். அப்புறம் இப்பதான். இந்த தடவை

இதுக்காகவே வந்தேன். முடிஞ்சா நாளைக்கும் வரலாம்னு இருக்கேன். நாளைக்கு ஈவ்னிங்தான் ஃப்ளைட்.'

'உங்கள மாதிரி முன்ன இங்க படிச்ச சில பேர் அப்பப்போ வருவாங்க. ஏக்கத்தோட கேம்பஸை சுத்திப் பாப்பாங்க. இப்ப இருக்கிற காலேஜ் நிலை அவங்களுக்கு ஏமாற்றத்தத் தரலாம். ஆனா, பழசு விடாப்பிடியா அவங்க மனசுல தங்கி சுகம் தரும்னு நினைக்கிறன். நீங்க மத்த இடங்களப் பாத்திட்டிங்களா?'

'இல்ல. முதல்ல இங்கதான் வந்தேன். பெயின்டிங்ஸெல்லாம் காணோமே. ஒவ்வொரு தடவை பாக்கும்போதும் புதுப்புது டீட்டெய்ல்ஸ் தெரியும். அமேஸிங் கலக்‌ஷன்.'

'வேண்டல்ஸ் பண்ணின வேலை. இருக்குற ஒண்ணும் எப்பப் போகுமோ.'

'நீங்க வெளீல வந்த ரூம்லதான் செகண்ட் இயர் படிச்சோம். பாக்கலாமா?'

'தாராளமா. இப்ப டீச்சர்ஸ் சிலர் இருக்கோம். அடுத்த ரெண்டாவது ரூம்லதான் செகண்ட் இயர் கிளாஸ் நடக்குது. ஃபர்ஸ்ட் எம்.ஏ. கிளாஸ பாவெல் ஸ்டேச்சுவத் தாண்டி கொண்டுபோயிட்டாங்க.'

'நாங்க இந்த ரெண்டு ரூம்லையும்தான் படிச்சோம். சின்ன ரூம் போதுமே,' என்று சொல்லிக்கொண்டே உள்ளே வந்தவரை உட்காரச் சொன்னான். மின்விசிறியைச் சுழலவிட்டான். மற்ற இரண்டு ஆசிரியர்கள் வகுப்புக்குப் போயிருந்தார்கள். உட்கார்ந்தவர் சுற்றிலும் பார்த்தார். பெஞ்சு, டெஸ்க்குகளைக் கற்பனை செய்திருப்பார் போலிருந்தது. அறுபதுகளின் மோஸ்தரில் உடையணிந்த ஆண், பெண் மாணவர்கள் உட்கார்ந்திருக்கும் வகுப்பு. அந்தப் பாணி உடையில் அவரை இவன் கற்பனை செய்தான்.

'கிளாஸ்ல நாங்க பதிமூணு பேர்தான். ரெண்டு ரோவா உக்காந்திருப்போம்.' சொல்லிவிட்டுத் தலையைத் திருப்பி ஒரு குறிப்பிட்ட இடத்தைப் பார்த்தார். முகத்தில் மாறுதல் தென்பட்டது. ஏதோ உணர்ச்சியை அடக்குவதுபோலத் தெரிந்தது.

'சார், தண்ணி குடிக்கிறீங்களா?' நீட்டிய பாட்டிலை வாங்கியவர் இரண்டு மிடறு குடித்தார். சட்டையில் ஓரிரு துளிகள் விழுந்தன.

சில நொடிகள் எதுவும் பேசவில்லை. மனதில் ஏதோ நிகழ்வது தெரிந்தது.

ஆர். சிவகுமார்

‘கிளாஸ்ல மூணு பெண்கள் படிச்சாங்க. அதுல ஒருத்தங்க மெட்ராஸ்தான். ஸ்மார்ட்டா இருப்பாங்க. சிட்டி காலேஜ் அட்மாஸ்ஃபியர்ல வெளியூர் ஸ்டூடண்ஸுக்குப் பொதுவா ஒரு சங்கோஜம் இருக்குமில்லியா? ஆனா, அவங்க எல்லாரோடையும் சகஜமாப் பழகி நார்மலா ஃபீல் பண்ண வச்சாங்க. நாங்க ரெண்டு பேரும் ஃபைசன் பார்க்குல உக்காந்து படிப்போம். பீச் ரோடை கிராஸ் பண்ணினா இருந்த புகாரி ரெஸ்டாரன்ட்டுக்கும் சில சமயம் போவோம். கிரிட்டிசிஸம் அவங்களுக்குப் பிடிச்ச சப்ஜெக்ட். மேத்யூ ஆர்னல்டையும் எலியட்டையும் டீப்பாப் படிச்சி லெக்சரர்ஸோட சர்ச்சை பண்ணுவாங்க. அப்ப அவங்களோட பாடி லேங்வேஜ் பாக்க ரம்மியமா இருக்கும்.’

உணர்ச்சி பெருகுவது தெரிந்தது .

‘பொண்ணுங்க பொதுவா டீச்சர்ஸ்கிட்ட கிளாஸ்ல அதிகம் பேச மாட்டாங்க. ஆனா, நாம ஊக்கமா நாலு வார்த்தை சொல்லிட்டா ரொம்ப ஃப்ரீயா பேச ஆரம்பிச்சிருவாங்க... ஆர்னல்டு, எலியட்லாம் ஞாபகம் வச்சிருக்கீங்களே.’

‘வேற பலது மறந்து போச்சு. ஃபைல்ஸ், மீட்டிங்ஸ், பாலிஸி நோட்ஸ்னு வாழ்க்கை தீந்தாச்சு. சர்ச்சை பண்ணும்போது அவங்க கண்ல குறும்பும் இருக்கும், சீரியஸ்னஸும் இருக்கும். ஸ்ட்ரேஞ்ஜ் காம்பினேஷன்... என்ன இது, புது நபர்கிட்ட இப்படியெல்லாம் ஒருத்தர் பேசறாரேன்னு யோசிக்கிறீங்களா?’

‘நிச்சயமா இல்ல. நானும் லிட்ரேச்சர் படிக்கிறவன்தானே. புரிஞ்சிக்க முடியும். நீங்களும் கவர்ன்மென்ட் ஆஃபீஸரா இருந்த மாதிரி பேசலியே. நீங்க சொல்றவங்க அநேகமா காலேஜ் டீச்சர் ஆயிருப்பாங்களே. அதுக்கு அப்றமா பாத்துக்கிட்டீங்களா?’

‘இல்ல. காலேஜ் வேலைக்கு வந்திருந்தா எப்டியும் தெரிஞ்சிருக்கும். எங்க இருக்காங்கன்னே தெரியல. அமைஞ்ச வாழ்க்கையில நான் பொருந்திக்க வேண்டியதாச்சு. அப்பப்ப நினைச்சுப் பாத்துக்கிறதுதான். நாடகத்துல இருந்து எக்ஸிட் ஆகற நேரம் வந்தாச்சே.’ சொல்லிவிட்டுப் புன்னகைத்தார். ‘அடுத்த ரூம் பாக்கலாமா?’

முழுதாகத் தன் அகத்தை விடுதலை செய்துவிட்டார்.

அங்கே வகுப்பு நடந்ததால் உள்ளே இருப்பவர்களின் கவனத்தைக் குலைக்காமல் ஜன்னல் வழியே சில நொடிகள் மட்டுமே பார்க்க முடிந்தது. அவர் கண்கள் ஒரு குறிப்பிட்ட இடத்தில் நிலைத்து மீண்டதை இவன் கவனித்தான்.

'ரொம்ப தேங்க்ஸ். உங்ககிட்ட பேசலாம்னு எப்டியோ தோணுச்சு. இல்லைன்னா நான் பாட்டுக்குப் பாத்துட்டுப் போயிருப்பேன்.'

விடைபெறும் விதமாகச் சில வார்த்தைகள் சொல்லி விட்டுப் போய்விட்டார். இந்த உணர்ச்சியை வெளிப்படுத்தி விட்டதால் அவருக்குக் கொஞ்சம் நிம்மதி கிடைக்கலாம். அழுத்தம் அதிகரிக்கவும் செய்யலாம். எதுவும் உறுதியாகச் சொல்ல முடியாது. மனித உயிரியைக் கடைசிவரை அலைக்கழிக்கும் உணர்ச்சியின் மங்காத சாயை அது. அதற்கு முதுமை ஒரு பொருட்டாக இருக்காது போலும். சொல்லியும் சொல்லாமலும், நிறைவேறியும் முறிந்தும் போன இப்படியான பல உறவுகளுக்கு இந்த வளாகம் நிரந்தர மௌன சாட்சி.

35

நண்பர்கள் சிலர் சொன்னதை வைத்து அவரைப் பற்றிய சித்திரம் இவன் மனதில் திரண்டிருந்தது. மொழியியல், அகராதியியல், மொழிபெயர்ப்பு போன்றவற்றில் நிபுணத்துவம் கொண்டவர்; பணியில் பிறரால் நேரும் சுணக்கத்துக்கு எந்தக் காரணத்தையும் ஏற்றுக்கொள்ள மாட்டார்; வகுப்புக்கு மாணவர்கள் வருவதில் ஒரு நிமிடத் தாமதத்தையும் பொறுத்துக்கொள்ள மாட்டார்; உரிய நேரத்தில் வகுப்புக்குள் நுழைந்து கதவை மூடிவிட்டு உள்ளே இருப்பவர்களுக்கு போதிப்பார் என்பவை போன்று பல கதைகள். அநேகமாகச் சட்டையைக் கால்சராய்க்குள் நுழைத்து, பெல்ட்டால் இறுக்கி, கழுத்துப்பட்டியும் உயர்ரக ஷூவும் அணிந்து தலையை அந்தப் பக்கம் இந்தப் பக்கம் அசைக்காமல் விறைப்பான கழுத்துடன் வளாகத்துக்குள் நடப்பார் என்று இவன் கற்பனை செய்திருந்தான். மொத்தத்தில் கரடுமுரடான ஒருவரைக் காணக் காத்திருந்தான்.

பணியிட மாறுதலில் இவன் வந்த சில நாட்கள் கழித்தே டி.லிட். ஆய்வை முடித்து அவர் மீண்டும் பணியில் சேர்ந்தார். முனைவர் பட்ட ஆய்வுக்கு மேலானது அது. ஆங்கிலப் பாடம் தொடர்பாக அந்த ஆய்வைச் செய்தவர்கள் மாகாணத்தில் இரண்டு பேர் இருந்தாலே அதிகம். அறிமுகம் நடந்தபோது மிகுந்த ஏமாற்றமாகப் போய்விட்டது. டெய்லர் அளவெடுத்துத் தைத்த கால்சராயும் அரைக்கைச் சட்டையும் சாதாரண செருப்பும் அணிந்திருந்தார். அந்த எளிமை வளாகத்தில் அரிதுதான். கேட்ட கதைகள் அனைத்தும் உண்மை என்பதும் சில நாட்களிலேயே தெரிந்தது. கண்டிப்புக் காட்டினாலும் மாணவர்களிடம் சிரித்துப் பேசி அன்பாகவே பழகுவதையும் இவன் கண்டான். வகுப்பில் மட்டும் அன்றி வளாகத்தில் எங்கு கண்டாலும் மாணவர்களிடம் ஆங்கிலத்திலேயே பேசினார். இது

பழைய மரபு. நல்லதுதான் என்றாலும் கொஞ்சம் செயற்கையாக இருக்கிறது என்று இவனுக்குத் தோன்றும். தடுமாறியாவது அவர்கள் கற்றுக்கொள்ளட்டும் என்பார். சக ஆசிரியர்களிடம் இயல்பாகத் தமிழில் உரையாடுவார். இவனைப் பொறுத்த வரை இலக்கிய வகுப்பறையில் ஆங்கிலமும் வெளியே தமிழும் கலந்து பேசுவதில் தயக்கமிருந்ததில்லை.

துறை நூலகப் பொறுப்பாளர் என்பதால் அதுவே அவருடைய வளாக இருப்பிடம். ஒரு நாள் இரண்டு மேல்வகுப்பு மாணவர்கள் நூலகப் பாடவேளையில் சற்று உரக்கப் பேசிக்கொண்டிருந்ததைக் கண்டு அவர்களை வெளியே அனுப்பிவிட்டார். அங்கிருந்த இவனுக்கு ஒரு மாதிரிதான் இருந்தது. அவர்களில் ஒருவன் இரண்டு நாள் கழித்து வந்து அவர் நடத்தும் பாடத்தில் ஏதோ சந்தேகம் கேட்டான். நின்றுகொண்டிருந்தவனை முதலில் தன் அருகேயிருந்த நாற்காலியில் உட்காரச் சொன்னார். மூன்றாம் வகுப்புப் படிக்கும் தன் குழந்தைக்குப் பாடம் சொல்லித்தரும் தாயின் பரிவோடு அவனுடைய சந்தேகத்தை நிவர்த்தி செய்தார். அந்தப் பையனுடைய வருத்தத்தைத் தணிவிக்கத்தான் அப்படிச் செய்கிறாரோ என்று இவனுக்குப் பட்டது. ஆனால், தன்னிடம் வரும் எல்லாரிடமும் அப்படித்தான் நடந்து கொள்கிறார் என்பதைப் பிறகு காண முடிந்தது.

கொஞ்சம் கொஞ்சமாக அவருடைய பணிகள் குறித்து இவனுக்குத் தெரியவந்தது. தொல்காப்பியம் தொடங்கித் தமிழ்ச் செவ்வியல் பிரதிகள் பலவற்றையும் திருக்குறளையும் ஆங்கிலத்தில் மொழிபெயர்த்திருக்கிறார். வெவ்வேறு நிலைகளில் உள்ள பயனாளர்களுக்கு ஏற்ற ஆங்கிலம் – தமிழ் அகராதிகள் சிலவற்றின் உருவாக்கத்திலும் ஈடுபட்டிருக்கிறார். ஒன்று அடுத்து மற்றது என்று முடிவே இல்லாமால் தொடரும் வேலை அது. உள்ளூர் ஆய்வு நிறுவனங்களும் உலக அளவில் தெரிந்த நிறுவனம் ஒன்றும் அவருடைய பதிப்பாளர்கள். சிறுநகரக் கல்லூரி ஒன்றில் வேறு பாடத்தில் பட்டப் படிப்பு முடித்துவிட்டு வேற்றூரில் மேற்படிப்பில் ஆங்கிலம் படித்திருக்கிறார். எளிய கிராமத்து விவசாயக்குடி. அந்த மாவட்டத்துக் கிராமம் விசேஷ எளிமை தரித்தது. ஆலமர மேடை, மாரியம்மன் கோயில், ஆரம்பப் பள்ளி, ஓட்டு வீடுகள், ஓலைக் குடிசைகள், ராகியும் கம்பும் மக்காச்சோளமும் விளையும் மானாவாரி வயல்கள், நீர் இறைக்க எங்கோ ஒரு பம்ப்செட் என்று மாறாத தோற்றம் கொண்டதாகத்தான் இருக்கும். குறிப்பாக ஒன்றைப் பார்க்க வேண்டும் என்ற அவசியம் இல்லை. சாலை நிர்மாணிப்பிலும்

பேருந்துப் புழக்கத்திலும் சில கடைகள் பிறகு இயல்பாக முளைத்திருக்கலாம். ஆலமர மேடையும் பரிசுத்தமான ஆங்கிலமும் இப்படிக் கலந்து நின்றதுதான் அதிசயம். அவரிடம் படிந்துவிட்ட இரண்டு நவீன அம்சங்கள் ஆங்கிலமும் கடும் தீவிரத்துடன் புகைக்கும் சிகரெட்டும் மட்டுமே.

'எம்.ஏ.வுல எப்டி இங்லிஷ் படிச்சீங்க?'

'ஸ்கூல்ல ஒரு அருமையான வாத்தியார் இங்லிஷ் சொல்லிக்குடுத்தார். சாய்ந்தரத்துல அவரோட வீட்டுக்கும் போயப் படிப்பேன். இங்லிஷோட ஸ்ட்ரக்ச்சர் மேல ஒரு பிடிப்பு உண்டானது. ஒரு கட்டத்துக்கு அப்றம் சுயமாவே கிராமர டீப்பா படிச்சிக்கிட்டேன். பி.எஸ்சி. படிக்கும்போதே கிராமர் புக் ஒண்ணு எழுதினேன். சரியா விக்கத் தெரியல.'

'அந்தக் காலத்துல, அந்த ஊர்ல நீங்க செஞ்சது சாகசம்தான்... என்னோட கையெழுத்து மோசம்தான். உங்க கையெழுத்து ஏன் இவ்ளோ கிறுக்கலா இருக்குது?'

'வீட்ல டேபிள் கிடையாது. கரண்ட்டும் கிடையாது. தரையில உக்காந்து எழுதியே இப்டி ஆயிடிச்சி. அதுவும் இல்லாம அப்பெல்லாம் பசங்க கையெழுத்த வாத்தியாருங்க பெருசா திருத்த மாட்டாங்க. அவங்கவங்களுக்கு வாச்சதுதான்.'

இவனுக்கும் கல்லூரிப் படிப்பெல்லாம் மண்ணெணெய் விளக்கில்தான். கல்லூரி சேர்ந்ததும் அப்பா மேஜை வாங்கிக் கொடுத்தார். நாட்டு ஓடு வேய்ந்த சிறு வீடு தவிர உடைமையற்ற மரபுவழி. கல்விப் பாரம்பரியம் இல்லாதது மட்டுமல்ல ஆங்கில மொழியின் வாசத்தை முகராத குடியில் பிறந்த இம்மாதிரியானவர்கள் அதன் இலக்கியத்தைப் படிக்கத் தொடங்கியதுதான் வியப்புக்குரியது. கடும் உழைப்பையும் மொழி சார்ந்த உள்ளூக்கத்தையும் அது பெரிதும் கோரியிருக்கும். அது விடுத்த மொழியியல், பண்பாட்டுச் சவால்களை நின்று சமாளிக்க முடியாமல் அவர்களில் சிலர் இடையில் விலக, சிலர் தட்டுத் தடுமாறி முடிக்க, சிலரே சொல்லிக்கொள்ள முடிகிற திறனுடன் வெளியே வந்தார்கள். முடித்த சிலர் ஆசிரியர்களாக ஆக, சிலர் ராஜாங்கக் குமாஸ்தாக்களாக ஆனார்கள். இவரைப் போன்றவர்கள் விதிவிலக்குகள்.

இவனும் பந்தயத்தில் ஓடியதற்குக் காரணம் அப்பாதான். மூன்றாம் வகுப்பில் கல்கியை அறிமுகப்படுத்தினார். எட்டாம் வகுப்பில் ஏ.என். சிவராமனைத் தெரியவைத்தார். பத்தாம் வகுப்பில் இவனாக ஜெயகாந்தன். அப்புறம் தடம் தெளிவாயிற்று.

ஆயிரக்கணக்கான பக்கங்களைக் கையால் எழுதி, தட்டச்சரிடம் கொடுத்துப் பிரதியெடுத்து, மெய்ப்புப் பார்த்து, பதிப்பகத்துக்குக் கொடுத்துத் திரும்பவும் மெய்ப்புப் பார்த்து – இப்படியே வருடக்கணக்கில் உழைத்துவந்திருக்கிறார். ஒரு கட்டத்தில் தட்டச்சு என்பது கணிணியில் உள்ளிடுவதாக ஆகியிருக்கிறது. ஆனால் கையெழுத்துப் பிரதியும் மெய்ப்புப் பார்த்தலும் பழைய முறையில்தான். அதுவும் அகராதிப் பக்கங்களை மெய்ப்புப் பார்ப்பது பெரும் துயரம் தரும் பணி.

'ஏன் இவ்ளோ கஷ்டப்படறீங்க? கம்ப்யூட்டரில் டைப் செய்யக் கத்துக்கலாமே? கஷ்டப்படாம வார்த்தைகளை மாத்தி அமைக்கலாம். பெரும்பாலும் நாமே ப்ரூஃப் பாத்தரலாம். ரொம்ப ஈஸி தெரியுமா?'

'முயற்சி பண்ணேன். ஒண்ணும் சரிவரல.'

காலை ஐந்து மணிமுதல் ஏழுவரையிலும் மாலையில் நான்கு மணி நேரமும் எழுதுவதாகச் சொன்னார். இது வேலை நாளில் நடப்பது. விடுமுறை நாளில் பத்திலிருந்து பன்னிரண்டு மணி நேரம் வேலை நடக்குமாம். மேஜைக்கு முன்னால் உட்காருவது ஸ்டூலில்தான். நாற்காலி சௌகரியம் கொடுத்து சோம்பேறியாக்கிவிடுமாம். நிலக்கடலையும் சிகரெட்டுகளுமே எரிபொருள்கள்.

பேச்சுப் போக்கில் ஒருநாள் தான் மொழிபெயர்த்த நூல்களைப் பற்றி இவன் அவரிடம் சொன்னான். சங்கக் கவிதைகள் சில தன் ஆங்கில மொழிபெயர்ப்பில் பிரசுரமாகியுள்ளதையும் தெரிவித்தான். சரி, இந்த நபர் பொருட்படுத்தத் தக்கவன்தான் என்ற முடிவுக்கு வந்திருப்பார்போல. ஆனாலும், இருவரிடையும் இருந்த சில முரண்பாடுகள் காரணமாகச் சர்ச்சைகளும் பூசல்களும் எழத்தான் செய்தன. அவர் மதித்த எழுத்தாளர்கள்மீது இவனுக்கு உவப்பில்லை. இவன் மதித்த எழுத்தாளர்களைப் பெரும்பாலும் அவருக்குத் தெரியாது. அவர் இத்துறையின் ஒரு வகைமாதிரி. மதிப்புக்குரிய காரியங்களைத் தம் துறையில் செய்தாலும் தாய்மொழி, அது எதுவோ, நவீன இலக்கியத்துடன் உரிய பரிச்சயம் கொண்டிராத இனம்.

ஒரு கட்டத்தில் அவர் தலைமை ஸ்தானத்துக்கு வந்தார். இவன் விரும்பிய இரண்டு செயல்கள் சாத்தியமாகின. கோரியதை மகிழ்ச்சியுடன் ஒப்புக்கொண்டு முழுச் சுதந்திரம் கொடுத்தார். பின்நவீனத்துவம் தொடர்பான கட்டுரைகள் உயர் வகுப்புகளில் பாடமாக இருந்தன. ஆங்கில ஆசிரியர்களுக்குத்

தெரிந்தவையெல்லாம் பின்நவீனத்துவ இலக்கியப் படைப்புகள் தொடர்பானவையே. அதன் அரசியல், சமூகப் பரிமாணங்கள் தொடர்பானவை அதிகம் தெரியாது. அவற்றைத் தெரிந்தவரும் அவை தொடர்பான நூல்கள் எழுதியவருமான இயற்பியல் ஆசிரியர் ஒருவரை அழைத்து மாணவர்களிடம் பேசவைக்க வேண்டும் என்பது இவன் திட்டம். அவர் பொதுவெளி அறிவுஜீவி யாகப் பரவலாக அறியப்பட்டவர். துறைத் தலைவரையும் இவனையும் அறிந்தவர் என்பதால் பேச ஒப்புக்கொண்டார். 'தமிழில்தான் பேசுவேன்,' என்றார். 'எல்லாருக்கும் தமிழ் தெரியுமே,' என்று சொல்லி இவன் அவருக்குச் சௌகரியமான நாளை இறுதிசெய்தான். 'நீங்களே அவரை ஸ்டூடண்ஸுக்கு இண்ட்ரட்யூஸ் பண்ணிடுங்க,' என்றார் எளிமை உரு.

உரையாளரின் அரசியல், சமூகச் செயல்பாடுகளைச் சுருக்கமாகச் சொன்னான். திருப்தியாக இருந்தது. பேச்சாளரின் தகுதியைக் கூடியிருப்பவர்கள் சரியான முறையில் உணர வேண்டும். அது வெறும் சம்பிராதயம் அல்ல. ஒன்றரை மணி நேரம் பேசினார். கோட்பாடுகளைச் சுவாரசியமாக விவரிப்பதில் அவர் சமர்த்தர். சமகால உள்ளூர்ச் சமூக உதாரணங்களையும் அன்றாடக் குடும்ப வாழ்க்கையின் நடப்புகளையும் சொல்லிக் கேட்பவரை உள்ளிழுத்துக்கொண்டார். உரிய கலைச்சொற்களை ஆங்கிலத்திலும் சொன்னது மாணவர்களுக்குப் பயனுள்ளதாக இருந்தது. இரண்டொரு ஆசிரியர்களும் வந்திருந்தார்கள். பேச்சுக்குப் பிறகு மையம், விளிம்பு தொடர்பான உரையாடலும் நடந்தது.

அவ்சித்ய, வக்ரோக்தி என்ற சமஸ்கிருத அணியிலக்கணக் கோட்பாடுகள் சார்ந்த ரசம், த்வனி போன்ற இலக்கியக் கருத்தாக்கங்களைத் தொல்காப்பியத்தின் உள்ளுறை, இறைச்சியோடு ஒப்பிட்டுப் பேசும் அய்யப்பப் பணிக்கரின் கட்டுரை ஒன்றை இவன் எம்.ஏ. மாணவர்களுக்கு நடத்தினான். சமஸ்கிருத இலக்கியவியலை நேரிடையாகக் கற்றவர் ஒருவர் விளக்கினால் மாணவர்களின் புரிதல் கூடுமே என்று தோன்றியது. நாமும் மேலும் தெரிந்துகொள்வோமே என்பது மறைமுக ஆசை.

அதிர்ஷ்டவசமாகக் கலாசாலையில் அந்த மொழித்துறை இருந்தது. அங்கிருந்தவர்களில் ஒரு இளம் ஆசிரியரைப் பார்த்திருக்கிறான். இவர் அவ்வுரைக்குப் பொருத்தமானவராக இருப்பார் என்று உள்ளுணர்வு அறிவுறுத்த அவரை அணுகினான். அவரும் அன்புடன் ஒப்புக்கொண்டார். நாமம் தரித்து, குடுமி யுடன், வேட்டி அணிந்திருந்த அவருடன் பேசப் பேச பொதுவாக

இலக்கியம் குறித்த அவருடைய அறிவின் விசாலம் தெரிய வந்தது. தமிழிலும் புலமை இருந்ததாகப் பட்டது. இப்படித்தான் 1940களிலும் 50களிலும் ரா.ஶ்ரீ. தேசிகன் இதே கல்விக்கூடத்தின் ஆங்கிலத் துறையில் இருந்திருப்பார் என்று இவனுக்குத் தோன்றியது. என்ன, அவர் பஞ்சகச்சம் கட்டியிருந்திருப்பார். புதுமைப்பித்தனின் முதல் கதைத் தொகுப்புக்கு எழுதிய தன் முன்னுரையை, *ஒரு கவியுள்ளம் – சோகத்தினால் சாம்பிய கவியுள்ளம் – வாழ்க்கை முட்களில் விழுந்து இரத்தம் கக்குகிற உள்ளம் – கதைகள் மூலம் பேசுகிறது. இதுதான் நான் கண்டது இந்தக் கதைக் கொத்திலே* என்று சொல்லி முடிக்கிறார். ஷெல்லியின் *மேலைக்காற்றுக்* கவிதை அப்போது அவர் நினைவுக்கு வந்திருக்கிறது. பிளேட்டோ தொடங்கி ஆடன் வரையிலான எழுபத்திரண்டு மேற்கத்திய ஆளுமைகளின் கவிதைக் கோட்பாடுகள் தொடர்பான கட்டுரைகளை 1960களில் கசங்கிய சட்டைத் தியாகியின் பத்திரிகையில் தொடராக எழுதியுள்ளார். விதிவிலக்காக, அத்தொடரில் நம்மாழ்வார் உண்டு. கவிஞரின் பெயரைக் குறிப்பிட்டு அவர் “கண்ட இலக்கியத் தத்துவம்” என்ற தலைப்பிட்டுத் தொடரை எழுதியுள்ளார். விமர்சகரை ‘விமர்சனப் புலவர்’ என்றே குறிப்பிட்டிருக்கிறார்.

அந்த இளம் ஆசிரியர் ஆங்கிலத்தில் உரை நிகழ்த்தினார். விஸ்தாரமாக உதாரணங்கள் காட்டினார். சமஸ்கிருதப் பகுதிகளின் முக்கியச் சொற்றொடர்களை முதலில் அம்மொழியிலேயே சொல்லி பிறகு ஆங்கிலத்தில் விளக்கினார். தமிழ்ச் செவ்விலக்கியத்திலிருந்தும் ஷேக்ஸ்பியரிலிருந்தும் சில பகுதிகளை மேற்கோள் காட்டினார். கூடியிருந்த மாணவர்களுக்கும் ஓரிரு ஆசிரியர்களுக்கும் நிறைவு தந்த உரையாக அமைந்தது. இந்த விஷயத்தைப் பல்கலைக்கழக நண்பர்களிடம் பகிர்ந்து கொண்டபோது அவரைத் தங்கள் துறைக்கு அழைத்துவரச் சொன்னார்கள். அங்கேயும் பேசுபொருள் அதுவே என்றாலும் உதாரணங்கள் பெரும்பாலும் மாறியிருந்தன.

மொழியியலாளர் இவனுக்கு முன்பே ஓய்வுபெற்றார். இவர்கள் சார்ந்த சங்கம் ஏற்பாடு செய்த கூட்டத்தில் அவரைப் பற்றி இவனைப் பேசச் சொன்னார்கள். அறிவுச் சூழல் விபரீதமாகப் போய்க்கொண்டிருந்த அந்தக் காலகட்டத்தில் அவருடைய பணிகள் எத்தனை உயர்ந்தவை என்பதை விவரிக்கக் கிடைத்த வாய்ப்பைப் பயன்படுத்திக்கொண்டான். தன்னுணர்வற்று உண்டான மெய்யான உணர்ச்சி வேகத்தைக் கூட்டத்திலிருந்த ஓரிருவர் உணர்ந்துகொண்டார்கள்.

36

நூறு வருடங்களுக்கும் மேலாக இங்கே நின்றுகொண்டிருக்கிறேன். என்மீது அன்பு கொண்டவர்கள், இந்தக் கலாசாலையின் வரலாற்றுக்குப் பார்வையாளராக இருங்கள் என்று சொல்லி நிறுத்தியிருக்கிறார்கள். நகரும் காலத்துக்கு அசையாத சாட்சி. ஆரம்பத்தில் இந்த மொழி தெரியவில்லை. ஊர் புரியவில்லை. கலாச்சாரம் புதிராக இருந்தது. இப்போது கலாசாலையின் முழு உள்ளூர்வாசியாக ஆகிவிட்டேன். லட்சக்கணக்கான கற்போரையும் போதகர்களையும் கண்டுவிட்டேன். அவர்களின் வெளித் தோற்றம் மாறுகிறது. கனவுகளும் நாட்டங்களும் முன்பிருந்த நயத்தில் உள்ளன என்று சொல்ல முடியவில்லை. உன்னத ஆளுமைகள் பலரின் வளர்ச்சியைக் கவனித்திருக்கிறேன். இளையோராக நான் கண்டவர்கள் முதியவர்களாகத் திரும்பி வந்து என்முன் நின்று புன்னகைக்கிறார்கள். என்னைப் பார்க்கிறார்களோ இல்லையோ என்னைச் சுற்றி அன்றாடம் நடமாடும் எல்லாரையும் நான் பார்க்கிறேன்.

சாட்சி என்றேன். எல்லாவற்றுக்கும்தான் சாட்சி. நம்பிக்கையும் கசப்பும் மாறி மாறி வருகிறது. காலம் மாற்றங்களை அலை அலையாகக் கொண்டுவந்து சேர்க்கிறது. மாற்றங்கள் எப்போதும் மேன்மையை நோக்கியவை என்று சொல்ல முடிவதில்லை. அவை நம் கட்டுப்பாட்டிலும் இல்லை. சிலவற்றைக் காண மனம் பதைக்கிறது. நெடிய காலத்தின் நினைவுகள் பாரமாக அழுத்துகின்றன. அழுத்தம் அளவு மீறும்போது மாடி இறங்கிப்போய் தோட்டத்தில் இருக்கும் அய்யரோடு பேசிக்கொண்டிருப்பேன். அவருக்குக் காணக் கிடைத்திருப்பது பெரிய வெளி. சாலையையும் கடலையும் பார்த்து நிற்கிறார். சமயத்தில் கடலோரம் காலார நடந்துகொண்டே பேசுவோம். முழு நிலவுக்காலக் கடலின் அழகை

விவரிக்க எனக்குத் தெரிந்த வார்த்தைகள் போதாது. அவர் நான்கைந்து பாட்டுகள் சொல்லி விரிவாக விளக்குவார். சமயத்தில் அவர் என்னுடைய இடத்துக்கு வருவதும் உண்டு. மணிக்கணக்காக உரையாடுவோம். பொதுவாக அவருடைய நிதானம் எனக்கில்லை. பிரியும்போது இருவரும் நெகிழ்ந்திருப்போம்.

என்னைக் கடந்து செல்லும் இளையவர்களில் சிலரை மனதில் குறித்து வைத்துக்கொள்வது எனக்கொரு விளையாட்டு. கற்றலில் அவர்கள் சிறப்படைவார்கள் என்ற எண்ணம் தோன்றும்போது அப்படிச் செய்வேன். என் கணிப்பு பெரும்பாலும் தவறுவதில்லை. அந்த எண்ணம் பகுத்தறிவைத் தாண்டியது. ஒருவேளை அது அகத்தின் குரலா என்பதும் தெரியாது. இதோ இந்தப் பையன் அப்படி ஒருவனாகத் தெரிகிறான்.

தலைமுதல்வர் சிலையைச் சுற்றி நடைக்கூடத்தின் இடைவழி வளைவதால் ஒரு பையன் தயங்கி நடந்து அந்தப் பகுதியைக் கடப்பதை இரண்டு தடவை பார்த்திருந்ததால் அவன் முகம் இவனுக்குப் பரிச்சயம் ஆனது. முதலாண்டு இலக்கிய வகுப்பில் உரைநடை போதிக்கத் தொடங்கும்போது முதல் பெஞ்சில் அவன் உட்கார்ந்திருப்பதைக் கண்டான். கட்டுரையின் முக்கியப் பகுதியின்போது, 'மன்னிக்கவும்' என்று சொல்லிவிட்டு அது தொடர்பாகத் தன் அபிப்பிராயத்தைத் தெரிவித்தான். விவாதத்துக்கான ஒரு புள்ளியாக அந்தப் பகுதியைக் கண்டிருக்கிறான். ஒப்பிடலுக்காக இன்னொரு பகுதியைப் படிக்க வேண்டியிருந்தபோது புத்தகத்தை முகத்தின் அருகில் வைத்துப் படித்தான். அது இனிமேல்தான் ஆசிரியரால் கற்பிக்கப்பட வேண்டிய பகுதி. முன்கூட்டியே அந்தக் கட்டுரையைப் படித்திருக்கிறான். இந்தச் செயல் மேல் வகுப்பு மாணவர்களிடம் ஆசிரியர்கள் எதிர்பார்ப்பது. பெரும்பாலும் நடக்காதது. பாடம் தொடர்பாக அபிப்பிராயத்தைக் கோரினாலும் பொதுவாக மாணவர்கள் பேசுவது அடிக்கடி நிகழாது. தொடுக்கும் வினாக்களுக்கு உரிய விடைகளை அவர்களில் யாராவது சொல்லும்போது ஆசிரியர்களுக்கு உண்டாகும் மகிழ்ச்சி அலாதியானது. அனுபவித்தால்தான் அந்தச் சுகம் புரியும். கூர்மையான வாசிப்பின் காரணமாக மாணவர்களே கேள்விகளை எழுப்புவது கூடுதல் பரவசத்தைத் தரும். சமயத்தில் ஆசிரியரின் கற்றலுக்கு அவை இட்டுச் செல்லும்.

பார்வைக்குக் கிராமத்துப் பையனாகத் தோன்றும் இவன் சுயமாக ஒரு கருத்தை உருவாக்கிக்கொண்டது மட்டுமன்றி அதை ஆங்கிலத்தில் ஓரளவு தெளிவாக வெளிப்படுத்தியது

ஆர். சிவகுமார்

ஆச்சரியம்தான். இரண்டு மாதங்களுக்கு முன்புதான் பள்ளியை விட்டு நீங்கியிருக்கிறான். நாட்பட உச்சரிப்பு மேம்பட்டுவிடும். பாராட்டிவிட்டு, நெருங்கிப்போய் ஊர் எது என்று விசாரித்து விட்டு ஓய்வாகத் தன்னைச் சந்திக்கும்படி இவன் கேட்டுக் கொண்டான்.

கல்வியிலும் பொருளாதாரத்திலும் தடுமாறும், ஆனால் சரித்திர முக்கியத்துவம் வாய்ந்த கிராமத்தைச் சேர்ந்த பையன். உள்ளூர் ராஜாங்கப் பள்ளியில் படித்திருக்கிறான். இறுதித் தேர்வில் பள்ளியில் முதல் மாணவனாகத் தேற, ஆசிரியர்கள் ‘பயனுள்ள’ வேறு படிப்பைப் படிக்கச் சொல்லியிருக்கிறார்கள். பையன் பிடிவாதமாக இந்தப் படிப்பைத் தேர்ந்தெடுத்திருக்கிறான். அதை இங்கேதான் கற்க வேண்டும் என்பதிலும் உறுதியாக இருந்திருக்கிறான். கலாசாலை குறித்த தொன்மங்களைக் கேட்டு முடிவெடுத்திருக்கிறான். இதையெல்லாம் கேட்டதும் எல்லாம் சரியாகப் போக வேண்டுமே என்று இவனுக்குக் கவலை உண்டாகிவிட்டது. இந்தப் பாடத்துக்காகவே தன்னைப் பிரக்ஞைபூர்வமாகத் தயார்ப்படுத்திக்கொண்டு வந்திருக்கிறான். மாணவன் ஆசிரியரையும் ஆசிரியர் மாணவனையும் கண்டடையும் தருணம் மர்மங்கள் நிரம்பியது. அந்தச் சம்பவத்தின் தற்செயல் தன்மையே அந்த மர்மங்களின் ஆதாரம். பிறகு, வெளிப்படுத்தத் தேவைப்படாத உறவு இருவரிடையேயும் மெதுவாக விரிந்து வளரும். மூன்றாம் நபரிடம் மட்டுமே அந்த உறவைக் குறித்த பேச்சு எழும். கல்வி சார்ந்தும் வாழ்க்கை சார்ந்தும் பரஸ்பரம் புதிய கற்றல் நிகழும்.

உறவினரான பேருந்து ஓட்டுநர் ஒருவரின் வீட்டில் தற்காலிகமாகத் தங்கியிருக்கிறான். விடுதியில் சேருவதுதான் திட்டம். குடும்ப உறுப்பினர்களே பணியாளர்களாக இருக்கும் அடக்கமான ஒரு உணவு விடுதி நடத்துவதில் கிடைக்கும் வருமானத்தை வைத்துப் பெற்றோர் பராமரிப்பு, அண்ணன் குடும்ப ஜீவனம், இந்தப் பையனின் வெளியூர்ப் படிப்பு என்று எல்லாமும் நடக்க வேண்டும். இந்தப் பையனுடைய நிலையின் உள்ளே நுழைந்து உணர்வது இவனுக்கு எளிதுதான். அந்த உணவு விடுதி ஓட்டுக் கட்டடத்தில் இரண்டு மர மேஜைகளோடும் மூன்று குண்டு பல்புகளோடும் இருக்கும். நுழையும் வழியில் டீ பாய்லர். பல காலமாக மாறாமல் இருந்த கிராமத்துச் சிறு உணவு விடுதியின் வடிவம் மனதில் தோன்றியது. பெயர்களில்லாமல் இருந்து ஒரு கட்டத்தில் அம்மாதிரியானவற்றில் பாதி “செல்வி டிபன் சென்டர்” என்ற பெயரைப் பெற்றன.

பாடநூல்கள் சிலவற்றை அவனுக்கு வாங்கிக்கொடுத்தான். எதிர்பார்த்ததற்கும் மேலான வேகத்தில் படிப்பில் அவன்

முன்னேறியது வெளிப்படையாகத் தெரிந்தது. பாடநூல்களுக்கு அப்பால் படிப்பதன் மூலம் வகுப்பறைக் கல்விக்கு வலுவேற்றும் வித்தை அவனிடம் படியத் தொடங்கிவிட்டது. பிரதிகளை விமர்சனபூர்வமாகக் காணவும் கற்றுக்கொண்டான். பிற ஆசிரியர்கள் ஓரிருவரும் அவன் படிப்பில் அக்கறை காட்டினார்கள். படிப்பு முடியும் நேரம்.

'மேல படிக்கிறதுல ஒண்ணும் பிரச்சினை இல்லையே?'

பிரச்சினை இருக்கப்போவது தெரிந்ததுதான். உரையாடலின் சம்பிரதாயமான தொடக்கத்துக்காகவே இவன் கேட்டான்.

'... இல்லிங்க சார்.'

'என்ன, தயங்கற மாதிரி தெரியுது. எதுக்கும் கவலைப்பட வேணாம். எல்லாம் பாத்துக்கலாம்.'

'அதுக்கில்லிங்க சார். நீங்க கோவிச்சிக்கக் கூடாது. நான் எம்.ஏ. இங்க படிக்கப்போறதில்ல.'

'ஏம்ப்பா? நாங்கெல்லாம் சரியில்லைன்னு முடிவு பண்ணிட்டியா?' சிரித்துக்கொண்டே இவன் கேட்டான்.

அவன் மனதில் இருப்பது தெரிந்ததுதான்.

'அய்யோ, அது இல்லிங்க சார். உங்குளுக்கே காரணம் தெரியும்.'

'சரி. எங்க சேரப்போற?'

கல்லூரி பெயரைச் சொன்னான்.

'நல்லது. நானே சொல்லலாம்னு நெனச்சேன். என்ன உதவி வேணும்னாலும் தயங்காம கேளு. நேரம் கெடைக்கும்போது வந்து பாரு.'

மேலே படித்தபோது சில முறை வந்து சந்தித்தான். பிரதிகளை அனுபவித்துப் புரிந்துகொள்வது தெரிந்தது. கோட்பாடுகள் சார்ந்த அறிவை விசாலமாக்கிக்கொண்டான். சமகாலத் தமிழ் இலக்கியத்திலும் நல்ல பரிச்சயம் தென்பட்டது. ஒரு கட்டத்தில் நல்ல ஆசான் ஆவான் என்பதில் சந்தேகமில்லை. தம்மின்தம் மக்கள் அறிவுடைமை உணர்ந்து மாணவனை மகனாகப் பார்க்கும் சந்தர்ப்பம்.

37

'அப்பம்லாம் சினிமா போஸ்டர் ஒட்டின தட்டிங்கள ரெண்டு பக்கமும் கெட்டிக்கிட்டு மாட்டு வண்டிய ஒருத்தர் ஓட்ட இன்னொருத்தர் பின்பக்கம் ஒக்காந்துகிட்டு நோட்டீஸ் குடுப்பாரில்ல. அந்த வண்டிக்குப் பின்னால ஓடற பசங்களோட சேந்து அண்ணனும் நானும் ஓடி நோட்டீஸ் வாங்குவோம். படிச்சிட்டு அண்ணன் தூக்கிப் போட்ருவான். நான் வீட்டுக்குக் கொண்டுவந்துருவேன். அப்றம் தெருமுக்கில ஒருத்தரு எலிப் பாஷாணம் விப்பாரு. அவரும் நோட்டீஸ் குடுப்பாரு. வாங்கி வச்சிக்குவேன். குழாய் ஃபாம்ல இருக்கற ஸ்பீக்கரை ஒரு கையில வெச்சிக்கிட்டு அவர் பேசுவார். அதுக்கு பேட்டரி கெடையாது. தகரத்துல செஞ்சது. ஒண்ணு ரெண்டு தடவ அண்ணங்கூட கட்சிப் பொதுக்கூட்டத்துக்குக்கூடப் போயிருக்கேன். வீட்டுக்குத் தெரியாது. கொஞ்ச நேரத்திலியே தேடுவாங்கன்னு பயம் வந்துரும். கொண்டுபோய் என்ன வீட்ல விட்ருன்னு அவங்கிட்ட கெஞ்சுவேன். திட்டிக்கிட்டே கொண்டுபோய் விடுவான். பையனுங்க பண்றத நம்மளும் செய்யம்னுன்ற ஆசைல அப்டில்லாம் செய்வேன். அதில்லாம வீட்டத் தாண்டி ஒரு பெரிய வெளி இருக்குதே. அது என்னன்னு எக்ஸ்பீரியன்ஸ் பண்ணனுங்கற ஆசையும் கூடவே இருந்தது.'

பேசிய முதல் இரண்டு வாக்கியங்களில் ஊர் தெரிந்துவிட்டது. அடுத்த ஒரு நிமிடத்தில் சுபாவம் தெரிந்துவிட்டது. கவனத்துக்கு உரியவர் என்று அந்தப் பெண்மணி இவனுக்குப் பட்டார்.

வகுப்பில்லாத நேரத்தில் துறை நூலகத்தில் இவர்களோடு சேர்ந்துகொள்வார். சூழலைக் கொண்டாட்டத் துள்ளலாக மாற்றும் அவர் இயல்பு இரண்டாவது சந்திப்பில் முழுதாகத்

தெரியவந்தது. மாணவர்கள் இல்லாதபோது நகைச்சுவைத் துணுக்குகளைப் பரிமாறிக்கொள்வார்கள். உயர் கல்விக்குப் பெரிதும் அறியப்பட்ட தென்கோடி ஊர்க்காரர். சார்ந்த சமயம் ஆங்கிலக் கல்விக்கு இயல்பாக உந்த, இவரைப் போன்றோர் கணிசமான எண்ணிக்கையில் ஆங்கில ஆசிரியர்களாகி யிருக்கிறார்கள். ஒவ்வொரு ஆங்கில இலாகாவிலும் குறைந்தது இரண்டு, மூன்று பேர் இருந்தார்கள். ஊருக்கு ஏற்ப இது கூடுமே ஒழிய குறையாது. படித்த குடும்ப உறுப்பினர்கள், வீட்டிலும் பள்ளியிலும் கிடைத்த மரபான சமயக் கல்வி போன்றவை இளம்பருவத்தில் அவர்மீது செல்வாக்குச் செலுத்தியுள்ளன. *சத்தாய் நிஷ்களமாய் ஒரு சாமியமும் இலதாய் சித்தாய் ஆனந்தமாய்த் திகழ்கின்றத் திரித்துவமே* என்று தொடங்கும் பாடலைப் போன்ற சிலவற்றைக் குழந்தைப் பருவத்தில் அவருடைய அப்பா அன்றாடம் வீட்டில் பாடவைப்பாராம். பள்ளியில் தொடங்கிய ஆங்கிலப் புனைவிலக்கிய வாசிப்பு கல்லூரி, போதனைக் காலம் என்று நீண்டு, பின் வாழ் அனுபவத்தில் ஊடாடி இறை, ஜீவியத்தின் அர்த்தம் தொடர்பான அடிப்படைக் கேள்விகளுக்கு அவரை இட்டுச் சென்றுள்ளது.

இருத்தலியல்த் தத்துவத்தை ஆதாரமாகக் கொண்ட அமெரிக்கப் புனைவிலக்கியத்தின் ஒரு பகுதியை ஆய்வுக் களமாகக் கையாண்டிருக்கிறார். கடவுளின் இருப்பு அல்லது இல்லாமை, நல்லவை தீயவை ஆகியவை நிகழ்வதற்கான காரணங்கள், மனிதத் தெரிவுகள் போன்றவை உண்டாக்கிய இருத்தலியல் மன நெருக்கடிகளை ஆய்வின் மூலம் தணித்துக் கொண்டிருக்கிறார். *வாழ்க்கைக்கு அதனளவில் எந்த அர்த்தமும் கிடையாது, நோக்கமும் கிடையாது; கடவுள் இல்லாத அபத்த உலகில் மனிதனே அவன் வாழ்க்கைக்கு அர்த்தம் கொடுத்துக்கொள்ள வேண்டும்* என்பவை இருத்தலியல்த் தத்துவத்தின் அடிப்படைக் கோட்பாடுகள். *எல்லாவற்றுக்கும் விடை கண்டு பிடித்தாயிற்று, எப்படி வாழ்வது என்பதைத் தவிர . . . சுதந்திரம், மனிதனுக்கு வழங்கப்பட்டுள்ள சாபம்; உலகத்துக்குள் வீசியெறியப்பட்ட பிறகு அவன் செயல்கள் எல்லாவற்றுக்கும் அவனே பொறுப்பு* போன்ற சார்த்தரின் இருத்தலியல் கூற்றுகளை உணர்ச்சிபூர்வமாக உரையாடலில் அவ்வப்போது சொல்வார். தத்துவவாதிகள் பேசுவதன் சாரம் எளியவர்களுக்குப் புரியும் என்று இவனுக்கு அப்போது தோன்றும். அந்த நேரத்தில் செயல்படுவது மனம், மூளையல்ல.

சமகாலத் தமிழ் இலக்கியத்திலும் ஓரளவு பரிச்சயம் கொண்டிருந்த ஆங்கில ஆசிரியர் என்ற வகையில் அவர் அபூர்வ நேர்வுதான். அவர் ஊரின் பிரபல பெட்ரோல் நிலையம்

பலருக்குத் தெரியும். அதன் உரிமையாளர் ஒரு எழுத்தாளர் என்பது தெரிந்ததோடு அவர் மூத்த மகளோடு பள்ளியில் ஒரே வகுப்பில் படித்ததையும் அவர் சொன்னது இவனைப் பொறுத்தவரை சுவாரசியமான தகவல்கள். சி. மணியைப் பற்றி இவரிடம் சொல்லலாம் என்று ஒருநாள் தோன்றியது.

'நம்ம டிபார்ட்மென்ட்டுக்கு ஒரு பாரம்பரியம் இருக்கு. ஓ.வி. விஜயனோட நாவல் படிச்சிதா சொன்னிங்க. அவருக்கு அப்றம் லேட் ஃபிஃப்டீஸ்ல பழனிசாமின்னு ஒருத்தர் எம்.ஏ. படிச்சிருக்கார். சி. மணின்ற புனைபெயர்ல தமிழ்ல நவீன கவிதை எழுதினவர் அவர். எலியட்டோட பாதிப்பு நிறைய இருந்துருக்கு. வேஸ்ட் லேண்ட் பாணில நரகம்ன்ற தலைப்புல ஒரு நீண்ட கவிதையை இருபத்தாறு வயசில எழுதினார். தமிழ் இலக்கியங்கள்ல நல்ல பாண்டித்யம் இருந்ததால மரபும் நவீனமும் கலந்ததா அவரோட கவிதை மொழி உருவாகியிருக்கு. பழைய தமிழ்க் கவிதை மேல அபாரமான க்ரிப் இருந்திருக்கு. யாப்புடைத்த கவிதை, அணை உடைத்த காவிரி அப்டின்ற வரி நவீன கவிதை தொடர்பாக அவர் உருவாக்கிய பிரபல இமேஜ். இங்க படிக்கும்போதே எழுத்துன்ற லிட்டில் மேகஸீன்ல அவரோட போயம்ஸ் பப்ளிஷ் ஆகியிருக்கு. நவீன மனுஷனோட ஸ்பிரிச்சுவல் வெறுமையை சித்தரிச்சார். தீஸீஸ் எழுதும்போது அப்சர்ட் ட்ராமா பத்தி நிறையா படிச்சிருப்பிங்க. நவீன வாழ்க்கையின் அப்சர்டிட்டிய கேலி, கிண்டலோட தமிழ்ச் சூழல்ல முதல்ல கவிதையில் பேசினவர் சி. மணி. நடைன்ற பேர்ல ஒரு லிட்டில் மேகஸீனும் நடத்தினார். காலேஜ்ல டீச் பண்ணவும் செஞ்சார்...'

'டீச்சர், ரைட்டரா இருக்கறது நமமூர்ல ரொம்ப அபூர்வம்.'

'உண்மைதான். யாப்பியல்னா தெரியுந்தானே? ப்ராசடி. சாரி, ஆய்ச்சியர் குரவை அளவுக்குப் படிச்ச உங்ககிட்ட கேட்டது தப்பு. செல்வம்ன்ற புனைபேர்ல தமிழ் யாப்பியல் பத்தி ஒரு அம்பது பக்கக் கட்டுரை எழுதி அதத் தன்னோட மேகஸீனோட சப்ளிமென்ட்டா சின்ன புக் ஃபார்ம்ல மணி கொடுத்திருக்கார். எழுத்து, அசை, சீர், அடி மாதிரியான யாப்போட எலிமென்ட்ஸ விவரிச்சிட்டு பா வகைகள உதாரணங்களோட சொல்றார். யாப்பைப் பின்பற்றி உருவான பழைய கவிதைகள்லகூட பல வகை யாப்பிலக்கண மீறல் நடந்ததைச் சொல்லி அதெல்லாம் மரபானதுதான்ங்றார். சீர் மயக்கம், தளை மயக்கம், அடி மயக்கம், பாட்டின் இடையே உரைநடை வர்றது, புது உருவத்துல எழுதுறது எல்லாத்துக்கும் பழசிலிருந்து எக்ஸாம்ப்ள்ஸ் குடுக்குறார். அந்த வகைல சில நவீன கவிதைகள்ல இருக்குற யாப்பை விளக்கிச் சொல்லி

பலதும் அந்த இலக்கணத்தில் அடங்கிவிடும்ன்றார். நெகிழ்வான உருவம் இருந்தாலும் பரவாயில்லை, புதுமையும் இறுக்கமும் அழகும் கொண்ட உள்ளடக்கம்தான் முக்கியம்ங்கிறார். மாடர்ன் தமிழ் பொயட்ரியோட தியரிக்கு இந்தக் கட்டுரை பெரிய கான்ட்ரிபியூஷன்.'

'மீட்டரைவிட குறைவான வார்த்தைகளோடவும் சஜ்ஜெஸ்டிவாவும் எழுதறதுதான் முக்கியம்னு மாடர்ன் இங்லிஷ் பொயட்ரி தொடர்பா சொல்ற மாதிரி.'

'கரெக்ட்.'

'இங்லிஷ் லிட்ரேச்சர் படிக்கிறவங்களுக்குத் தமிழ் கிளாஸிக்ஸோட, அல்லது பொதுவா தாய்மொழி லிட்ரேச்சரோட பரிச்சயம் இருந்தா எவ்வளோ நல்லாருக்கும். அவங்க பெரிய காரியங்கள் பண்ணலாம். கிரியேட்டிவ் ரைட்டரா இருந்தா இன்னும் நல்லது. நீங்க சொல்ற சி. மணி நல்ல உதாரணம்.'

'உண்மைதான். இங்க படிக்கும்போதே ரொம்ப பிரில்லியன்ட்டான ஸ்டூடண்டா இருந்திருக்கார். அப்பெல்லாம் மாடர்ன் லிட்ரேச்சர் படிக்க நம்ம காலேஜ் ஸ்டூடண்ட்ஸ் கிறிஸ்டியன் காலேஜுக்குதான் போகணுமாம். சில வருஷங்கள் கழிச்சி பச்சையப்பாஸ் பசங்க ஒண்ணு, ரெண்டு பேப்பரை நம்ம காலேஜுக்கு வந்து படிச்சதா சொல்லுவாங்க. ஒரு இலக்கியப் பத்திரிகைக்குக் குடுத்த இன்ட்டர்வியூல அதப்பத்தி சொல்றப்ப, "நாங்க பதிமூணு பேர் அங்க போவோம். அங்கிருந்த பேராசிரியர் *Waste Land* நடத்துவார். *April is the cruellest month*ன்னு ஆரம்பிக்கிற ஃபஸ்ட் ஸ்டேன்ஸா முழுதும் படிச்சிக் காமிச்சிட்டு *Do you understand?* என்று கேப்பார். நாங்க 'புரியவில்லை' என்போம். அப்றம் மத்த பன்னிரண்டு பேரையும் நான் தங்கியிருந்த விக்டோரியா ஹாஸ்டல் ரூமுக்கு வரவழச்சி *Waste Land* நடத்துவேன். நான் ஏற்கனவே அந்த போயத்தைப் படிச்சிருக்கேன். இது யுங்கிடமிருந்து எடுத்துக் கொண்டது, இது உபநிஷத்திலிருந்து எடுத்துக் கொண்டது, இது டெரா[1] கார்டு தொடர்பானது என்று விளக்கிச் சொல்வேன்," அப்டின்னு மணி குறிப்பிட்டிருக்கார்.

'மார்வெலஸ். டீச் பண்றவர் தெளிவா இல்லைண்ணா அந்த போயம் நடத்துறது தற்கொலை முயற்சியாயிடும்.'

---

1 அடிக் குறிப்பு: படங்களை உடைய 78 சீட்டுகளிலிருந்து மூன்று சீட்டுகளைத் தேர்ந்தெடுகக்கச் சொல்வதன் மூலம் ஒருவருடைய எதிர்காலத்தைக் கணித்துக் கூறும் பழங்கால ஜோதிட முறை. இன்றும் நடைமுறையில் இருப்பதாகச் சொல்லப்படுகிறது.

‘ட்ரேன்ஸ்லேட் பண்ணும்போது ஒரு பிரதியை ஆழமாப் படிக்கிறோம். சொல்லிக்கொடுக்கும்போதும் அதேதான் நடக்குது. நடத்தும்போதே சிலது புதுசா தோணும். வேஸ்ட் லேண்ட் பொறுத்தவரை எனக்கு அது வாய்க்கல. காலேஜ் படிக்கும்போது வாசிச்சது. அப்றம் அப்பப்ப ரெஃபரன்ஸுக்காக பாக்குறதுதான். அப்டியும் ஒருநாள் ஒரு லேங்வேஜ் கிளாஸ்ல பொல்யூஷன் பத்திப் பேச்சு வந்தப்ப *“The river sweats / Oil and tar”* என்ற வரிகள என்ன அறியாமலேயே சொல்லிட்டன். அவங்களுக்கு அது அதிகம்தான். ஆனாலும் சிலர் முகத்துல ஒரு புன்முறுவல் தெரிஞ்சது. நிறைவா இருந்திச்சு. அதிருக்கட்டும். மணி துல்லியமான டிரேன்ஸ்லேட்டரும்கூட. தாவோயிசம், பௌத்தம், ஃப்ராய்ட் சம்பந்தப்பட்ட புத்தகங்களை மொழிபெயர்த்தார்.’

‘நீங்க அவரை எப்பமாது பாத்திருக்கீங்களா?’

‘மூணு, நாலு தடவைப் பாத்துப் பேசிருக்கேன். லிட்ரரி தியரி தொடர்பான ஒரு அறிமுகப் புத்தகத்தத் தமிழ்ல மொழிபெயர்த்தப்ப அவர்தான் அதுக்கு எடிட்டர். அப்ப அவர்கிட்ட இருந்து நிறைய கத்துக்கிட்டன்.

‘நீங்க அதிர்ஷ்டசாலி.’

‘எல்லாம் தற்செயல். ஆனா, அதுக்கு நீங்க ஃபீல்டுல தொடர்ந்து இருக்கணும்.’

அவருடைய சிரிப்பு தனித்துவமான அலையில் ஏறி பரவிச் செல்லும். இவன் அதிகம் கேட்டிராத வகையான சிரிப்பு. எதையும் ஒளிக்காத, பாசாங்கு வெளிப்படாத சிரிப்பு. மெய்யான நகைச்சுவை உணர்வு அந்தஸ்து பார்க்காது, வயதையும் கருதாது. புத்தகத்தைப் ‘படிப்ப’தாகவோ ‘வாசிப்ப’தாகவோ சொல்ல மாட்டார். எல்லாம் ‘ரீட் பண்ணு’வதுதான். நிறைய ‘ரீட் பண்ணி’ பகிர்ந்துகொள்ளவும் செய்வார். ‘*send* பண்ணு’வதற்கு முன்பே புழக்கத்துக்கு வந்துவிட்டது இது. இந்த வகையில் ‘ரீட்’ ஐத் தமிழ்க் கலப்போடு ஒரு ஆண் சொல்வாரா என்பது சந்தேகந்தான். தன் கருத்தை வலியுறுத்திச் சொல்ல முடியவில்லை என்பதை உணர்த்த வந்த பெண்ணொருவர் “என்னால ஓங்கிச் சொல்ல முடியலை” என்றார் ஒருநாள். இவன் அதுவரை அந்தப் பொருளில் அந்த வார்த்தையைக் கேட்டதில்லை. இன்னொரு பெண், சிறு தெருக் கிளையைப் ‘பொடி சந்து’ என்று வர்ணித்தார். வேறொரு பெண், பாடகரைப் ‘பாட்டாளர்’ என்று குறிப்பிட்டார். பெண்களின் பேச்சு மொழியில்

அணியலங்காரங்கள் இப்படித்தான் இயல்பாகக் கலக்கின்றன போலும். அவர்களுடைய படைப்பு மொழியில் இதோடு நெகிழ்வும் அதர்க்கமும் இணைந்து புது தினுசான உருவத்தையும் தொனியையும் அதற்கு அளிக்கின்றன.

குறும்பும் வினோத வார்த்தைக் கலவைகளும் அந்தப் பெண் ஆசிரியரின் மொழியில் துள்ளிக்கொண்டு வரும். ஊர் பாஷையின் சங்கீதமும் அனுபவிக்கக் கிடைக்கும். சாலை விதிகளைக் காற்றில் பறக்கவிட்ட அந்த மாநகரத்தில் வாகனங்களை இயக்கிச் சேதமில்லாமல் பணியிடமும் வீடும் சென்றடைவது பெரும்பகுதி அதிர்ஷ்டத்தைச் சார்ந்ததாக இருந்தது. சிறு நகரத்திலிருந்து இடம்பெயர்ந்து வந்து புது இடத்தின் அச்சுறுத்தும் ஒழுங்கின்மையில் அப்பெண்மணி தானே காரை லாகவமாகச் செலுத்தி வருவார். அது வெறும் திறன் சார்ந்த செயலாக மட்டும் தெரியவில்லை.

‘நீங்க எப்பமாது பைபிள் வாசிக்கிறதுண்டா?’ என்று ஒரு தடவை இவனைக் கேட்டார்.

‘பாடத்துல வர்ற ரெஃபரென்ஸுக்கு இங்லிஷ் வெர்ஷனைப் பாத்துக்குவேன். பிரதானமா அது எனக்கு ஒரு லிட்ரரி டெக்ஸ்ட். கூடுதலா அறவியலை வேற பேசுமே. தமிழ் விவிலியத்தை அடிக்கடி எடுத்து எனக்கு மட்டும் கேக்கும்படி சில பகுதிகளைக் கொஞ்சம் உரக்க வாசிப்பன். சுகமா இருக்கும்.’

‘அறவியல்னா எதிக்ஸ்தானே? வார்த்தை நல்லாயிருக்கு.’

‘ஆமா.’

‘உங்களுக்குப் பிடிச்ச வசனம் எதாவது சொல்லுங்களேன்.’

கொஞ்சம் யோசித்த இவன், *ஆகாயத்துப் பட்சிகளைக் கவனித்துப் பாருங்கள்: அவைகள் விதைக்கிறதுமில்லை, களஞ்சியங்களில் சேர்த்துவைக்கிறதுமில்லை; அவைகளையும் உங்கள் பரமபிதா பிழைப்பூட்டுகிறார்; அவைகளைப் பார்க்கிலும் நீங்கள் விசேஷித்தவர்கள் அல்லவா? கவலைப்படுகிறதனாலே உங்களில் எவன் தன் சரீர அளவோடு ஒரு முழத்தைக் கூட்டுவான்?... மனுஷர் உங்களுக்கு எவைகளைச் செய்ய விரும்பு கிறீர்களோ, அவைகளை நீங்களும் அவர்களுக்குச் செய்யுங்கள்; இதுவே நியாயப்பிரமாணமும் தீர்க்கதரிசனங்களுமாம்’* என்று சொல்லிவிட்டு, ‘மத்தேயு வசனங்கதானே?’ என்று கேட்டு உறுதிப்படுத்திக்கொண்டு, பிறகு கேட்டான்:

‘நீங்க நெறையா படிச்சிருப்பீங்க. ஞாபகமும் இருக்கும். எதாவது சொல்லுங்களேன்.’

‘எனக்குப் பிடிச்சது நெறையா இருக்குது. ஆனா எனக்கு ஒப்புதலில்லாத டேவிட் சங்கீதம் ஒண்ணு சொல்றேன். *நான் இளைஞனாயிருந்தேன், முதிர்வயதுள்ளவனுமானேன். ஆனாலும் நீதிமான் கைவிடப்பட்டதையும், அவன் சந்ததி அப்பத்துக்கு இரந்து திரிகிறதையும் நான் காணவில்லை.*’

இந்தச் சங்கீதத்தை இவன் படித்ததில்லை. ஆனால், அது சொல்வதற்கு முரணானதுதானே கண்ணில் படுகிறது.

தமிழிசை தொடர்பான ஆயிரத்து சொச்சப் பக்கங்கள் கொண்ட பிரம்மாண்ட முன்னோடி நூலை எழுதிய அறிஞரின் வம்சாவளியில் வந்தவர் அப்பெண்மணி என்பதை அறியவந்ததுதான் ஆச்சரியம். அந்தப் பாரம்பரியத்தை வெறுமனே இயந்திரத்தனமாக சுவீகரித்தவர் அல்ல. கிறித்தவர்களுக்கே உரிய மேற்கத்திய இசை ஆர்வத்தைத் திசை மாற்றி வீணை மீட்டக் கற்றுக்கொண்டிருக்கிறார்.

அந்த நூலை இசை நிபுணர்களே வாசித்தறிய முடியும் என்பதால் எளிய இசை ஆர்வலர்களும் அதைப் புரிந்துகொள்ள வழிசெய்யத் தீர்மானித்திருக்கிறார். வீணை மீட்டல் சார்ந்த கல்வியால் பெற்ற இசையறிவும் வல்லுநர்கள் சிலரின் வழிகாட்டலும் துணைசெய்ய அந்நூலின் வடிவத்தைச் சுருக்கிச் செம்பதிப்பாக ஆங்கிலத்தில் வெளியிட்டுள்ளார். சிலப்பதிகார ஆய்ச்சியர் குரவையின் ஒரு பகுதிக்கு உரையாசிரியர்களைச் சார்ந்து மூல ஆசிரியர் கொடுத்த விளக்கத்திலிருந்து விலகி இவர் ஒரு குறிப்பு கொடுத்திருக்கிறார். சுரத்தின் மேற்பாலை, கீழ்ப்பாலை தொடர்பாக இளங்கோ சொன்னது நூலுடைய மூல ஆசிரியரின் விளக்கத்தில் வரவில்லை என்று எழுதியிருக்கிறார். அந்தப் பகுதியை அவர் விளக்கிச் சொல்லியும் இவனுக்குப் புரியவில்லை.

38

'எங்களுக்கு திருமணம் முடிந்து இந்த 2009 ஓடு இருவாது ஆண்டுகள் ஆகிறாது.'

'அவன் ஒரு வெளை பறிச்சை எழுதி இருந்தால் அவன் பாஸ்யாகி இருப்பான்.'

'அவள் நோற்று டாவுன் ஹால் மாலை நேரத்தில் நாடனம் மிகவும் நான்றாக ஆடினால்.'

'அவன் இதுவரை டில்லிக்கு சோன்றதில்லை.'

மேலே காண்பது இலக்கியம் உள்ளிட்டு வெவ்வேறு பாடங்களில் பட்டப்படிப்பும் பட்டமேற்படிப்பும் மேற்கொண்டிருந்த மாணவர்கள் சிலரிடம் கொஞ்சி விளையாடிய செழுந்தமிழ். இவன் கொடுத்த ஒரு பயிற்சியில் காணக்கிடைத்த முத்துக்கள். இதற்கும் கீழாக ஒரு மொழி சிதைய முடியுமா என்பது சந்தேகத்துக்குரியது. இவற்றை எழுதியவர்கள் மொழிவெறி நாடகத்தின் இறுதிக் கட்டத்துக்குப்பின் பிறந்தவர்கள். அந்த நாடகத்தின் அப்பாவிப் பலியாடுகள். சில ஆண்டுகளுக்கு முன்னால் இருந்தவர்களைப் போல இங்கு உண்டாக்கப்பட்டிருந்த அசட்டு மொழி உணர்ச்சிக்கு ஆட்படாதவர்கள். அப்படியான உணர்ச்சி என்ன என்பதுகூட அறியாதவர்கள். இவர்களுக்குத் தெரிந்த தமிழ் இவ்வளவுதான். இதுதான் தமிழ் மொழி என்று உண்மையாகவே நம்புபவர்கள். ஏனென்றால் சுற்றிலும் அவர்கள் கேட்பதும் பார்ப்பதும் இப்படியான தமிழைத்தான். இவர்களில் கொஞ்சம் புத்திசாலியானவர்கள் அச்சு, காட்சி ஊடகங்களில் பணியேற்று இருபத்து நான்கு மணி நேரமும் ஓய்வு ஒழிச்சலின்றி புவி முழுதும் பைந்தமிழை வளர்ப்பவர்கள்.

முப்பது, நாற்பது ஆண்டுகளுக்கு முன்பு கற்றவர்கள் பாடம் தாண்டிச் சிலவற்றைப் படித்தவர்கள். வகுப்பறைக் கல்வியும் அப்போது தோதாக இருந்தது. மொழிப் பயன்பாட்டின் அனைத்துத் துறைகளிலும் நம்பிக்கைக்குரிய செயல்பாடுகளில் ஈடுபட்டவர்கள் அவர்கள். காலப்போக்கில் ஒட்டுமொத்த மாணவர்களின் மொழித்திறன் சரிந்து அதலபாதாளத்துக்குப் போயிற்று. எழுவாய்க்கும் பயனிலைக்கும் எந்த வகையிலும் இணக்கம் தேவையில்லை என்பதைத் தமிழ்கூறு நல்லுலகின் தேசியச் சட்டமாகப் பிரகடனம் செய்துவிட்டார்கள். மொழி என்பது இங்கே பலரும் தம் இன்னுயிரை ஈயத் தயாராக இருக்கும் தமிழை மட்டுமே குறிக்கிறது. ஆங்கிலத்துக்கு அதைவிட மோசமான கதிதான் என்றாலும் அதில் புழக்கம் குறைவு அல்லது அநேகமாக இல்லை என்ற நிலை என்பதால் அதன் வளாக இருப்பின் அவலம் புரிந்துகொள்ளக்கூடியது. வாசித்தல், அடிக்கடி கேட்டல், எழுதுதல், கடைசியாகப் பேசுதல் என்ற படிநிலைகள் ஒரு மொழியைக் கையாளும் சௌகரியத்தைக் கொடுக்கும். இவற்றில் ஆங்கிலம் எங்கே இருக்கும் என்பதை சொல்லத் தேவையில்லை.

தமிழைக் கேட்கிறார்கள், பேசுகிறார்கள். அதோடு சரி. எழுதுதல் என்பது தேர்வில் மூன்று மணிநேரம் நிகழ்வதோடு சரி. வாசித்தல் அதே காரியத்துக்காகச் சில மணிநேரம் நடக்கும். இவன் அடிக்கடி வகுப்பில், "நீங்கள் வாழ்க்கையில் படிக்கும் ஒரே பத்திரிகை வீட்டுக்கு வர்ற திருமணப் பத்திரிகை மட்டுமே" என்பான். இதை மிகுந்த வருத்தத்துடன்தான் சொல்வான். எதிர்த் தரப்பு சிரித்து அதைக் கடந்துவிடும். ஆனால் இவன் சொல்வது தொண்ணூற்றொன்பது சதவீதம் உண்மை.

தமிழ்மீது மரியாதையும் ஈடுபாடும் இருந்த காலத்தில் அதை எல்லாரும் முறையாகக் கற்பித்தார்கள்; கிரமமாகக் கற்றார்கள். எவ்வளவோ உருப்படியான காரியங்கள் நடந்தன. கல்லுக்கும் மண்ணுக்கும் மூத்தது என்று வெற்றாக அலறத் தொடங்கியதும் மொழி பக்தி பெருகி, பின் அது வெறியாகி அதன் கல்விப்புல உயிர் ஊசலாடத் தொடங்கியது. வெறி ஏறிய வேகத்திற்குச் சமமான விகிதத்தில் மொழித்திறன் சறுக்கியது. இந்தப் பிரதேசத்தைப்போல மொழிப் பாசாங்கு கொண்ட வேறொன்று பூலோகத்தில் கிடையாது. ராஜாங்கத்தாருக்கும் பாடசாலை அறிஞர்களுக்கும் வெறும் வாய்ப் பேச்சு உச்சப் புகழையும் அதன் வழி வரும் அதிகாரத்தையும் தங்கத் தாம்பாளத்தில் வைத்து வழங்கியது.

மொழியைக் கற்பித்தால் சோறு கிடைக்கும். இங்கே மொழி வாழ்க என்று அடித் தொண்டையிலிருந்து கத்தினால் புகழும் அதிகாரமும் அன்றி செல்வமும் திகட்டத் திகட்டக்

கிடைக்கும். மொழி வளர்ச்சிக்குச் சுண்டுவிரலைக்கூட அசைக்க வேண்டியதில்லை. வளாகத்துக்குள்ளேயே சீரிய ஆய்வில் ஈடுபட்டவர்களைச் சக சொல்லாடிகள் கண்டுகொள்ளாதது மட்டுமல்லாமல் அவர்களை வசைபாடியதற்குச் சான்றுகள் உண்டு. அடக்கத்துடன், பெயர் தெரியவராமல் வளாகம் தாண்டி சிலர் படைப்பூக்கத்துடன் மொழி மேம்பாட்டுக்கான பல்வேறு செயல்களில் ஈடுபடுகிறார்கள். அவர்களைப் பேராசான்களுக்குத் தெரியாது. தெரியாதென்பதும் தெரியாது.

மத்திய ராஜாங்க இலக்கிய ஸ்தாபனம் நடத்தியப் பயிலரங்கு ஒன்றில் தமிழ்ப் பேராசான் ஒருவருக்கும் தமிழின் குறிப்பிடத் தக்க இரண்டு நாவல்களையும் சிறந்த சிறுகதைகளையும் கவிதைகளையும் அப்போது எழுதியிருந்தத் தமிழ் எழுத்தாளர் ஒருவருக்கும் நிகழ்ந்த உரையாடல் இலக்கிய வரலாற்றுச் செப்பேட்டிலும் கல்வெட்டிலும் ஆழமாகப் பொறிக்கப்பட்டு குளிர்பதனம் செய்யப்பட்டக் கண்ணாடிக் கூண்டுக்குள் வைத்துப் பாதுகாக்கப்பட வேண்டியது:

த. பே.: வணக்கம்... நீங்க?

த. எ.: (பெயரைச் சொல்கிறார்)

த. பே.: எந்த ஊரு?

த. எ.: (ஊரைச் சொல்கிறார்)

த. பே.: என்ன பண்றீங்க?

த. எ.: துணிக்கடை வச்சிருக்கேன்.

த. பே.: ரொம்ப நல்லதுங்க... ஆமா இங்க...?

த. எ.: எனக்கும் இலக்கியத்தில் ஆர்வம் உண்டு. எழுதறேன்.

த. பே.: பாத்தீங்களா, தமிழும் மலையாளமும் பக்கம் பக்கமா இருக்கிற மொழிங்க. நீங்க மலையாளத்தில எழுதறீங்க. உங்க பேரு எனக்குத் தெரியலை. இந்த நிலை மாறணுங்க...

த. எ.: நான் தமிழிலேன்னா எழுதறேன்.

த. பே.: அடாடா சரியாப் போச்சு போங்க... உங்க புனைபேர் என்ன?

த. எ.: நான் என் சொந்தப் பேரில்தான் எழுதறேன்....ன்னு...

த. பே.: என்ன எழுதறீங்க? நான் கதைகள் மட்டும்தான் அதிகமா படிக்கிறது. நம்ம ஏரியா திறனாய்வு பாத்தீங்களா?

த. எ.: நானும் கதைகள்தான் எழுதறேன்.

த. பே.: அடாடா... நமக்கு வேலை கொஞ்சம் அதிகமுங்க. நான்லாம் பழையகாலக் கதைகள் அதிகமா படிக்கிறதில்லை.

த. எ.: நான் தொடர்ந்து எழுதிட்டிருக்கேன். இப்பதான் அதிகமா எழுதறேன்.

த. பே.: (தத்தளித்து) ஒருநாள் உங்க கதைகளைக் கொண்டாங்க படிச்சுப் பாப்பம். நாங்க காலேஜுக்குக்கூட ஆர்டர் போடுவோம்... வரட்டா?

ஒரு முறை கேரளத்துப் பக்க ரயிலில் பயணம் செய்த அதே எழுத்தாளரைக் கண்டு ரயில்பெட்டி கூட்டும் பெண் ஒருவர் அவர் பெயரைச் சொல்லி அடையாளத்தை உறுதிப்படுத்திக் கொண்டிருக்கிறார். திகைத்து விசாரித்த அவரிடம், அவருடைய மொழிபெயர்க்கப்பட்ட நாவல் பகுதியோடு வெளியான அவருடைய புகைப்படத்தைப் பத்திரிகையில் பார்த்ததாக அந்தப் பெண் சொல்லியிருக்கிறார். தான் அந்த நாவலைப் படிக்கவில்லையென்றும் சும்மா பொழுதுபோக்கு நாவல்கள் மட்டுமே படிப்பது வழக்கம் என்றும் சொன்னாராம். தன் மகன் அதைப் படிப்பதாகவும் சொல்லியிருக்கிறார். "உங்க மகன் கம்யூனிஸ்ட்டா?" என்ற எழுத்தாளரின் கேள்விக்கு, "ஆமா. எப்படித் தெரியும்?" என்றிருக்கிறார் அப்பெண். "நான்லாம் கம்யூனிஸ்டா இருந்ததைப் பத்தி பெருமை கொள்ற தருணம் அது" என்று தன் இளம் எழுத்தாள நண்பரிடம் சொல்லி நெகிழ்ந்திருக்கிறார் அவர்.

நாவலின் தலைப்பின் பகுதியாக 'சில குறிப்புகள்' என்ற சொற்றொடர் இருந்ததால் அது நாவல் எழுதுவதற்கான கையேடு என்று புரிந்துகொண்டு அதன் ஒரு பிரதியை, உரிய கழிவோடு, அனுப்பச் சொல்லிக் கேட்ட அறிவார்ந்த சமூகம் இது. கவிதைத் தொகுப்பின் தலைப்பில் 'கதை' என்ற சொல் இருந்ததால் அதைப் புதினப் பாடத்திட்டத்தில் சேர்த்த அறிஞர்களின் நன்னிலம் இது. நாற்பது சொச்சம் ஆண்டுகளாக ஒரே அகராதியின் ஒரே பதிப்போடு திருப்தியடைந்துவிட்ட உயர்கல்வி உலகம் இது. வெள்ளைக்காரன் தன் அகராதியில் வருடத்துக்கு நான்கு முறை புது வார்த்தைகளைச் சேர்க்கிறான். ஐந்து வருடங்களுக்கு ஒரு முறை விரிவாக்கிப் புதுப்பதிப்புப் போடுகிறான். தகுதியானவர் களைக் குழுவில் இணைத்துக்கொண்டு சமகாலத் தமிழுக்கு அகராதி தயாரித்தவர் அடிப்படையில் ஒரு சிறுபத்திரிகைக்காரர்.

இருபத்தெட்டு வருடங்களில் அதை விரிவாக்கி, திருத்தி மூன்று பதிப்புகள் கொண்டுவந்தார்.

பாடசாலைகளுக்குள் நிகழும் ஒரு சில ஆக்கபூர்வமான காரியங்கள் தனிநபர்களின் ஈடுபாடு சார்ந்தவையே. புதிய அறிவுத் துறைகளுக்குத் தமிழைப் பழக்குதல் என்பதில்தான் மொழி வளர்ச்சி நிகழும். வளாகம் தாண்டி நடக்கும் காத்திரமான சாதனைகள் சிறிய அளவிலாவது இரும்புத் திரையின் அடியில் தவழ்ந்து கொஞ்சம் கொஞ்சமாக நுழைகின்றன. அமைப்பு, அடையாளத் தேறல் மாந்தி போதையில் சுருண்டு படுத்திருக்கிறது. அதற்கு வெளிப்பூச்சின் பகட்டு போதும், உள்ளீடு தேவையில்லை.

39

அவல நாடகம் எல்லாருக்கும் தெரியும்; கேலிக்கூத்தும் தெரியும். அவை தனித்தனி குணாம்சங்கள் கொண்ட அரங்க வெளிப்பாடுகள் என்று நாடக இலக்கியம் அறிந்தவர்கள் நம்புவார்கள். இரண்டும் கலந்த ஒரு வினோத வடிவத்தைத் தம்மை அறியாமலேயே கண்டுபிடித்து அதைச் செழிப்பாக வளர்த்தெடுத்தார்கள் ஆய்வாளர்கள் சிலர். ஆய்வுத்துறையில் அரங்கேறிய வேடிக்கைகளை இவன் படித்தும் கேள்விப்பட்டும் தெரிந்துகொண்டிருந்தான். பின்னாளில் அவற்றில் சிலவற்றுக்குப் பார்வையாளனும் ஆனான். துறையிலிருந்த கவிஞரிடம் ஒருநாள் கேட்டான்:

'உங்களுக்கு பி.ஜி.எல். ஸ்வாமி தெரியுமா?'

'நல்லாவே தெரியும். பி.யு.சி. முடிச்சிட்டு பி.ஏ.வுக்கு அப்ளிகேஷன் வாங்க இங்க வந்தேன். வீடு ட்ரிப்ளிகேன்லதான். சின்ன பையனாத்தான் தெரிவேன். காலையில சீக்கிரமாவே வந்துட்டேன். ஒருத்தர் காக்கி ட்ரவுசர் போட்டுக்கிட்டு பைப் பிடிச்சபடி ஹோஸ் வழியா செடிங்களுக்குத் தண்ணீர் விட்டுக்கிட்டிருந்தார். பைப்ல ஒருத்தர் ஸ்மோக் பண்றத முதல்ல அப்பதான் பாத்தேன். அவர் தோட்டக்காரர் மாதிரியும் தெரியல. 'என்ன'ன்னு கேட்டார். சொன்னேன். "இவ்ளோ சின்ன பையனா இருக்கியே. இங்க பொண்ணுங்கெல்லாம் உன்ன கிண்டல் பண்ணுவாங்களே, தாங்குவியா?" என்று கேட்டுவிட்டு சிரித்தபடியே போக வேண்டிய இடத்துக்கு வழி சொன்னார். அப்புறந்தான் சொன்னாங்க அவர்தான் பி.ஜி.எல். ஸ்வாமி, பிரின்ஸிபால்னு. அதுக்கு முன்னாடி அங்கயே பாட்டனி ஹெச்.ஓ.டி.யா இருந்திருக்கார். நான் பி.ஏ. படிச்ச 63 – 66 பீரியட்ல அவர் பிரின்ஸிபாலா இருந்தார். நீங்க எப்டி அவரப் பத்திக் கேள்விப் பட்டிங்க?'

‘லிட்டில் மேகஸீன் ஒண்ணுல ஒரு ரைட் – அப் வந்தது. அது பெங்களூர்ல இருந்து வரும். நடத்துனவங்க அங்க யுனிவர்சிட்டியிலே டீச் பண்ணிக்கிட்டு இருந்தவங்க. பத்திரிகைல ஸ்வாமி கன்னடத்துல எழுதின ஒரு புக் பத்தி குறிப்பிட்டிருந்தாங்க. அப்ப அவர் ரிடையர் ஆகி பெங்களூருல இருந்திருக்கார்.’

‘ஆமா, சொல்லுவாங்க. அவர் தமிழப் பத்தி நிறையா தெரிஞ்சவர்னு பேசிக்குவாங்க. எதைப் பத்தின புக் அது? நான் அந்தப் பத்திரிகை பாக்கல.’

‘அவரோட அப்பா குண்டப்பா கன்னடத்துல பிரபல நவ கவிஞராம். சாகித்ய அகாடமி விருது வாங்கியிருக்கார். ஸ்வாமி ஹார்வர்டுல செடிகளின் அனாடமி தொடர்பா உயர் ஆராய்ச்சி பண்ணியிருக்கார். ஹஸுரு ஹொன்னுன்ற தலைப்புல தாவரங்கள், மனிதர்கள், இலக்கியம் தொடர்பா சுவாரசியமான புக் ஒண்ணு எழுதினாராம். பச்சைத் தங்கம்னு அந்தத் தலைப்புக்கு அர்த்தமாம். அந்த புக்குக்காக ஸ்வாமிக்கும் சாகித்ய அகாடமி விருது கிடைச்சிருக்கு. அகாடமி விருது வாங்கின முதல் அப்பா–மகன் ஜோடி அவங்கதானாம். இதெல்லாம் நான் அப்றமா தெரிஞ்சிக்கிட்ட செய்திங்க. மெட்ராஸ்ல ரொம்ப வருஷம் இருந்ததால தமிழ் மொழி வரலாறு, இலக்கியம், ஆராய்ச்சி சம்பந்தமா சுய ஆர்வத்துல நிறைய தெரிஞ்சிக்கிட்டிருக்கார். நான் சொல்ற புக்குக்கு தமிளு தலேகள நடுவே என்பது தலைப்பு. அர்த்தம் ஓரளவுக்குப் புரியுது. தமிழில் நடக்கும் ஆராய்ச்சிகள்தான் தீம். ரொம்ப ஹ்யூமரஸா எழுதியிருக்கார்னு சொல்லி ஒரு பகுதிய அந்தப் பத்திரிகையில கோட் பண்ணியிருந்தாங்க. இப்பவே என்னால அதச் சொல்ல முடியும். ஆனா, அப்டியே படிச்சாதான் நல்லாருக்கும். நாளைக்குப் பத்திரிகையைக் கொண்டு வரேன். கட்டிலுக்கு அடியில் அட்டைப் பெட்டிகள்ல தேடணும்.’

கன்னடத்தின் புகழ்பெற்ற கவிஞர் ஒருவரின் மகனும் தமிழில் சிறந்த அறிவுடையவருமான டாக்டர் பி.ஜி.எல். ஸ்வாமி என்பவர் எழுதிய “தமிளு தலேகள நடுவே” என்ற நூல் கன்னடத்தில் பிரசித்தமான ஹாஸ்ய நூலாக சமீபத்தில் வெளிவந்துள்ளது. படித்தவர்களை விழுந்து விழுந்து சிரிக்கவைக்கும் நூல் கூறும் விஷயம் தமிழாய்வாளைர்களையும் தமிழ்த் துறைகளையும் தமிழ்ப் பேராசிரியர்களையும் பற்றியது. தமிழில் ஆய்வு என்ற பெயரில் நடக்கும் கோமாளித்தனங்களைக் கண்டு ஏற்பட்ட மனக்கஷ்டத்தை அங்கதப் பாணியில் டாக்டர் ஸ்வாமி வெளிப்படுத்தியுள்ளார். ஸ்வாமி அவர்கள் ஓர் சிறந்த விஞ்ஞானி

என்பதை மனதில் நிறுத்தி அவரது நூலின் ஒரு பகுதியைத் தருகிறோம்:

"ஒரு தமிழாசிரியர் 100 ரூபாய் ஆசைக்காக Ph.D.க்குப் பதிவு செய்தவர். சரியான guidance கிடைக்காமல் என்னிடம் வந்தார். அவருடைய தலைப்பைக் கேட்டேன்.

வந்தவர்: சங்ககாலச் சிறுவர்.

நான்: வேறு யாரோ அத்தலைப்பில் செய்தாயிற்றே.

வந்தவர்: அது சங்ககாலச் சிறுமியர். வேறொருவர் சங்ககாலக் குழந்தைகள். நான் சங்ககாலச் சிறுவர்.

நான்: சிறுவரும் சிறுமியரும் குழந்தைகளே அல்லவா?

வந்தவர்: எங்கள் இலக்கியப்படி 10 வருஷத்திற்கும் சிறியோர் குழந்தைகள். அதற்கு மேற்பட்டோர் சிறுவர், சிறுமியர்.

நான்: சங்க இலக்கியத்தில் இப்பாகுபாடு உண்டா? எனக்குத் தெரிந்தவரை அதில் வயது பற்றிய கருத்துக்களே இல்லை.

வந்தவர்: அதுதான் research என்பது. நாம் கண்டுபிடிப்பது.

இந்தத் தமிழாசிரியர் அத்தலைப்பில் ஆய்வு செய்து Ph.D. பட்டமும் பெற்றார். இத்தகைய ஆய்வுகள் பல நடந்துள்ளன; நடக்கின்றன. தமிழ் மட்டுமே அறிந்தோர் பட்டத்தை வழங்குவதால் டிகிரியின் நிலை புரிவதில்லை. இத்தகைய ஆய்வு செய்வோருக்கு டிகிரி கிடைப்பது உறுதி. தமிழ்த் துறையோடு மட்டும் இத்தகைய ஆய்வு நின்றுவிடுவதில்லை. சரித்திரத் துறையிலும் பல தலைப்புக்கள் சங்க இலக்கியம் பற்றியே. (அதன் பின் தமிழ் இலக்கியம் சூன்யமாகிவிட்டதோ.)

தமிழ்த் துறையில் செய்யப்படும் ஆய்வு: சங்ககாலத் தமிழர்.

வரலாற்றுத் துறையில் செய்யப்படும் ஆய்வு: தமிழர் – சங்க காலத்தில்.

தமிழ்த் துறையில் செய்யப்படும் ஆய்வு: புறநானூற்றில் வரலாற்றுக் கருத்துக்கள்.

வரலாற்றுத் துறையில் செய்யப்படும் ஆய்வு: வரலாற்றுப் பின்னணியில் புறநானூறு.

இவற்றைப் பார்த்த நிபுணர் குழு ஒன்று இரு துறைகளையும் இணைத்து ஒரு பேராசிரியர் மட்டும் நியமித்தால் பல்கலைக்கழகப் பணம் மிஞ்சும் என்றது, துணைவேந்தரிடம். இதையறிந்த இரு பேராசிரியர்களும் துணைவேந்தரிடம் சென்றனர்.

தமிழ்ப் பேராசிரியர்: தமிழிலக்கியத்திற்கு நாசம் வந்துவிட்டது.

வரலாற்றுப் பேராசிரியர்: ஆரியர் நம் மேல் படையெடுக்க ஆரம்பித்துள்ளனர்.

துணைவேந்தர்: உங்கள் கருத்துக்களை எழுதிக் கொடுங்கள். நிபுணர் குழுவிற்கு அனுப்புகிறேன்.

பேராசிரியர்கள் அமைச்சர்களை அணுகினர். மந்திரிகள் தீர விசாரிப்பதாக உறுதி கூறினர். பேராசிரியர்கள் சும்மா இருக்கவில்லை. துணைவேந்தரின் குலம் பற்றி ஆய்ந்தனர். பெரும் ஆராய்ச்சிக்குப் பிறகு துணைவேந்தர் 7,8 தலைமுறைக்கு முன் தெலுங்கும், 10,11 தலைமுறைக்கு முன் கன்னடமும் பேசியதாகக் கண்டுபிடித்தனர். இதனைத் தமிழ்ப் பத்திரிகைகளில் பொய்ப்பெயரில் எழுதினர்…

‘இதுக்கு அப்றம் இலக்கியப் பிரதிகளின் காலம் பத்தின சர்ச்சை வருது. அது வேணாம். வையாபுரிப் பிள்ளை, தெ.பொ.மீ. புலவர் குழந்தை, பூர்ணலிங்கம் பிள்ளையப் பத்தியெல்லாம் ஸ்வாமிக்குத் தெரிஞ்சிருக்கு. அது போதும்.’

‘இவ்ளோ படிச்சி வெச்சிருந்தாரா? ஆச்சரியமா இருக்குது. அது இருக்கட்டும். இங்லிஷ் டிபார்ட்மென்ட்டுல நடக்கிற ஆராய்ச்சியும் அப்டி ஒண்ணும் சிலாகிக்கிறமாதிரி இல்லையே.’

‘நீங்க சொல்றது சரிதான். அதப் பத்தியும் பாக்கணும். தமிழ்ச் சூழல் நமக்கு நெருக்கமா இருக்குது. நாமளும் தமிழ்ல நிறையா படிக்கிறோம். எழுதவும் செய்றோம். அதுல நடக்கிற நல்லது, கெட்டது உடனே நம்மள பாதிக்குது. உணர்ச்சிபூர்வமா உடனே ரியாக்ட் பண்றோம். எல்லாத்துக்கும் மேல நாம தமிழர்கள்தானே.’

40

போதனையும் ஆய்வும் உயர்கல்வியின் இரண்டு ஆதாரமான செயல்பாடுகள், குறைந்த பட்சம் கொள்கைரீதியிலாவது. உயர்கல்வியில் மாணவர் சார்ந்த சுய முன்னெடுப்பு கொஞ்ச மாவது இருக்கும் என்பதால் முன்னது ஒரு மாதிரி தானே ஓடிக்கொள்ளும். நல்ல, மத்தியதரமான, மோசமான என்ற மூன்று நிலைகளில் அது நிலைகொருக்கும். கடைசி நிலையால் பெரிதாக ஆபத்து சம்பவிக்காது. பின்னதையும் இப்படிப் பகுக்கலாமென்றாலும் அந்தக் கடைசி நிலை உயர்கல்வியையே கேலிக்கூத்தாக்கிவிடும். ஆக்கி விட்டது.

ஆய்வு செய்யும் அந்தஸ்தும் வசதியும் கல்லூரி களுக்கு விஸ்தரிக்கப்பட்டதாலும் அவற்றின் எண்ணிக்கை பெருகியதாலும் ஆய்வுத் தாகம் அதிகரித்தது. அந்தப் பட்டம் பெறுபவர்களுக்குத் தூண்டில் இரையாக மாதாந்திரப் பரிசில் உண்டு என்று ராஜாங்கம் சொல்லவே தாகத்தோடு பசியும் சேர்ந்துகொண்டது. ராஜதானிக் கல்லூரி பிரதான நிறுவனம் என்பதால், பக்கத்து வளாகப் பல்கலைக்கழகத்துக்குப் போட்டியாக, பலரும் ஆராய்ச்சிப் பட்டம் பெற்றிருந்ததோடு ஆய்வில் பிறருக்கு வழிகாட்டவும் செய்தார்கள். இத்தனை பேரைப் பட்டம் பெறவைத்தோம் என்பது சிலருக்குப் புள்ளிவிவரப் பந்தயமாகவும் மாறியிருந்தது.

ஆராய்ச்சிப் பட்டத்துக்கும், போதிக்கும் திறனுக்கும் பிரதிகளை நுணுகி வாசிப்பதற்கும் தொடர்பில்லை. பழைய காலத்து ஆசான்கள் யாரும் ஆராய்ச்சிப் பட்டம் பெற்றவர்களில்லை. அவர்களில் சிலர் பெரும் ஆய்வில் ஈடுபட்டு, குறிப்பிடத்தக்க நூல்களை எழுதியிருக்கிறார்கள், பதிப்பித்திருக்கிறார்கள். பலரும் கலாசாலைகளில்

பிரமாதமாகப் போதித்திருக்கிறார்கள். இந்தக் காலத்திலும் அந்தப் பட்டம் இல்லாமலேயே அருமையாகப் போதிப்பவர்கள் உண்டு.

உ.வே.சா. காலத்தில் இந்த ஏற்பாடு இருந்திருந்தால் அவருக்குக் குறைந்தது இரண்டு டஜன் உண்மையான ஆராய்ச்சிப் பட்டங்கள் கொடுத்துத் தம் கௌரவத்தை சர்வகலாசாலைகள் உயர்த்திக்கொண்டிருக்கலாம். பணியிலிருந்து ஓய்வு பெற்ற அவருக்குக் கௌரவ டாக்டர் பட்டம் கொடுத்துத் தாய் சர்வகலாசாலை நற்பெயர் பெற்றது 1932இல். ஆராய்ச்சிப் படிப்பு 1930களுக்குப் பிறகே இங்கு நடைமுறைக்கு வந்துள்ளது. பட்டம் பெற்ற கையோடு அந்த ஆர்வம் பலருக்குப் போகும் இடம் தெரியாது. மாறாக, அது பணிக்காலம் முழுக்க இருப்பதுதான் அதன் உண்மைத்தன்மைக்கு நிரூபணம்.

ஆய்வு ஒரு கல்விப்புலச் செயல்பாடு. அதற்கு மேல் அதனால் பெறும் பட்டத்துக்கு மதிப்போ புனிதமோ கிடையாது. பட்டத்தைத் தலையில் தூக்கிக்கொண்டு திரிய வேண்டிய தில்லை. பரிசில் தொகை பெற்றதோடு பலர் அதற்கு 'சுபம்' போடும் நடைமுறையே நிஜத்தில் காணப்படுகிறது. அலுவல் ரீதியாகத் தேவைப்படும் இடங்களில் அந்தப் பட்டத்தைக் குறிப்பிட்டுக்கொள்வதில் தப்பில்லை. வெள்ளைக்காரனும் சரி, இங்கிருக்கும் மெய்யான ஆய்வாளர்களும் சரி அந்தப் பட்டம் பெற்றிருந்தால் அதைத் தாம் எழுதும் நூல்களின் முகப்பில் போட்டுக்கொள்ள மாட்டார்கள். நூலாசிரியர் பற்றிய குறிப்பில்தான் அவருடைய புலமைக் களமும் அது தொடர்பான பணிகளும் தெரியவரும்.

இவனுக்கு மிக நெருக்கமாகத் தெரிந்த ஒரு முனைவரை ஒருநாள் இரவு தேள் கொட்டிவிட்டது. அகாலத்தில் அவரை மகன் மருத்துவரிடம் அழைத்துப் போயிருக்கிறான். மருத்துவர் அவரை யாரென்று விசாரிக்க, "ஐ யேம் ப்ரஃபெஸர், டாக்டர் மகாமுனி, எம்.ஏ., எம்.ஃபில்., பிஹெச்.டி., டிப்ளமா இன்…" என்று வலியால் அனத்திக்கொண்டே ஒவ்வொரு எழுத்தாக விலாவாரியாகச் சொல்ல விஷம் மேலும் ஏறி சிகிச்சை சிக்கலாகி பெரியாஸ்பத்திரிக்குப் போக வேண்டியானதாம். மகன் அப்பாவை வெகுவாகக் கடிந்துகொண்டதாகச் சொன்னார்கள்.

ஈடுபாட்டுடன் மாதக் கணக்கில், சமயத்தில் வருடக்கணக்கில் உழைத்து விவாதப் பொருளான கருதுகோளுக்குத் தொடர்புள்ள வற்றைத் தேடிப் படித்து, கருத்துகளை ஒழுங்கமைத்து,

ஆர். சிவகுமார்

மாதக்கணக்கில் எழுதி, திருத்தியெழுதி, தர்க்க ரீதியாகப் புதிய பார்வைகள் வெளிப்பட ஆய்வு முடிவுகளை முன்வைப்போர் சிலர்; இந்த அளவுக்கு இல்லையென்றாலும் முடிந்த அளவு உழைத்து மோசம் என்று ஒதுக்கிவிட முடியாத அளவில் ஆய்வேட்டைத் தயாரிக்கும் சிலரும் உண்டு; ஏனோதானோ வென்று எதையோ எழுதிப் பட்டம் பெற்றுவிடுவோரும் உண்டு; இந்த வம்பெல்லாம் வேண்டாம் என்று நினைக்கும் லௌகீக நிபுணர்கள் சிலர் ஆய்வுப் பணியை அவுட்சோர்ஸ் செய்துவிடுவார்கள். அந்தப் பணியைத் தேவைக்கேற்பச் சிறப்பாகச் செய்துதரும் வல்லுநர்கள் உண்டு.

இவையன்றி, பிறர் உழைப்பின் விளைவைக் களவாடித் தம்முடையதாகக் காட்டும் அடாத செயல்கள் அபரிமிதமாகப் பெருக, ஆய்வேட்டின் மெய்த்தன்மையைக் கண்டுபிடிக்க ஒரு மென்பொருளை அறிமுகப்படுத்தினார்கள். அந்தத் தொழில்நுட்பத்தையே திணற அடிக்கும் உபாயத்தையும் கண்டுபிடித்துவிட்டார்களாம் கைதேர்ந்த ஆய்வாளர்கள் சிலர். எங்களை விட்டுவிடுங்கள் என்று தண்டனிட்டு வணங்கிவிட்டுத் தலைதெறிக்க ஓடியிருக்கிறார்கள் மென்பொருள் திறனாளர்கள்.

பி.ஜி.எல். ஸ்வாமி நூல் எழுதியும் இறந்தும் முப்பது வருடங்களுக்கு மேல் ஆயிற்று. பின்னாளில் சுக்கு கண்ட இடத்திலெல்லாம் பிரசவிக்கத் துடித்த ஆய்வாளர்கள் விளைவித்த ஊகிக்க முடியாத ஊறுகளைக் கேள்விப்பட்டு நொந்துபோய்த் தன் புதைகுழியில் அவர் பலமுறை புரண்டு படுத்திருப்பார்.

தொடக்கத்தில் தமிழ் ஆய்வேடுகள் ஆங்கிலத்தில் எழுதப் பட்டிருக்கின்றன. அப்படி எழுத அவசியமில்லை என்பதைப் பிறகு உணர்ந்து தமிழிலேயே எழுதி சமர்ப்பித்திருக்கிறார்கள். சங்க இலக்கியம், பெரிய புராணம் போன்றவை அதிகமும் ஆய்வுப் பொருள்களாகியிருக்கின்றன. சமகாலப் புனைவிலக்கியம் பொருட்படுத்தத் தக்கதல்ல என்ற மனப்பான்மை நீண்ட காலம் நிலவியிருக்கிறது. ஏனென்றால் அதெல்லாம் உரைநடையில் அல்லவா இருக்கிறது. கவிதையின் அந்தஸ்து, அதாவது செய்யுளின் அந்தஸ்து, உரைநடைக்குக் கிடையாதே. மொழியியல் தொடர்பான சில பொருட்படுத்தத்தக்க ஆய்வுகள் நடந்ததையும் இவன் கேள்விப்பட்டிருக்கிறான். நவீன இலக்கியப் பரிச்சயம் உள்ள ஆசிரியர்கள் சிலர் இருந்த காரணத்தால் சமகால எழுத்துக்கள் கொஞ்சம் கொஞ்சமாகப் பல்கலைக்கழக இரும்புக் கோட்டைக்குள் நுழைந்து ஆய்வுப் பொருள்களாயின. ஆய்வு நோக்கில் வாசிப்புப் பயிற்சி பெற்ற சிறுபான்மை இளைஞர் கூட்டம் ஒன்று மேலெழுந்து இந்த முயற்சிகளில்

ஈடுபட்டது. நவீன அறிவுப் புலங்கள், கோட்பாடுகள் சார்ந்து ஆய்வுத் தலைப்புகளை அவர்கள் தேர்ந்தெடுத்தார்கள்.

இன்னாரிடத்தில் போனால் சரிவராது, இன்னாரிடம் போனால் எல்லாமே சுலபம் என்று வழிசொல்லி அழைத்துப் போக மார்க்கபந்துகள் இருப்பார்கள். ஏதேதோ கணக்குவழக்கு களின் அடிப்படையில் உருவாகும் பிறவகை உடன்படிக்கைகள் அனைத்துத் தரப்புகளுக்கும் நன்மை பயப்பதாக நிறைவேறுவதும் உண்டு.

நாட்டாரியல் தொடர்பான ஆய்வுகள் சில தென் தமிழ்நாட்டுக் கிறித்தவக் கல்லூரி ஒன்றின் முன்னெடுப்பால் காத்திரமாக நடக்கத் தொடங்கின. அதனால் உந்துதல் பெற்ற சிலர் எவ்வித சமூகவியல், நாட்டாரியல் அடிப்படைகளையும் அறிந்துகொள்ளும் ஆர்வமின்றிப் பக்கத்திலிருந்த மூன்று கிராமங்களுக்கு டவுன் பஸ்ஸில் போனார்கள். ஒருவார காலத்தில் ஒவ்வொருவரும் தலா எட்டுப் பாட்டிகளைச் சந்தித்து நாற்பது சொச்சம் தாலாட்டு, நாட்டுப்புற, ஒப்பாரிப் பாட்டுகளை டேப் ரெக்கார்டரில் பதிவு செய்து கொண்டுவந்தார்கள். அவற்றை எழுத்துக்குப் பெயர்த்து, பொழிப்புரை எழுதி டஜன் கணக்கில் ஆராய்ச்சிப் பட்டங்களைப் பெற்றுக்கொண்டார்கள்.

சமகால எழுத்தாளரை ஆய்வுக்கு எடுத்துக்கொள்ளத் தயாராயிருந்தவர்கள்தாம் சுவாரசியமானவர்கள். இவர்களில் அப்போதுதான் படித்து முடித்து நேராக ஆய்வுக்கு வந்தவர்களும் உண்டு; கலாசாலைகளில் போதித்தவர்களும் உண்டு. நிபந்தனை என்னவென்றால், ஆய்வுக்கு உள்ளாகும் எழுத்தாளர் கொஞ்சமாக எழுதியிருக்க வேண்டும். சிலருக்கே தெரிந்த எழுத்தாளர் ஒருவரின் சிறுகதைகளை ஒரு இளம் பெண் ஆய்வுக்கு எடுத்துக்கொண்டாளாம். எழுத்தாளர் காலமாகிவிட்டவர். அவரைப் பற்றித் தெரிந்துகொள்ள அவருடைய நண்பரைச் சந்தித்திருக்கிறாள். அவரும் எழுத்தாளர்தான். "நானே கிட்டத் தட்ட அவரை மறந்துகொண்டிருக்கிறேன். நீ எப்படி அவரை ஆய்வுக்குத் தேர்ந்தெடுத்தாய்?" என்று அவர் கேட்டிருக்கிறார். "அவர்தான் குறைவான எண்ணிக்கையில் கதைகள் எழுதி யிருக்கிறார்," என்றாளாம் அந்தப் பெண். குறைவாக எழுதியதே ஆய்வுக்குத் தகுதியானவராக அவரை ஆக்கியிருந்ததைக் கேட்டு அதிர்ச்சிக்கு ஆளாகியிருக்கிறார் அவர்.

அவர் நடத்திய கலை, இலக்கியப் பத்திரிகை மொத்தம் ஒன்பது இதழ்களை வெளியிட்டது. கடைசியாக வந்தது சிறப்பிதழ்

ஆர். சிவகுமார்

என்பதால் வழக்கமான அளவைவிடப் பெரிதாக இருந்தது. அந்தப் பத்திரிகையை ஆய்வுக்கு எடுத்த ஒரு இளைஞன் அவரைப் பார்க்கப் போயிருக்கிறான். "எல்லாம் படிச்சிட்டியா?" என்று கேட்டிருக்கிறார். "எட்டு இதழ்களைப் பத்தி மட்டும் ஆய்வு செய்ய இருக்கேன்," என்றிருக்கிறான். "ஒன்பதாவது இதழ் இருக்கேப்பா," என்று கேட்டவரை, "அது பெருசா இருக்குங்க சார். வேணாம்," என்று சொல்லி மூர்ச்சையடைய வைத்திருக்கிறான்.

உயிரோடிருக்கும் எழுத்தாளரின் படைப்புகளை ஆய்வு செய்வதில் ஒரு அனுகூலம் இருப்பதாக ஆய்வாளர்கள் நினைப்பார்கள். ஒரு நீண்ட கேள்வித் தொகுப்பைத் தயாரித்துக் கையில் வைத்துக்கொண்டு அவரிடம் முகத்துக்கு நேரே, "நீங்கள் அதை ஏன் இப்படி எழுதினீர்கள்? இதை என் அப்படி எழுதினீர்கள்?" என்று கேட்டு முதன்மை ஆதாரத்தில் பாதியைப் பெற்றுவிடுவதாக நம்புவார்கள். அப்படி ஒரு ஆய்வாளர் முன்பு மூர்ச்சையடைந்த அதே எழுத்தாளரிடம் போயிருக்கிறார். அந்த நேரம் பார்த்து ஒரு நண்பர், "சார், பாக்க வரலாமா?" என்று தொலைபேசியில் அவரைக் கேட்டிருக்கிறார்.

"கேள்வித் தொகுப்போட ஒரு ஆய்வாளர் வந்திருக்கிறார், என்னை ஒவ்வொரு கேள்வியா கேட்டுக்கிட்டிருக்கிறார். அவரால் உங்களுக்குத் தொந்தரவு இல்லைன்னாக்க தாராளமா வரலாம்."

"எனக்கு என்ன சார் தொந்தரவு அப்டி?"

"முதல் கேள்வியைப் படிக்கிறேன்... அப்றமா நீங்களே முடிவு செய்யலாம்... 'உங்கள் பெயர் என்ன?' "

மிரண்டு ஒதுங்கிவிட்டதாக அந்த நண்பர் எழுதியிருக்கிறார்.

"**இ**ன்ன நாளில், இன்ன முனைவர் பட்ட ஆய்வேட்டுக்கான பொது வாய்மொழித் தேர்வு நடைபெறும்" என்று முன்கூட்டியே துறை அறிவிப்பு வரும். அதை *வைவா* என்ற லத்தீன் பதத்தால் குறிப்பிடுவார்கள். துறை நூலகத்தில் ஆய்வேட்டின் பிரதி வைக்கப்பட்டிருக்கும். யார் வேண்டுமானாலும், அதாவது வெளி நபர்கள்கூட, அதைக் கேட்டுவாங்கிப் படிக்கலாம். தேர்விலும் பங்குபெற்று விளக்கமோ கேள்வியோ கேட்கலாம். பெரும்பாலும் வெளி நபர்கள் பங்குபெறுவது நிகழாது. ஆய்வேட்டை முழுதாகப் படிப்பவர்கள் ஆய்வாளர், வழிகாட்டி, மூன்று புறத் தேர்வாளர்கள் என்று ஐந்து பேர் மட்டுமே. தேர்வாளர்களும் முழுதாகப் படிப்பதில்லை என்ற பேச்சும்

உலவத் தொடங்கியது. துறை நூலகத்தின் பாதாள அடுக்கு களுக்குப் போய்விட்ட பிறகு பலவும் படிப்பாராற்ற அனாதைகள்தாம். சில குறிப்பிடத்தக்க ஆய்வேடுகளை அகழ்வாராய்ச்சி செய்து சிலர் கண்டடைவார்கள். அப்படியே அவற்றில் சில நூல்களாக வந்தாலும் படிக்கப்படுவது வெகு அபூர்வம். இருபது பிரதிகள் வெகுளியாக விற்க, மீதி தொள்ளாயிரத்து எண்பதையும் அன்பளிப்புகளாகத் திணிக்க வேண்டியதுதான்.

வாய்மொழித் தேர்வு நாள் ஆய்வாளரைப் பதற்றத்துக் குள்ளாக்கும். “நான்தான் இதை எழுதினேன். இதில் கூறப்பட்டுள்ளவற்றுக்கு நான் பொறுப்பு. ஆய்வேடு தொடர்பாக எந்தக் கேள்வியையும் எதிர்கொள்வேன்” என்ற ரீதியில் ஆய்வாளர் தான் எழுதியது சரியென்று நிறுவ வேண்டும். முதலில் ஆய்வேட்டைச் சுருக்கமாக கூடியிருப்பவர்களிடம் முன்வைக்க வேண்டும். வெளி நாட்டு, வெளி மாநில புறத் தேர்வாளர்கள் தங்கள் அறிக்கைகளிலும், அரங்கில் கூடியிருப்பவர்களும் உள்ளூர்த் தேர்வாளரும் நேரிலும் எழுப்பும் கேள்விகளுக்கு எதிர்வினை புரிய வேண்டும். இது அலுவல் ரீதியான நடைமுறை. ஆய்வாளர்களைப் பொறுத்தும் எழும் கேள்விகளைப் பொறுத்தும் அந்த நடைமுறை உயிர்ப்புள்ளதாக, சுவாரசியமானதாக மாறலாம்.

ஆய்வு நெறிமுறை சரியில்லை, வாதங்களும் கேள்வி களும் சரியாகக் கையாளப்படவில்லை, சக தேர்வாளர்கள் திருப்தியடையவில்லை என்று தேர்வு நடத்தும் உள்ளூர்ப் புறத் தேர்வாளர் கருதினால் ஆய்வேட்டைத் திருத்தியெழுதி சமர்ப்பிக்கச் சொல்லியோ மிக அபூர்வமாக நிராகரிக்கவோகூட செய்யலாம். இவை அநேகமாக நிகழாது.

தேர்வுத் தகவலை அறிவிப்புப் பலகையோடு குறுக்கிக் கொண்டால் கௌரவம் என்னாவது என்று கவலைப்பட்ட ஆய்வாளப் பிரமுகர்கள் சிலர் நடைக்கூடம் தாண்டி, நுழைவாயிலில் நெகிழிப் பதாகை கட்டி, அந்தஸ்தைக் காட்டி வருவோர் போவோரையெல்லாம் வேடிக்கை பார்க்க அன்புடன் மிரட்டி அழைக்கும் நிலைக்கு ஆய்வுத் தரத்தை ஒரு கட்டத்தில் இறக்கினார்கள். வாய்மொழித் தேர்வு என்ற நாடகத்துக்கு வசனமும் பாத்திரங்களும் முன்கூட்டியே ஒத்திகை பார்க்கப்படுவதாகவும் பேச்சு உண்டு. இப்படி அது சடங்காகி, கேளிக்கையாகி, பதிவு செய்தாலே பட்டம் உத்தரவாதம் என்ற நிலைக்குத் தாழ்ந்துவிட்ட காலத்திலும் எல்லாத் துறைகளிலும் சிலராவது புதுக்கோணத்தில் ஆய்வு செய்வதும் அதை மேற்பார்வையிடுவதும் நடக்கவே செய்கின்றன. உலகத் தரத்தை எட்ட முயலும் அம்மாதிரியான

ஆய்வாளர்கள் அடக்க ஒடுக்கமாகத் தம் காரியங்களில் ஈடுபடுவது அறிவியக்கம் தரிக்கக் கிடைக்கும் உயிர்நீர்.

முன்பிருந்த ஊர்களில் அப்படியான தேர்வைப் பார்க்கும் வாய்ப்பு இவனுக்கு இருந்ததில்லை. இங்கே இந்தச் சடங்கை இரண்டு முறை பார்த்ததும் அதிலிருந்த ஆர்வம் மங்கிவிட்டது. அப்படியும் ஒருநாள், 'இன்னிக்கு ஒரு வைவா இருக்கு. ரொம்ப இன்ட்ரஸ்டிங்கா இருக்கும். வாங்க போலாம்,' என்று இவனைக் கூப்பிட்டார் மொழியியலாளர். 'சார், நீங்க போங்க. நான் வரல. எனக்குக் கிளாஸ் இருக்கு,' என்று பொய்சொல்லித் தப்பிக்கப் பார்த்தான். 'டைம்டேபிளைப் பாத்துட்டு வந்துதான் கூப்பிடறன். நீங்க அப்ப ஃப்ரீதான். வாங்க. மறக்க முடியாத எக்ஸ்பீரியன்ஸா இருக்கும்,' என்று வற்புறுத்திக் கூப்பிட்டதை மறுக்க முடியவில்லை.

ஆய்வுத் தலைப்பு, "திருக்குறளும் நாலடியாரும் பரிந்துரைக்கும் எய்ட்ஸுக்கான மருந்தும் சிகிச்சை முறையும்: ஓர் ஆழ் ஆய்வு" என்ற ரீதியில் இருந்தது. அதைக் கண்டு இவன் பெரிதாக அதிர்ச்சியடையவில்லை. திருக்குறளில் ஆய்வு செய்வது மோஸ்தராகியிருந்தது. அதாவது, அதைச் சமகால அறிவுப்புலங்களோடு இணைத்து ஆராய்வது. "திருக்குறளில் மேகக் கணிமை", "திருக்குறளில் செயற்கை நுண்ணறிவும் தரவுப் பகுப்பாய்வும்", "திருக்குறளில் மூலக்கூறு உயிரியல்" என்பவை போன்ற தலைப்புகளில் தீவிரமாக ஆய்வுகள் நடைபெற்று வருவதை ஒரு இளம் தமிழ் ஆசான் இவனிடம் அதற்கு முந்தைய வாரம்தான் சொல்லியிருந்தார். ஆய்வுத் தலைப்போடு திருக்குறளை இணைத்துவிட்டால் கேள்விமுறையே கிடையாதாம். பட்டத்துக்கு உத்திரவாதம் கிடைத்துவிடுமாம். நோய்நாடி நோய்முதல் நாடி என்ற ஒற்றைக் குறளை மட்டும் வைத்து மருத்துவர்களோடு இணைந்து ஆராய்ந்து அதுவரை முப்பத்தேழு பேர் பட்டம் வாங்கிவிட்டார்களாம். இதாவது பொது ஆர்வத்துக்குரியது. இரண்டு நாள் கழித்து வந்து அவர் சொன்ன இன்னொரு தலைப்பைக் கேட்ட பிறகு இவன் எதிலும் எதற்கும் தயாராகிவிட்டான். "திருக்குறள் காட்டும் நரம்பியல் அறுவை சிகிச்சை முறைகள்" என்ற தலைப்பில் ஐந்து பேர் வெவ்வேறு உடல் பாகங்கள் சார்ந்து ஆய்வைத் தொடங்கிவிட்டார்களாம். எத்தனை முறைதான் வள்ளுவர் உயிர்நீப்பாரோ.

ஒருவருக்கொருவர் என்று கணவனும் மனைவியும் விசுவாசமாக, அதாவது உடல் ரீதியாக, இருந்தால் எய்ட்ஸ்

வராது என்ற கருதுகோளை நிறுவ முயன்றது அன்றைய ஆய்வேடு. எப்படி இந்தத் தலைப்பு என்றால், ஆய்வாளர் குடும்ப நலத் துறையில் பணி செய்வதாலாம். வெளி நபர்களும் ஆய்வு செய்யலாம் என்று பல்கலைக்கழக விதி அனுமதித்ததால் அவர் துணிந்திருக்கிறார். தன் சகலபாடிகள் உள்ளே இருப்பதைத் தெரிந்துவைத்திருப்பாராக இருக்கும். கருதுகோளின் பலவீனத்தை கேள்வி நேரத்தில் சிலர் கேள்விக்குள்ளாக்கினார்கள். கலங்கிப்போன ஆய்வாளர் ஒரு கட்டத்தில் விசும்பத் தொடங்கினார். பார்க்கப் பாவமாக இருந்தது. எதற்கு இந்த ஆய்வாளருக்கு இப்படியான விஷப் பரீட்சை என்று இவனுக்குத் தோன்றியது. கிட்டே போய் அவரை அணைத்துத் தேற்றலாமா என்றுகூட இவனுக்குத் தோன்றியது. ஆய்வு வழிகாட்டி ஏதோ சொல்லிச் சமாளித்து முனைவர் பட்டத்துக்கான பரிந்துரையைப் புறத் தேர்வாளரிடமிருந்து பெற்றார். பேசிய விதத்தில் அவரின் அனுபவம் வெளிப்பட்டது. ஆய்வாளரின் பதவி உயர்வு உறுதியாகிவிட்டதால், “இனி எல்லாம் சுகமே” என்று தொடர்புடையவர்கள் பாடாத குறையோடு தேர்வு இனிதே நிறைவுற்றது.

இலாகாவுக்குத் திரும்பும் வழியில் மொழியியலாளர் ஒரு தகவலைச் சொன்னார். அந்த ஆய்வு வழிகாட்டிக்கு அது இருபத்தியோராவது கேஸாம்.

ஆங்கிலத் துறையில் ஆய்வு வேட்கை மிகப் பிற்காலத்தில்தான் உண்டானது. அதிக பட்சம் ஐம்பது ஆண்டுகளுக்கு மேல் பின்னால் போய் அங்கே ஆய்வாளர்கள் ஆய்வுப் பொருள் தேட மாட்டார்கள். விதிவிலக்குகள் ஷேக்ஸ்பியர் போன்ற ஓரிருவரே. பெரும்பாலும் அவரைப் பின்காலனியப் பார்வையில் மறுவாசிப்புச் செய்வார்கள். பழையவை பொருட்படுத்தக்கவையல்ல என்று இதைப் புரிந்துகொள்ள வேண்டியதில்லை. ஒப்பீட்டளவில் ஆய்வுத் தலைப்புகள் சமகாலப் பார்வையோடு தொடர்புடையவையாக இருக்கும். ஆய்வு செய்பவர்களின் எண்ணிக்கையும் குறைவு.

ஆரம்பத்தில் பிரிட்டிஷ், அமெரிக்க இலக்கியம் என்று கறாரான பத்தியத்துடன் ஆய்வு உணவை உண்டார்கள். ஒரு கட்டத்தில் ஆய்வு செய்வது அப்படியொன்றும் உழைப்பைக் கோரும் சமாச்சாரம் இல்லை என்பதைத் தெரிந்துகொண்டு கொஞ்ச பேர் அரங்குக்குள் நுழைந்தார்கள். இந்திய – ஆங்கில, கறுப்பர், காமன்வெல்த் இலக்கியம், ஒப்பிலக்கியம், பெண்ணிய வாசிப்பு, தலித் இலக்கியம், பின்காலனிய இலக்கியம் என்ற வரிசை காத்துக்கொண்டிருந்தது. பிடித்ததற்கு முன்னுரிமை

கொடுத்து, எழுத்தாளர்களையும் இலக்கியப் போக்குகளையும் சார்ந்து ஆய்வேடுகளைத் தயாரித்தார்கள்.

சமயத்தில் பொருட்படுத்தத்தக்கதாகவும் சமயத்தில் பலவீனமாதாகவும் இருந்தது ஒப்பிலக்கிய ஆய்வுதான். ஒரு வாரத்துக்கு முன்பு கேள்விப்பட்ட தமிழ் எழுத்தாளரை பிரபல மான,தங்களுக்குத் தெரிந்த,ஆங்கிலத்தில் எழுதும் எழுத்தாளரோடு ஒப்பிடப் போவதாகச் சிலர் பிரகடனம் செய்துவிடுவார்கள். அவ்வெழுத்தாளர்களின் இரண்டு பாத்திரங்களுக்கிடையே காணப்படும் ஏதோ ஒரு சாயல், வாழ்க்கைப் பார்வையில் எங்கோ ஒரு ஒற்றுமை, ஆசிரியர் கூற்று ஒன்றில் தென்படும் ஒப்புமை போதும் அவ்விருவரையும் ஒப்பிலக்கிய ஆய்வுக்கு உட்படுத்த. ஒப்பீட்டுக்கு உள்ளாகும் தமிழ் எழுத்தாளரை ஆழ்ந்து படித்திருக்கத் தேவையில்லை. அவர் எழுதியவற்றில் ஏதோ ஒரு சில புனைவுகள் போதும் ஆய்வு செய்ய. இலக்கிய வரலாற்றில் அந்தத் தமிழ் எழுத்தாளரின் பெறுமானம் அவர்களுக்கு முழுக்கவும் தெரியாது. அவர் பெயரை உச்சரிக்கும்போது விரியும் இலக்கிய வடிவப் பரப்பை உணர்ந்து அனுபவிக்கும் தகுதியும் போதாது. ஆனால், முனைவர் பெயர்ப் பலகைக்கு ஆர்டர் தந்துவிட்டே வாய்மொழித் தேர்வுக்கு வருவார்கள்.

சர்வகலாசாலையில் நண்பரைப் பார்க்கப் போன நேரங்களில் தன் இளம் ஆய்வாளர்களோடு அவர் கொண்டிருந்த நட்பைப் பார்த்த உந்துதலால் தமிழ் தொடர்பான ஆய்வில் இவன் ஈடுபட்டான். நண்பர் தமிழிலும் நூல்கள் எழுதியவர். மொழி அல்ல, விஷயந்தான் முக்கியம் என்ற பார்வை அப்போது உண்டாகியிருந்தது. ஆய்வின் மூலப்பொருளை விரிவாக மொழிபெயர்க்க வேண்டியிருந்தது. வழிகாட்டிக்கும் ஆய்வாளனுக்கும் இருந்த பொது ஆர்வங்களால் மகிழ்ச்சியுடன் பரஸ்பரம் கற்றார்கள்.

41

இரண்டு ஹதீஸ்கள்:

ஆக மோசமான ஆட்சியாளர்கள் அறிஞர்களிடமிருந்து தூர இருப்பார்கள்; ஆக மோசமான அறிஞர்கள் ஆட்சியாளர்களுடன் நெருக்கமாக இருப்பார்கள்.

அறிஞர் ஒருவர் ஆட்சியாளர்களுடன் மிக நெருங்கிப் போவதைப் பார்த்தீர்களானால் அவரிடம் ஜாக்கிரதையாக இருங்கள்; ஏனெனில், அவர் ஒரு கள்ளர்.

கட்சி அரசியலின் ஆடுகளத்தில் நேற்று நுழைந்த ஒரு நபரைக்கூடத் துதிபாடும் முன்னொட்டை மட்டும் வைத்தே ஆசான்கள் சிலர் உள்ளார்ந்த மரியாதையுடன் குறிப்பிடுவார்கள். இதுவே இப்படியென்றால் முன்காலத்தவரைக் குறிப்பிடும் முறை பற்றிச் சொல்ல வேண்டியதில்லை. சுயமரியாதையை விட்டுக்கொடுக்கும் செயலாக அது இவனுக்குப் படும். எளிய மனிதர்களின் உணர்ச்சி சார்ந்த பழக்கம் அறிவியக்கத்தவரை எப்படித் தொற்றிக்கொள்ள முடியும் என்று புரியவில்லை. இப்படி சொல்லிச் சொல்லியே அவர்களில் சிலர் அடுத்த கட்டத்துக்கு நகர்ந்து அதிகாரத் தாழ்வாரங்களைச் சுற்றிவந்து, கூடவே ராஜாங்க இயந்திரத்துக்கு மசகு எண்ணெய் இட்டு சில்லறைப் பலன்களை அனுபவிப்பது தொடங்கி கேந்திரமான ஸ்தானங்களைக் கைப்பற்றுவதுவரை சாதித்துக்கொள்வார்கள்.

குறிப்பிட்ட ஸ்தானத்தை நிறைக்க விரும்பும் தம் தகுதியைப் பற்றிய கேள்வியோ சந்தேகமோ அவர்களுக்குத் தோன்றவே செய்யாது. அந்த ஸ்தானங்களில் முன்பு இருந்த ஆளுமைகள்

ஆர். சிவகுமார்

சிலரின் மேன்மை குறித்த பிரக்ஞை ஒரு கணமும் அவர்கள் மனத்தில் குறுக்கிடாது. மேன்மையைக் கண்டிராத வறட்சி. அண்டியிருப்பவர்கள் அவர்களுடைய திட்டங்களுக்கு உத்வேகமும் ஊக்கமும் அளிப்பார்கள். ஆட்சியாளர்கள் மீதான ராஜபக்தி சார்ந்து வளாகங்களில் குழுக்கள் அமையும். சிலருக்கு எல்லாக் குழுக்களிலும் அங்கம் வகிக்கும் சாமர்த்தியம் இயல்பாகவே வாய்த்திருக்கும். இவற்றையெல்லாம் பகிர்ந்துகொள்ள இவனுக்குக் கிடைத்தவர் இதே கலாசாலையில் பல நாளாகப் பணிபுரிபவர். வேறு கலைப்பாடம் போதிப்பவர். கூர்ந்த வாசிப்புடையவர். சமகால இலக்கியத்திலும் ஆர்வம் கொண்டவர். பணிசெய்யும் துறையில் பலவிதமான ஆட்களைப் பார்த்த அனுபவம் உள்ளவர். ஒருநாள் ஏதோ ஒரு புத்தகம் பற்றி விசாரிக்க வந்தவரிடம் இவன் புலம்பினான். நம்பிப் புலம்பலாம் என்பது மாதிரியானவர்தான் அவர்.

‘நீங்க சொல்றதெல்லாம் சரிதான். இங்க முன்னமேகூட மறைவா இருந்ததுதான். வரவர அதிகமாயிடிச்சி. கட்சி, ஜாதி பத்தியெல்லாம் இப்ப பட்டவர்த்தனமா பேசிக்கிறாங்க. இந்த இடத்துல எதெல்லாம் கருதப்படக் கூடாதோ அதெல்லாம் சகஜமா பேச்சில வருது.’

‘பாக்க வேதனையா இருக்குது. அங்க இருக்கறவங்களோட நமக்கு எப்டி உறவு இருக்க முடியும்? நாம நம்ம வேலையக் கவனிக்க வேண்டியதுதானே. அதுக்குத்தானே சம்பளம் வாங்கறோம்?’

‘இவங்க அப்படி நின்னுட மாட்டாங்க. அதிகார மையங்களோட நெருக்கமா இருப்பதை மத்தவங்களுக்குக் காமிச்சிக்க ஆசைப்படுவாங்க. முகஸ்துதி செய்றதோட மட்டும் நிறுத்திக்க மாட்டாங்க. சாலிடா ஏதாவது அவங்களுக்கு செஞ்சி பதில் மொய் வாங்கிக்குவாங்க.’

‘அதுக்கு என்னா வழி?’

‘அதுக்குப் பல வழிகளைக் கண்டுபிடிச்சி வச்சிருக்காங்க. அதுல ஒண்ணு இந்த பிஹெச்.டி. அதைப் பார்ட் டைமா செஞ்சிக்கலாமில்லியா. அந்தப் பட்டத்து மேல மோகம் இருக்கிற ராஜாங்க மேஸ்திரிகளை வளச்சிபோட வேண்டியதுதான். ஆராய்ச்சியைத்தான் ஈஸியான விஷயமாப் பணணிட்டாங்களே.’

‘புரியுது. அது சரி, நீங்க மேஸ்திரிகள்னு ஒரு வார்த்தையச் சொன்னிங்க. கான்ஷியஸாத்தான் சொன்னிங்களா?’

‘நாம பேசிக்கிட்டிருந்த கான்டெக்ஸ்ட்ல தன்னிச்சையா அந்தக் கவிதைத் தலைப்பு ஞாபகத்துக்கு வந்துருக்கு பாருங்க.

பத்து நாளைக்கு முன்னாடி ஒரு தடவ எடுத்து படிச்சன். அது காரணமா இருக்கலாம். மேஸ்திரிகள்ன்ற வார்த்தைக்கு நாம அர்த்தம் கூட்டிக்க வேண்டியதுதான். எனக்குப் பிடிச்ச கவிதை.'

'அம்பது வருஷத்துக்கு முன்ன எழுதினது. இன்னிக்கும் எவ்ளோ பொருத்தமா இருக்குது. பல்கலைக்கழகத்துக்கு முன்னாடி அமைக்கிற தோட்டம் மிருகக்காட்சிசாலையா மாறும்போது அங்க ஒரு மேஸ்திரி இருக்கார். உள்ளே எத்தனை பேரோன்னு சொல்றது என்னா கிண்டல். அந்தக் கவிதை வந்த தொகுப்பைப் பாடமா வச்சப்ப அந்தக் கவிதைக்கு எதிர்ப்பு வந்ததாம். அதனால அதை நீக்கிட்டதா சமீபத்துல படிச்சேன். எந்த அளவு உண்மைன்னு தெரியலை ... அதிருக்கட்டும். எனக்கு ஒரு சந்தேகம். ராஜாங்க வேலையப் பாத்துக்கிட்டு ஆராய்ச்சியும் அவங்க எப்படிப் பண்ணுவாங்கன்னு.'

'தெரியாமத்தான் கேக்கறீங்களா? அதுக்குப் பல உபாயங்கள் இருக்குது. எனக்குத் தெரிஞ்சி அப்படியானவங்கள்ல ஒண்ணு, ரெண்டு பேர் கொஞ்சம் ஈடுபாட்டோட ஆராய்ச்சி பண்றாங்க. எழுதவும் படிக்கவும் உள்ள பயிற்சி தீஸிஸ் எழுத பிரயோஜனமா இருக்குமே.'

'நல்லது. போற வேகத்தப் பாத்தா இன்னும் ரெண்டு, மூணு வருஷத்துல ரெண்டு சேனாதிபதிகளின் பல்லக்குகளை எடுத்துக்கிட்டா நிச்சயம் ஒண்ணுல வெற்றிக்கொடி பறக்கும்போல இருக்குது. இங்க மட்டும்தான் ஆட்சி. மத்த இடத்துல நிர்வாகம். நாம இன்னும் மன்னராட்சியின் பிரஜைகள்தானே ... அன்னிக்கு ஒரு கூட்டத்துல ஒரு காட்சியப் பாத்தேன். சாஞ்சி உக்காந்திருந்த ஒரு ராஜாங்க மேஸ்திரி முன்னாடி ரெண்டு சர்வகலாசாலை மேஸ்திரிகள் பவ்யமா நின்னு பேசிக்கிட்டிருந்தாங்க. அதாவது, அவர் சொல்றத இவங்க கேட்டுக்கிட்டிருந்தாங்க. பாக்க மனசுக்குக் கஷ்டமா இருந்துச்சு.'

'அப்படி நடக்கறதுக்கு என்ன காரணம்னு ஊகிச்சிக்கிங்க... கேள்விப்பட்ட பழைய விஷயம் ஒண்ணு சொல்றேன். யுனிவர்சிட்டியை விஸ்தரிக்க நிலம் தேவைப்பட்டிருக்குது. நகரத்தோட ஒரு பகுதியில நிறைய புறம்போக்கு நிலம் இருப்பது வைஸ் சான்ஸலரா இருந்த ஏ.எல். முதலியாருக்குத் தெரியவருது. அநேகமா கிண்டிப் பகுதியா இருக்கலாம். அவரத் தெரியுந்தானே?'

'தெரியும். உலகப் பிரசித்தி பெற்ற மகப்பேறு மருத்துவர்னும் சொல்வாங்க. ரொம்ப காலம் அந்தப் பதவியில இருந்திருக்கார், இல்லியா?'

‘இருபத்தேழு வருஷம். அநேகமா வேற எங்கேயும் நடக்காத விஷயம். அப்ப ஒரு கட்டத்துல முதல் மந்திரியா காமராஜ் இருந்திருக்கார். அந்தக் குறிப்பிட்ட நிலத்திலேர்ந்து ஒரு பகுதியை யுனிவர்சிட்டிக்கு ஒதுக்கித்தர வேண்டி ஆட்சிக் குழுவில் தீர்மானம் நிறைவேத்தி அவரோட ஆஃபிஸுக்கு ஏ.எல். முதலியார் அனுப்பிச்சிருக்கார். எல்லாத்தையும் விசாரிச்சிட்டு நிலத்தை ஒதுக்கித் தர காமராஜ் முடிவு செஞ்சிருக்கார். முறைப்படி அந்த ஒப்பந்தத்துல அவங்க ரெண்டு பேரும் கையெழுத்திடணுமாம். தான் செக்ரட்டேரியட்டுக்கு எப்போ வரணும்னு வைஸ் சான்ஸலர் கேட்டிருக்கார். அலுவல் ரீதியா அதுதான் மரபு. ஆனா, காமராஜ், “நீங்க எவ்ளோ படிச்சவர். பெரிய பதவியில இருக்கிங்க. நீங்க என்னப் பாக்க வரக் கூடாது. நான் யுனிவர்சிட்டிக்கு வர்றன். இதுல என்னா புரோட்டக்கால் வேண்டிக்கிடக்கு” அப்டீன்னு சாதாரணமா சொல்லிட்டாராம். பதறிப்போன ஏ.எல்.முதலியார், “சார், அப்டீல்லாம் பண்ணிடாதீங்க. நீங்க இங்க வரக் கூடாது. வேணும்னா நாம ஒரு பொது எடத்துல சந்திச்சு கையெழுத்து போட்டுக்கலாம்”னு சொன்னாராம். அதேபோல ஒரு பொது எடத்துல பாத்து வேலையை முடிச்சிக்கிட்டாங்களாம். உண்மையான பெரிய மனுஷங்க.’

‘கேக்கறதுக்கு ஃபேரி டேல் மாதிரி இருக்குதே. ஆட்சியிலும் அதிகாரத்திலியும் இருக்கறவங்க படிச்சவங்கள மதிக்கணும். மதிக்கிற மாதிரி இவங்களும் நடந்துக்குணும். எல்லாத்த விடவும் அறிவுத்திறம்னா என்னான்னு ரெண்டு பக்கத்துக்கும் தெரிஞ்சிருக்கணும்.’

‘உண்மைதான். இன்னோரு சம்பவத்தச் சொல்றேன். சமீபத்திலதான் கேள்விப்பட்டேன். நம்ம யுனிவர்சிட்டியோட அபார பொறுப்புணர்ச்சிக்கு ஒரு உதாரணம். ஆண்டி சுப்பிரமணியம்னு ஒருத்தர் நாகர்கோயில் பக்கத்துக்காரர். அவருக்கு முன்ன பிறந்த நாலு குழந்தைகளும் சிசுப் பருவத்திலேயே தவறிட்டதால முருக பக்தரான அவரோட அப்பா ஆண்டின்ற வார்த்தையைச் சேத்து அவருக்குப் பேரு வச்சிருககார். திருவனந்தபுரம் காலேஜுல இங்லிஷ் ஆனர்ஸ் படிச்சிருக்கார். படிக்கும்போது சுதந்திரப் போராட்டத்துல கலந்துகிட்டதால படிப்பு பாதியில நின்னிருக்கு. இது நடந்தது 1917இல். நாடக ஆராய்ச்சியில அவருக்கு நிறைய ஆர்வம் இருந்திருக்கு…’

‘சார், குறுக்கிடறதுக்கு மன்னிக்கணும். அவரப் பத்தி ரொம்ப நாளைக்கு முன்னாடி ஒரு இலக்கியப் பத்திரிகைல படிச்ச ஞாபகம். ஆனா, இப்ப எதுவும் நினைவில இல்ல. பேர் மட்டும் கனாவுல கேட்ட மாதிரி இருக்குது. மேல சொல்லுங்க.’

‘அப்டியா! ஆண்டியே நாடகங்கள் எழுதி, நடித்து, டைரக்ட் பண்ணியும் இருக்கார். ஒதெல்லோ, மேக்பத் மாதிரி நாடகங்கள்லியும் நடிச்சிருக்கார். நாடகக் கலை தொடர்பான பல விஷயங்களையும் பல வருஷங்களா பாடுபட்டு சேத்து வச்சிருக்கார். தமிழ்க் கலைக்களஞ்சியத்துல இருக்கிற நாட்டியம் பத்தின கட்டுரை அவர் எழுதியதாம். நீலகண்ட சாஸ்திரியோட பரிந்துரையில இந்தியக் கலாச்சாரம் தொடர்பான டைரெக்டரி ஒண்ணு யுனெஸ்கோவுக்காக நாலு வருஷம் உழச்சி தயாரிச்சாராம். புத்தகம் அச்சில் வந்திருக்கு. ஆனா, அது விநியோகத்துக்கே போகலியாம். பிரதிகளும் காணாமப் போயிருக்கு. இது ஒண்ணுமே இல்லைங்கற மாதிரி இன்னொண்ணு நடந்திருக்கு. யுனிவர்சிட்டியிலிருந்து ரிடையரானவர் ஒருத்தர் மூலமா எனக்குத் தெரியவந்த விஷயம் இது. எ தியேட்டர் என்சைக்ளோபீடியா அப்டின்ற தலைப்புல நாடகக் கலை தொடர்பா அறுபதாயிரம் துணைத் தலைப்புகள் உள்ள ஒரு பிரம்மாண்டத் தொகுப்பை இங்லிஷ்ல எழுதியிருக்கார். மொத்தமும் கையெழுத்துப் பிரதியா இருந்திருக்கு. அதைப் பாதுகாத்து வைக்கிறோம் என்று சொல்லி மூத்த யுனிவர்சிட்டி வாங்கி வச்சிருக்கு. பின்னால பிரின்ட் பண்ணலாம் என்ற திட்டம் இருந்ததோ என்னவோ. ஆனா, கொஞ்ச நாள் கழிச்சி கேட்டபோது அதைக் காணோம்னு சொல்லிடிச்சாம். “சரி, பரவால்ல. இன்னும் இருபது வருஷம் முயற்சி செஞ்சா மறுபடியும் அதத் தொகுத்திடலாம்”னு சொல்லிருக்கார் ஆண்டி சுப்பிரமணியம். அப்ப அவருக்கு வயசு எண்பதாம். சொல்லி நாலு வருஷத்துல காலமாயிட்டார். எப்பேர்ப்பட்ட கான்ட்ரிபியூஷனா அது இருந்திருக்கும்.’

‘அய்யோ. இதெல்லாம் பெரிய அநியாயம். அவர்லாம்தான் ரியல் அறிஞர். அவரோட கைப்பிரதி காணாமப் போனதுக்குப் பொறுப்பானவங்களக் கண்டுபுடிச்சி வேலைய விட்டே துரத்தியிருக்கணும். அதுவே குறைஞ்ச பட்ச தண்டனைதான். அவங்களுக்கு அது வேஸ்ட் பேப்பர் பண்டலா தெரிஞ்சிருக்கும். அவர் மாதிரி இருக்கிறவங்களோட பங்களிப்பு வெளில தெரிய அதிர்ஷ்டமும் வேணுங்கறது எவ்ளோ பெரிய அவலம். இந்த சுவத்தத் தாண்டி பலர் சீரியஸா எழுதறாங்க அப்டின்றதுக்கு அவர் உதாரணம். அந்தக் காலத்து ராமாயணப் பதிப்பையும் லெக்ஸிகனையும் தமிழ் யுனிவர்சிட்டி வெளியிட்ட சிலதையும் விட்டுட்டுப் பாத்தா இவங்கெல்லாம் எதாவது உருப்படியான புத்தகங்கள வெளியிட்டிருக்காங்களா? அப்டியே ஏதாவது சிலது இருந்தாலும் யார் கண்ணுக்கும் அது படாது. புதுப் பதிப்பும் வராது. கள்ளச் சரக்கு மாதிரி பாதாளக் கிடங்குல

பதுக்கி வச்சிருப்பாங்க. இந்த ஊர் யுனிவர்சிட்டி நாப்பது, அம்பது வருஷமா திருத்தி புதுப் பதிப்புப் போடாம ஒரே டிக்ஷனரிய நகல் எடுத்து வித்துக்கிட்டிருக்கு. வெஸ்ட்ல பாருங்க. ஒவ்வொரு யுனிவர்சிட்டியும் ஒரு பப்ளிகேஷன் டிவிஷன் வச்சிருக்கு. அதிலிருந்து வர்ற புத்தகங்களோட க்வாலிட்டி உங்களுக்கே தெரியும். பெரிய எழுத்தாளர்களோட கையெழுத்துப் பிரதிகள், டயரிகள், பிரசுரமான புத்தகங்கள், அதப் பத்தின விமர்சனம் எல்லாத்தையும் சேகரிச்சி யுனிவர்சிட்டி லைப்ரரில அவங்க பேர்ல தனிப் பிரிவு உண்டாக்கி பாதுகாத்து வச்சிருக்காங்க. சில இடங்கள்ல அதுக்குன்னு தனி பில்டிங்கே இருக்குதாம். விஸ்கான்ஸின் யுனிவர்சிட்டில இங்லிஷ்ல வெளியான எட்டாயிரம் சிறுபத்திரிகைகளோட மொத்தத் தொகுப்பும் இருக்குதாம்.'

'பிரமிப்பான விஷயம்தான். அப்டி செய்றதுக்குப் பெரிய அளவுல அர்ப்பணிப்பும் ஒழுங்கும் தேவை. அங்கெல்லாம் உள்ள நடக்குறதுக்கும் வெளிய நடக்குறதுக்கும் ஒரு பிணைப்பு இருக்குது. இங்க இப்பதான் கொஞ்சமா வெளீல எட்டிப் பாக்கறாங்க. இது போதவே போதாது. நம்ம கவலையே அதானே... நீங்க சொன்னது தொடர்பா நான் படிச்ச ஒரு விஷயம் ஞாபகத்துக்கு வருது. கல்கத்தாவுல சந்தீப் தத்தான்ற ரிடையரான ஒரு ஸ்கூல் வாத்தியார் தன்னோட வீட்டின் பாதிப் பகுதில சிறுபத்திரிகைகளுக்கான ஒரு ரிசர்ச் சென்ட்டரே வச்சிருக்காராம். பெங்காலில வந்ததோட அல்லாம, இங்லிஷ், இந்தி, மராத்தி மாதிரி மொழிகள்ல வெளியான பல ஆயிரம் இலக்கியப் பத்திரிகைகளோட தொகுப்புகள சேகரிச்சு வச்சிருக்காராம். யுனிவர்சிட்டி ஆட்களெல்லாம் அங்க வந்துதான் ரிசர்ச் மெட்டீரியல் எடுக்கிறாங்களாம்.'

'அதெல்லாம் தங்கச் சுரங்கமாச்சே.'

'கல்கத்தா நேஷனல் லைப்ரரில இலக்கியப் பத்திரிகைகளைக் குப்பை மாதிரி தாறுமாறாக் கொட்டி வச்சிருந்ததை இள வயசில பாத்து அந்த வாத்தியார் நொந்துபோனாராம். அப்றந்தான் கொஞ்சம் கொஞ்சமா தன்னோட வீட்டிலேயே சேகரிச்சி ஒழுங்கு பண்ணியிருக்கார். வீட்ல புழங்க இடம் பத்தலைன்னு சண்டை போடற அவரோட வைஃப், எல்லாத்தையும் எரிச்சிடப்போறேன்னு அடிக்கடி எச்சரிக்கறத சிரிச்சிக்கிட்டே இன்ட்டர்வியூல சொல்றார். கலாச்சார மினிஸ்ட்ரி கையிலதான் கல்கத்தா லைப்ரரி இருக்குது. அரசாங்கம் நுழைஞ்சாலே எந்த விஷயமும் உருப்படாமப் போயிடும்.'

‘உண்மைதான். சந்தீப் தத்தா பத்தி எனக்கு இப்பதான் தெரியுது. பாண்டிச்சேரியில ஒரு இன்ஸ்டிடியூட் அப்படி மேகஸீன்லாம் வச்சிருக்காம். மத்தபடி உதிரியா தனி நபர்கள்கிட்டதான் இருக்குது. இதெல்லாம் யுனிவர்சிட்டி பண்ண வேண்டிய வேலை… நாம கலைப்பாடங்கள் பத்திதான் அதிகமா பேசிக்கிறோம். சயன்ஸ் துறைகள் பத்தி எனக்கு அவ்ளவா தெரியறதில்ல.’

‘அங்கியும் கிட்டத்தட்ட இந்த நிலைமைதான்னு அங்கிருக்கிற ஃப்ரண்ட்ஸ் சொல்றாங்க. சீர்கேடு ஒரே சீராத்தானே பரவும். சமூகம் எப்டி இருக்கோ அப்டித்தானே நம்ம துறையும் இருக்கும்?’

‘நீங்க சொல்றது உண்மைதான். சமூகத்துல இருந்து நாம எப்டி விலகி இருக்க முடியும். மோசமான விஷயங்கள் ஊடுருவாம தடுக்கிறதுதான் நம்ம வேலை. ஆனா, ஊடுருவியாச்சு. பாக்கி இருக்கிற கொஞ்ச நஞ்ச வேல்யூஸையாவது தக்கவச்சிக்கிற வேலையைச் செய்யணும். பசங்களுக்கு நாமதான் மாடலா இருக்கோம். அதுக்கான தகுதி நமக்கு இருக்கான்ற கேள்விய புதுப்பிச்சிக்கிட்டே இருந்தா போதும். அல்ட்டிமேட்டா தனி மனிதன் கையிலதான் எல்லாம் இருக்கிற மாதிரி தோணுது. அதையும் உறுதியா சொல்ல முடியுமான்னு தெரியல.’

‘பாக்கலாம். எனக்கு கிளாஸ் இருக்கு. வர்றேன்.’

42

'நாடகம் இங்கிலாந்தின் தேசியக் கலை என்று அழைக்கப்படுவதை நீங்கள் அறிவீர்கள். ஆனாலும், தொடக்க காலத்தில், அதாவது பதினாறாம் நூற்றாண்டில், அது பல தடைகளையும் சிரமங்களையும் சந்திக்க வேண்டியிருந்தது. நாடகம் பார்க்க வரும் ரசிகர்கள் ஏதோ காரணம் தொட்டு கலகம் செய்து நகரத்தின் பொது அமைதிக்குப் பங்கம் விளைவிப்பார்கள் என்ற எதிர்மறை எண்ணம் லண்டன் நகராட்சிக்கு இருந்ததால் ஊருக்கு உள்ளே அது நாடகக் கொட்டகைகளை அனுமதிக்கவில்லை. எனவே புறநகரில்தான் அவற்றை நிர்மாணிக்க வேண்டியிருந்தது. நகராட்சியின் பார்வைக்கு முரணான வகையில் ராஜ குடும்பம் எப்போதும் நாடகக் கலைக்கு ஆதரவாகவே இருந்தது. அவர்களுக்கென்று அரண்மனைக்குள்ளேயே விசேஷ மேடையேற்றம் அவ்வப்போது நிகழ்ந்தது.

ஷேக்ஸ்பியர் காலத்து நாடக அரங்கைப் பற்றிப் போன வருடம் படித்தீர்கள். இருந்தாலும் நினைவுபடுத்திக்கொள்ளலாம். மூன்று அடுக்குகள் கொண்ட வட்டவடிவக் கட்டிடத்தின் உட்பகுதியில் ஒரு புள்ளியில் மற்ற பகுதிகளிலிருந்து துருத்திக்கொண்டு இருப்பதுபோல நாடக மேடை அமைந்திருக்கும். மேடைக்கு மேல் ஒரு மாடி உண்டு. அதை பால்கனிக் காட்சிக்குப் பயன்படுத்துவார்கள். மேடைக்குப் பின்னால் ஒப்பனை அறை. உள் வட்டம் முழுதும் திறந்த வெளிதான். மேடைக்கு முன்னால் இருக்கைகள் இல்லாத, தாழ்வான ஒரு நிலப் பகுதி. நம்மூர் பழைய தரை டிக்கட் மாதிரி. அதற்குக் கட்டணம் குறைவு. அங்கே பார்வையாளர்கள் நின்றுகொண்டேதான் நாடகத்தைப் பார்க்க வேண்டும். மேடையின் முன்னால், வளைவான இரண்டு பக்கவாட்டுப் பகுதிகள் என்று மூன்று புறங்களிலும் இருந்த வட்ட அடுக்குகளில்

பார்வையாளர் கேலரிகள் அமைந்திருக்கும். அங்கே இருக்கைகள் உண்டு. கூரையும் உண்டு. கட்டணம் அதிகம். சராசரியாக ஐநூறு பேர் அளவுக்கு நாடகம் பார்க்க வருவார்கள். செயற்கை வெளிச்சம் உண்டாக்க முடியாத காலம். அதனால் நாடகம் பகல் இரண்டு மணிபோலத் தொடங்கும்.

பண்படாத இசைச் சேர்க்கைதான் அப்போது இருந்தது. திரைச் சீலை கிடையாது. காடு தொடர்பான காட்சி என்றால் ஒரு சிறு மரக் கிளையை ஒடித்து வந்து மேடையின் முன் ஓரத்தில் குறியீடாக வைத்துவிடுவார்கள். சில சமயம் அந்தக் காட்சியின் தொடக்கத்தில், 'இது ஆர்டென் காடு' என்று வசனம் தொடங்கும். உடனே பார்வையாளர்களின் மனதில் பெரிய காடு விரியும். படிப்பறிவு குறைவான அல்லது படிப்பறிவே இல்லாத பார்வையாளர்கள் பலர் ஷேக்ஸ்பியர் போன்றோரின் கவிதை வரிகளை நடிகர்கள் பேசக் கேட்ட கணத்திலேயே புரிந்து ரசித்திருக்கிறார்கள். அவர்களுக்கு எவ்வளவு கற்பனையும் கவிதை உணர்வும் இருந்திருக்கும், யோசியுங்கள். பேரிலக்கியம் எளிமையாகவும் இயல்பாகவும் மக்களை அடைந்திருக்கிறது. எளிய கதாபாத்திரங்கள் உரைநடையில் பேசும் காட்சிகளும் உண்டு. ஏதாவது ஒரு கதாபாத்திரம் இறக்க நேரிட்டால் அந்தச் சவத்தைச் சிலர் தூக்கிப் போவதாகத்தான் காட்சியை அமைப்பார்கள். திரைச்சீலை இல்லாததால் காட்சி முடிந்து அந்தப் பாத்திரத்தில் நடித்த நடிகர் எழுந்து நடந்து வெளியேறுவது சிரிப்புக்கு இடமளித்துவிடும்.

இவை அன்றி, பெண்கள் நடிக்க முன்வராததால் பெண் பாத்திரங்களை பையன்களே ஏற்று நடித்தார்கள். அநேகமாக இது எல்லா மொழிகளிலும் நடந்திருக்கலாம். இந்த விஷயத்தில் தமிழ் நாடகங்களிலும் பின்னாளில் மாற்றம் ஏற்பட்டிருந்தாலும் பாரம்பரியத் தமிழ்க் கூத்தில் இன்னும் பெண் பாத்திரங்களை ஆண்களே ஏற்று நடிக்கிறார்கள். இது உங்கள் தகவலுக்காக.

சமயத்தில் பகல் வெயில் கொளுத்த, பகைமைகொண்ட குடும்பங்களின் கொழுந்துகளான பால்கனியில் நிற்கும் ஜூலியட்டும் கீழே கனித்தோட்டத்தில் கள்ளமாக வந்து நிற்கும் ரோமியோவும் உலக இலக்கியத்தின் மிகச் சிறந்த காதல் வசனங்களை இரவு நேரத்தில் பரிமாறிக்கொள்வதான காட்சியை மனக்கண்ணில் கொண்டு வந்து பாருங்கள். எத்தனை வசதிக் குறைவான சூழலில் அந்த உன்னதக் கலை வளர்ந்திருக்கிறது! சில வசன மாதிரிகளைப் பார்க்கலாமா?

ரோமியோ: உஷ், அமைதி! அதோ அந்தச் சாளரம் வழி தோன்றும் ஒளி யாது?

அது கிழக்கு, ஜூலியட்தான் சூரியன்.

எழில்மிகு சூரியனே, எழுக. பொறாமைகொண்ட நிலவைக் கொன்றுவிடுக.

அவளின் இளம் சேடி நீ அவளைவிட எழிலார்ந்தவள் என்பதால்

அவள் ஏற்கனவே துயரத்தால் நோயுற்று வெளிறியுள்ளாள்.

'இங்கே அவள் என்ற சொல் நிலவைக் குறிக்கிறது. ஜூலியட் நிலவின் சேடியாம்.'

. . .

ரோமியோ: வானின் அதி அழகான இரண்டு நட்சத்திரங்கள்

ஏதோ வேலை நிமித்தமாகத் தம் நிலைவிட்டு அகலும்போது

எம் களத்தில் இருந்து மின்னி ஒளிர்க யாம் திரும்பி வரும்வரை

என்று அவள் கண்களைக் கெஞ்சிக் கேட்கின்றன.

'அதாவது ஜூலியட்டின் கண்களை.'

ஒருவேளை அவள் கண்கள் அங்கிருக்க

அவை அவள் முகத்தில் இருந்தால் என்ன நிகழும்?

அவள் கன்னத்தின் பொலிவு அந்த நட்சத்திரங்களை நாணங்கொள்ள வைக்கும்

பகல் வெளிச்சத்தின் முன் தீபம் நாணுவதைப்போல.

. . .

ரோமியோ: பாருங்களேன் எப்படி கைமேல் கன்னத்தைத் தாங்கியிருக்கிறாள் என்று!

அந்தக் கைமீதிருக்கும் உறையாக நான் இருந்தால்

அந்தக் கன்னத்தை நான் தொடமுடியுமே!

. . .

ஜூலியட்: எப்படி நீ இங்கு வந்தாய்? சொல், எதற்காக வந்தாய்?

கனித்தோட்டச் சுவர்கள் ஏறிக் கடக்க இயலாத உயரத்தில் உள்ளனவே.

நீ யாரென்பதை அறிந்த என் உறவினர் யாரும் உன்னைக் கண்டால்

இந்த இடம் மரண நிலமாக மாறிவிடும்.

ரோமியோ: காதலின் மென்சிறகுகள் கொண்டு அந்தச் சுவர்களைத் தாண்டினேன்,

ஏனெனில், கற்சுவர்களின் எல்லைக் கோட்டால் காதலை வெளியே நிறுத்த இயலாது.

பதினேழாம் நூற்றாண்டின் மத்தியில் கடும் மதச் சீர்திருத்தவாதிகளான புராடெஸ்டென்ட்டுகளின் கை ஓங்க, அவர்களின் செல்வாக்கு நிலவிய நாடாளுமன்றத்துக்கும் முதலாம் சார்ல்ஸ் மன்னனுக்கும் இடையே மோதல் உண்டானது. நாடாளுமன்றத்தின் ஒப்புதல் இல்லாமல் மக்கள்மீது பல வரிகளை அவன் விதித்தான். வேறு சில ராஜாங்க விவகாரங்களிலும் சர்வாதிகாரியாகச் செயல்பட்டான். உள்நாட்டுப் போர் நடந்தது. சிறைப்பிடிக்கப்பட்ட மன்னன் விசாரணைக்குட்படுத்தப்பட்டு மரண தண்டனைக்கு ஆளானான். பதின் வயதிலிருந்த வாரிசான இரண்டாம் சார்ல்ஸ் தப்பி ஃப்ரான்ஸுக்குப் போய்விட்டான். பதினோரு ஆண்டுகள்போல இங்கிலாந்தில் மன்னரோ ராணியோ இல்லாத குடியாட்சி நடந்தது. நாடாளுமன்ற உறுப்பினராகவும் படைத் தளபதியாகவும் இருந்த ஆலிவர் க்ராம்வெல் என்பவர் நாட்டை ஆண்டார். அந்தக் காலகட்டத்தில் ஒழுக்கக்கேட்டின் மையமென்று புராடெஸ்டென்ட்டுகளால் கருதப்பட்ட நாடகக் கொட்டகைகள் மூடப்பட்டன. சாத்தான் நடமாடும் இடங்கள் என்று அவற்றை வர்ணித்திருக்கிறார்கள்.

க்ராம்வெல் இறந்த பிறகு இரண்டாம் சார்ல்ஸ் நாடு திரும்பி ஆட்சியை ஏற்றான். மூடியிருந்த நாடகக் கொட்டகைகள் திறக்கப்பட்டன. ஃப்ரான்ஸில் அவன் கண்ட நாடகக் கலையின் முன்னேற்றங்களை நடைமுறைப்படுத்தத் தூண்டுகோலாக இருந்தான். இங்கிலாந்தின் அரச பரம்பரையினர் எப்போதும் நாடக ஆர்வலர்களாக இருந்தார்கள் என்பதை முன்பே பார்த்தோம். மீட்டெடுக்கப்பட்ட நாடகக் கலை பெரிய அளவில் மாற்றங்களைக் கண்டது. நயமான இசைச் சேர்க்கை நிகழ்ந்தது; பெண்கள் நடிக்க முன்வந்தார்கள்; திரைச் சீலைகள் கட்டப்பட்டன. உயர் சமூக வகுப்பினரின் நெறிகெட்ட, பாசாங்கான நடத்தை முறைகளைக் கேலி செய்யும் நகைச்சுவை நாடகங்கள் இந்தக் காலகட்டத்தில் எழுதப்பட்டன. அவற்றில் ஓரிரண்டை இந்தப் பின்புலத்தில் படிப்பீர்கள்.'

இவனுடைய கடைசி வகுப்பு. இலக்கிய வரலாற்றுப் பாடம்.

திரைச்சீலை இறங்கியது போலத் தோன்றியது.

43

'கற்றறிந்த சக பேராசிரியர்களே! என் அன்பும் மரியாதையும் உங்களுக்கு உரித்தாகட்டும்! இன்று பணி ஓய்வு பெறும் இவர் மாணவர்கள்மீது அக்கறை காட்டினார். உடன் பணியாற்றிய ஆசிரியர்களோடு நட்புக் கொண்டிருந்தார். பணி ஓய்வுக் காலத்தில் இவருக்குப் பூரண மன அமைதியையும் நல்ல ஆரோக்கியத்தையும் நீண்ட ஆயுளையும் குறையாத செல்வத்தையும் நீங்காத மகிழ்ச்சியையும் அருளுமாறு முதல்வர் சார்பாகவும் துறைத் தலைவர் சார்பாகவும் உங்கள் அனைவரின் சார்பாகவும் என் சார்பாகவும் எல்லாம் வல்ல இறைவனை மனமாரப் பிரார்த்தித்துக்கொள்கிறேன். நன்றி. வணக்கம்.'

பேசியவர் இவனுடன் எட்டு ஆண்டுகள் வேலைபார்த்தவர்.